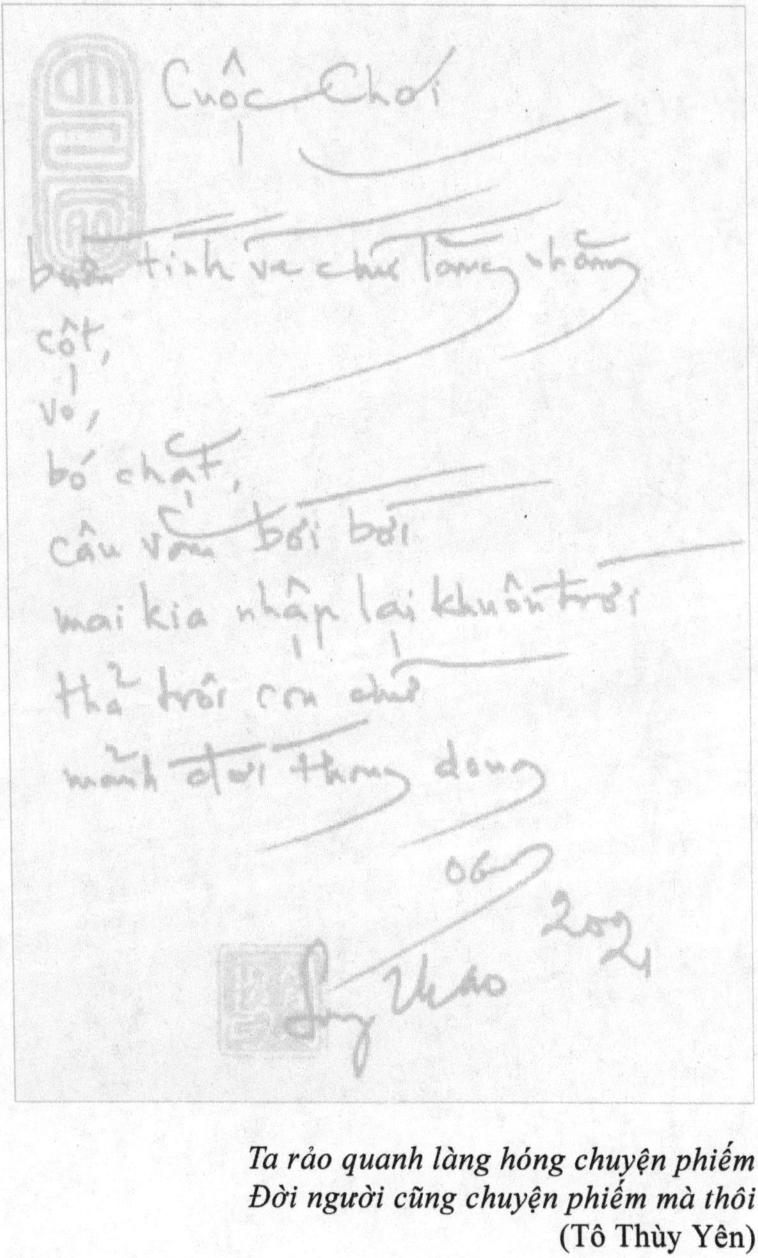

Ta rảo quanh làng hóng chuyện phiếm
Đời người cũng chuyện phiếm mà thôi
(Tô Thùy Yên)

Phiếm 32

song thao

NHÂN ẢNH

2024

Phiếm 32

Song Thao

NHÂN ẢNH xuất bản

Bìa: Khánh Trường

Kỹ thuật: Tạ Quốc Quang

www.songthao.com

ISBN: 979-8-3305-2041-1

MỤC LỤC

PHIẾM

NGOẠI TẬP

PHIẾM

AN TỬ VÀ TRỢ TỬ

Bữa Chủ Nhật 11/2/2024 vừa qua, cựu Thủ Tướng Hòa Lan Dries van Agt và vợ, cả hai đều 93 tuổi, đã tay trong tay rời cõi tạm, cùng nhau bước vào một thế giới khác nhưng vẫn không rời tay nhau. Hai ông bà gặp nhau từ hồi họ còn là sinh viên tại Nijmegen. Tổ chức Diễn Đàn Nhân Quyền do ông thành lập đã ra tuyên bố: "Cựu Thủ Tướng qua đời tay trong tay với người vợ yêu dấu Eugenie van Agt-Krekelberg, người hỗ trợ và là điểm tựa bên ông hơn 70 năm và là người mà ông luôn gọi là "người phụ nữ của tôi"". Là người Công Giáo, ông Van Agt giữ chức thủ tướng từ năm 1977 đến 1982 và các đối thủ của ông gọi ông là "tu sĩ dòng Tên". Hai người không phải là người đầu tiên có cái chết gọi là "an tử kép" tại Hòa Lan. Năm 2016, cựu Nghị Sĩ Josef van der Heijden và vợ là Gonnie cũng đã lìa đời trong "cái chết êm ái kép". Đây là một trào lưu đang dần được phổ biến tại Hòa Lan. Có 26 trường hợp vào năm 2020 và 58 trường hợp trong năm

2022. Tổng cộng đã có 9 ngàn trường hợp an tử tại Hòa Lan. Bà Constance de Vries thuộc Trung Tâm Giám Định An Tử nói với báo chí: "Nhiều người lo sợ viễn cảnh phải một mình tiếp tục sống, đặc biệt là khi họ đã 80 tuổi và không còn mạnh khỏe nữa".

Cựu Thủ Tướng Dries van Agt (bên trái) chụp năm 2002. (Hình: Michel Porro/Getty Images)

Vợ chồng cùng nhau lìa cõi thế này là điều mong ước của nhiều cặp đã cả đời khắng khít bên nhau. An tử là một chọn lựa. Tại Montreal chúng tôi đã có một trường hợp vợ chồng cùng chết trong một ngày mà không cần an tử chi. Đó là cái chết của hai bác Trương Bảo Sơn và Nguyễn Nữ Nghi vào ngày 23/5/2010. Khi đó bác Sơn thọ 94 tuổi. Bác Nghi là vợ thứ hai của bác Sơn. Người vợ đầu là nữ sĩ Nguyễn Thị Vinh. Hai người có duy nhất một cô con gái tên Trương

Kim Anh. Cô Anh là vợ của nhà thơ Dương Kiền, một bạn văn của tôi từ ngày cùng làm báo Văn Học tại Sài Gòn. Sanh thời bác Sơn, tuy lớn tuổi hơn, nhưng rất thân thiết với anh em viết lách tại Montreal. Hai bác ở trong Viện Lão Học thuộc Đại Học Montreal *(Institut Universitaire de Gériatrie de Montreal)*. Chúng tôi vẫn thường xuyên tới thăm hai bác. Hai người sống với nhau rất hạnh phúc. Ước nguyện của bác Sơn là hai vợ chồng được cùng chết để không ai phải lưu luyến ai. Bác đã đạt được ước nguyện một cách tự nhiên: bác Sơn mất vào buổi sáng, bác Nghi mất vào buổi chiều. Trong đám tang, nhìn hai chiếc quan tài nằm song song với nhau, tôi nghĩ đây không phải là đám tang mà là cuộc dắt tay nhau đi về miền hạnh phúc của hai bác.

Cùng chết một cách tự nhiên như hai bác Sơn và Nghi là một điều rất hiếm hoi. Đời tôi chỉ chứng kiến có một lần. Muốn được vậy các cặp vợ chồng thường phải tìm tới an tử, như trường hợp vợ chồng cựu Thủ Tướng Hòa Lan Dries van Agt.

An tử *(Euthanasia)* là cái chết có sự đồng ý của bệnh nhân cũng như gia đình người bệnh, với sự cho phép của pháp luật, bác sĩ sẽ thực hiện việc kết thúc sự sống của người bệnh bằng các biện pháp không gây đau đớn. Với an tử, bác sĩ sẽ là người thực hiện "hành vi cuối cùng", thường là với một mũi tiêm. An tử khác với trợ tử. Trợ tử *(Assisted Suicide)* là việc bác sĩ sẽ hỗ trợ để bệnh nhân tự kết thúc cuộc sống khi có yêu cầu. Bác sĩ sẽ kê một liều thuốc gây tử vong theo yêu cầu của bệnh nhân. Tuy nhiên bệnh nhân mới là người đóng vai trò chính yếu khi chính họ là người quyết định sử dụng thuốc để kết thúc cuộc sống.

Trợ tử đã gây ra nhiều rắc rối tại Hòa Lan. Năm 1970 xảy ra vụ án nổi tiếng Geertruida Postma. Bác sĩ này đã bị truy tố tội giết người vì cố ý chích *morphine* cho một bệnh nhân bị liệt, câm điếc, đã yêu cầu ông trợ tử. Ông bị tù một tuần và quản thúc tại gia một năm. Năm 1973, Y Sĩ Đoàn Hòa Lan ra tuyên bố trợ tử vẫn bị coi là bất hợp pháp. Tuy nhiên, tùy theo trường hợp, bác sĩ có thể làm giảm sự đau đớn của bệnh nhân. Trong thập niên 1980, tuy vẫn có nhiều trường hợp bị truy tố nhưng xã hội đã dần dần ủng hộ trợ tử. Trợ tử được ngầm hiểu là không bị truy tố trước pháp luật nếu hội đủ ba điều kiện. Thứ nhất, phải được bệnh nhân yêu cầu nhiều lần một cách có ý thức và tự do. Thứ hai, bệnh nhân phải ở trong tình trạng vô cùng đau đớn, không thể làm thuyên giảm được ngoài cái chết. Thứ ba, bác sĩ phải tham khảo ý kiến một bác sĩ khác và được sự đồng thuận của người này. Tới năm 1993 mới có đạo luật chính thức do quốc hội ban hành miễn truy tố pháp lý các bác sĩ thực hiện trợ tử nếu hội đủ ba điều kiện trên và báo cáo khi thi hành.

Tại Mỹ, tập san y khoa Jama, xuất bản năm 1988, có đăng tải bài *"It's Over, Debbie"* tường thuật một câu chuyện xảy ra tại khoa phụ sản của một bệnh viện. Bệnh nhân tên Debbie, 20 tuổi, bị ung thư buồng trứng giai đoạn cuối, đã hóa trị không kết quả. Hai ngày qua cô đã không ăn uống được, đôi mắt hốc hác, nôn mửa thốc tháo và thở rất khó khăn. Sinh viên nội trú trực đêm vội chạy tới. Trong phòng bệnh, người mẹ cầm tay cô con gái bất lực. Debbie nói với người sinh viên bằng giọng yếu ớt: "Thôi, cho xong đi". Anh sinh viên nội trú chạy đi lấy một ống chích với 20 gram *morphine*, bảo người mẹ cầm tay Debbie, chúc cô ngủ ngon vì anh sắp chích một liều thuốc cho cô nghỉ yên. Khi anh chích, nét mặt cô giãn ra rất dễ chịu , nhịp thở yếu dần. Bốn phút sau Debbie trút hơi thở cuối cùng. Vẻ biết ơn hiện lên trong đôi mắt người mẹ một cách rõ rệt. Bài báo đã gây ra một cuộc tranh luận sôi nổi về trợ tử tại Mỹ.

Hiện chỉ có bảy nước đã hợp pháp hóa trợ tử và giúp trợ tử bằng y khoa. Đó là Hòa Lan, Bỉ, Colombia, Luxembourg, Tân Tây Lan, Tây Ban Nha, Canada và một phần nước Úc. Hòa Lan có luật ban hành vào năm 2001 mở rộng và bổ túc các đạo luật năm 1993 và 1994. Năm 2002, Bỉ cũng đã ban hành luật không phạt tội trợ tử. Tại Hoa Kỳ duy nhất có tiểu bang Oregon ban hành luật vào năm 1994 không xử phạt tội trợ tử bằng y khoa trong giai đoạn cuối đời. Năm 1997 có cuộc trưng cầu dân ý và trợ tử được đa số dân tiểu bang chấp nhận.

Tại Pháp, năm 2000, Ủy Ban Quốc Gia Tư Vấn Đạo Dức về Khoa Học Đời Sống và Sức Khỏe *(Comité Consultatif National d'Éthique sur les Sciences de la Vie et la Santé)* phổ biến một báo cáo mang tên "Cuối Đời, Ngừng Sống và Trợ Tử" kêu gọi sự khoan hồng pháp luật cho những người phạm tội trợ tử áp dụng cho những trường hợp đau đớn đặc biệt của bệnh nhân không thể chữa chạy được, với sự thỏa thuận của gia đình và quyết định tập thể của một nhóm y khoa. Ngày 13/4/2005 Quốc Hội Pháp đã thông qua đạo luật cho phép bệnh nhân vô phương cứu chữa quyền từ chối điều trị, đồng thời cho phép bác sĩ ngừng áp dụng những phương pháp điều trị vô ích, cùng cho phép bệnh nhân dùng thuốc làm giảm đau đớn, thu ngắn cuộc sống. Với điều kiện phải cho bệnh nhân biết.

Úc coi bộ tiến nhanh hơn. Tính tới ngày 22/4/2022, đã có tới 5 tiểu bang gồm Victoria, Western Australia, Tasmania, South Australia và Queensland chấp thuận hợp pháp hóa vấn đề trợ tử với đạo luật *"Voluntary Assisted Dying Act"*. Đạo luật này cho phép các bác sĩ trợ giúp bệnh nhân các bệnh nan y không thể chữa trị và phải chịu nhiều đau đớn thể xác.

Canada chúng tôi còn nhanh hơn Úc. Năm 2015, Canada đã có phán quyết của tòa án định rõ "việc cấm trợ tử vi phạm quyền của người dân về nhân phẩm và quyền tự chủ". Năm 2016, chính phủ đã hợp pháp hóa trợ tử cho những người từ 18 tuổi trở lên với điều kiện họ mắc bệnh nan y hoặc khuyết tật làm họ đau đớn. Sau đó một Ủy ban của Quốc hội Canada còn đi xa hơn nữa khi đề nghị mở rộng trợ tử cho trẻ vị thành niên ngay cả khi không có sự đồng ý của cha mẹ. Số người nhận trợ tử của Canada gia tăng đáng kể hàng năm.

Canada có hẳn một tổ chức lo việc trợ tử mang tên *"Medical Assistance in Dying"*, viết tắt là MAiD. Với MAiD, quy trình trợ tử ở Canada rất nhanh gọn. Chỉ cần trả lời các câu hỏi vào mẫu đơn của MAiD được phổ biến rộng rãi trên mạng *internet*, ký tên vào cuối đơn, sau đó là các chữ ký bảo đảm của các nhân chứng. Khi nhận được đơn, MAiD sẽ liên lạc điện thoại và các bác sĩ sẽ tới khám nghiệm, kiểm tra sức khỏe của người bệnh và đưa ra quyết định chấp thuận hay từ chối đơn xin. Nếu đơn được hai bác sĩ chấp thuận, người bệnh sẽ được chích thuốc trợ tử trong vòng 90 ngày.

Tổ chức này cho biết đã có 13.241 ca trợ tử trong năm 2022, tăng 34% so với năm trước và tăng gấp mười lần so với năm 2016 khi chương trình này được hợp pháp hóa. Trước kết quả này, các nhà vận động cho nhân quyền lên tiếng chỉ trích luật trợ tử của Canada thiếu an toàn, hạ thấp cuộc sống của người khuyết tật, khuyến khích giới y tế đề nghị an tử cho những người chưa muốn chết và giết chết những người không nhận đủ sự trợ giúp của chính quyền để tiếp tục cuộc sống. Năm 2013, bốn chuyên viên y tế đã kết luận trong một bản nghiên cứu: "Cơ quan MAiD của Canada thiếu an toàn, thu thập dữ liệu và thiếu sự giám sát cần thiết để bảo vệ người dân khỏi những cái chết quá sớm". Ông Alex Schadenberg, Giám Đốc Tổ chức "Liên Minh Phòng Chống An Tử" *(Euthanasia Prevention Coalition),* viết tắt là EPC, cho báo Daily Mail biết là tỷ lệ trợ tử đang tăng chóng mặt bởi vì

"MAiD đã được quảng bá mạnh mẽ trong hệ thống y tế của chúng ta". Ông vạch rõ: "Mọi cơ sở chăm sóc sức khỏe lớn đều có một nhóm MAiD. Nhóm này sẽ tiếp cận tất cả những người có đủ điều kiện tham gia để hỏi họ xem có muốn được trợ tử không". Một nhóm chống đối khác, nhóm ARPA của Cơ Đốc Giáo, cũng quy cho Canada đã tạo ra "một trong những chế độ an tử dễ dãi nhất trên thế giới".

Ngược lại, nhóm *"Dying With Dignity"* lại ủng hộ hệ thống MAiD, coi như đây là một phương cách "thúc đẩy bởi lòng trắc ẩn, chấm dứt đau khổ và phân biệt đối xử cũng như mong muốn quyền tự chủ cá nhân".

Thiệt là sư nói sư phải vãi nói vãi hay. Nếu coi cái chết của con người là một vấn đề tâm linh thì vấn đề an tử hay trợ tử lại đặt ra nhiều câu hỏi khác. Tôi mới được đọc bài viết "Đạo Phật Trước Vấn Đề Trợ Tử" của cư sĩ Trịnh Nguyên Phước viết vào năm 2005. Theo ông, bối cảnh xã hội ngày nay khác xa với 2500 năm trước, khi sanh thời của đức Phật. Vậy nên vấn đề an tử hoặc trợ tử không được đặt ra vào thời xa xưa đó. Muốn tìm hiểu vấn đề chúng ta phải dựa theo giáo lý căn bản của đạo Phật. Đạo Phật chủ trương: tôn trọng sự sống, hành động có ý thức, diệt khổ và khế lý (tùy duyên mà hành động). Cư sĩ Trịnh Nguyên Phước viết: "*Như vậy, theo tôi chỉ cần dựa vào những điểm chính đó, mà chúng ta có thể nghĩ rằng hành động trợ tử, gây nên cái chết một cách nhẹ nhàng, nhằm mục đích làm thuyên giảm những khổ đau của người bệnh trong giai đoạn cuối của cuộc đời, vì lòng từ bi cứu khổ, không đi ngược lại với tinh thần của đạo Phật. Đối với bản thân tôi, hành nghề thuốc từ hơn ba chục năm nay đồng thời là một cư sĩ Phật tử, tôi không thấy có gì mâu thuẫn giữa hành động trợ tử của người thầy thuốc và con đường diệt khổ của đức Phật. Cũng như nhiều đồng nghiệp và y tá chăm sóc những bệnh nhân tới giai đoạn cuối đời, chúng tôi đã hơn một lần quyết định, với sự thoả thuận và nhiều khi do sự yêu cầu của gia đình, dùng những loại thuốc "cocktail lytique", những liều thuốc opiacés gây hôn mê dần rồi tắt thở, đã viết trong hồ sơ mật hiệu DNR (do not ressuscitate), để từ chối điều trị đến cùng... Mỗi trường hợp là một trường hợp đặc biệt và không khỏi gây xúc động, nhưng chúng tôi đều có cảm tưởng đã hành động theo đúng y đức, đã làm giảm bớt và ngắn đi nỗi khổ đau của người bệnh và của gia đình, thay vì một cái chết kéo dài lê thê, hạ thấp phẩm giá con người một cách vô ích. Có người cho rằng đạo Phật có thể chủ trương để cho cái chết tới một cách tự nhiên, nhưng không chủ trương gây nên cái chết, và như vậy cho phép trợ tử thụ động, tức là ngưng điều trị, tắt máy thở, bỏ ống dẫn dạ dày, nhưng không cho tiêm thuốc ngưng tim đập hay ngưng thở. Nhưng theo tôi, sự phân chia này có phần giả tạo và thiếu thực tế, và điều quan trọng vẫn là cái "tâm ý" của người bệnh và của gia đình: khi sự khổ đau trở nên cùng cực, cuộc sống nặng nề vô nghĩa, thì tại sao không cho phép người bệnh được giúp đỡ ra đi một cách tốt đẹp, nhanh chóng và an lành? Đó chính là ý nghĩa cao đẹp của sự trợ tử, phù hợp với tinh thần từ bi và trí tuệ, không chấp trước của đạo Phật. Chúng ta có cái may mắn là đạo Phật đặt con người, hay đúng hơn cái tâm con người vào trung tâm điểm của cuộc sống. "Tâm dẫn đầu các pháp" là câu đầu của Kinh*

Pháp Cú (Dhammapada). Đạo Phật ra đời cũng vì cái khổ của con người, cho nên người Phật tử luôn luôn lấy diệt khổ làm kim chỉ nam".

Trong trang mạng "Hội Đồng Giám Mục Việt Nam", linh mục Cao Gia Ân đã giải đáp thắc mắc của giới trẻ Công giáo về vấn đề trợ tử. Ngài viết: "*Xác tín nền tảng của Giáo hội Công giáo là thế này: con người được tạo dựng theo hình ảnh Thiên Chúa (x. St 1,26). Dù là bụi đất mọn hèn, con người mang nơi mình tính thánh thiêng của sự sống được thông truyền từ chính Thiên Chúa (x. 2,7). Sự sống ấy là thánh thiêng, và do đó, bất khả xâm phạm. Sự sống ấy không thuộc về chính con người, nhưng thuộc về Thiên Chúa. Như vậy, con người hoàn toàn không có quyền quyết định, nhất là quyết định chấm dứt đối với sự sống, dù đó là sự sống của mình hay của một ai khác. Tin vào tính thánh thiêng của sự sống và phẩm giá cao vời của con người, Công Đồng Vatican II (1965) đã gọi trợ tử là một điều ô nhục, sánh ngang với những tội ác khác như phá thai, nô lệ, mãi dâm, buôn người... vì tất cả những điều này xâm phạm đến sự sống và nhân phẩm của con người (x. Gaudium et Spess, số 27). Khi một con người tự cho mình quyền hạn để quyết định sinh tử và vận số của một con người khác, người ấy tự biến mình thành một ông chủ, một thiên chúa, và người khác bị giản lược thành một đối tượng, một vật thể, một món hàng, một sự vật... chứ không còn là một con người có phẩm giá nữa. Sau Công Đồng Vatican II, một tài liệu quan trọng chính thức của Giáo hội về vấn đề này là tuyên ngôn ngắn của Thánh Bộ Giáo Lý Đức Tin năm 1980. Tài liệu này tuyên bố: "Chẳng điều gì và chẳng một ai có quyền cho phép việc giết chết một con người vô tội, dù đó là một thai nhi trong bụng mẹ, một hài nhi mới chào đời, một người mang những chứng bệnh không thể cứu chữa hay một người đang chết... Như thế, theo lối nhìn của Công giáo, sự sống tự bản chất mang một giá trị thánh thiêng và bất khả xâm phạm. Mạnh khoẻ hay ốm đau, lành lặn hay tàn tật... tất cả đều chỉ là những dạng thức bên ngoài của sự sống. Sự sống của con người từ lòng mẹ cho đến lòng đất phải được xem là thánh thiêng và phải được tôn trọng cách tuyệt đối. Do đó, Giáo hội chưa bao giờ cho phép hay ủng hộ việc trợ tử".*

Cảm động trước việc an tử kép của vợ chồng cựu Thủ Tướng Hòa Lan Dries van Agt, tôi thật dại dột khi nhúng bút vào một chuyện nghiêm túc như chuyện sống chết. Đâm đầu vào mà không có lối ra. Thôi thì nhân tâm tùy...mạng mỡ. Mỗi người hãy suy nghĩ theo lương tâm và tín ngưỡng của mình. Phần tôi, tôi đành treo bài viết tại đây.

03/2024

BIG O

Nhà tôi ở gần xịt Big O. Khách phương xa tới ai cũng muốn nghía cái sân vận động nổi tiếng thế giới này. Xe chạy chưa đầy 5 phút là khách đã được mãn nhãn. Đây là một kiến trúc kiểu cọ được xây cất để dùng cho Thế Vận Hội Montreal 1976. Nổi bật là chiếc tháp nghiêng 45 độ cao nhất thế giới. Cao tới 175 thước lận. Chiếc tháp nghiêng này là chỗ treo một chùm dây chẳng biết bằng chất kim loại chi nối vào cái mái bằng chất liệu mềm có thể kéo lên kéo xuống được. Trời nắng tốt, mái được kéo túm lên như người ta kéo vó. Trời mưa bão hay tuyết rơi, mái được phủ xuống che. Cái mái này có vòng tròn. Cái tên Big O được đặt thật khéo. Chữ O có thể hiểu là hình dạng cái mái vòng tròn này nhưng cũng có thể hiểu là chữ O của Olympic. Đây là một công trình độc đáo trở thành biểu tượng của thành phố. Nhìn vào hình sân Big O người ta biết ngay là Montreal. Chẳng trật đi đâu được. Dân Montreal rất hãnh diện với công trình có một không hai này. Mỗi lần đưa bạn bè từ xa tới chơi đi thăm sân, cái đầu tôi ngẩng hơi cao một chút. Sự hãnh diện này có cái giá của nó.

Năm 1976, khi Thế Vận Hội chấm dứt, những ngày nhộn nhịp đi vào dĩ vãng, dân Montreal mới té ngửa vì món nợ còn phải trả. Sơ sơ có 1 tỷ rưỡi đô! Họ té ngửa vì trước đó, khi bắt đầu xây cất, ông Thị Trưởng Jean Drapeau quả quyết: "Olympic không hề gây thua lỗ, cũng giống như việc một người đàn ông có thể sinh con vậy". Vậy là dân è cổ ra trả nợ. Cái cổ bị bóp nhưng cái đầu vẫn còn máu phiếm. Họ gọi cái sân đổ nợ này là "The Big Owe". Cục nợ bự thù lù! Họ không nói ngoa. Cục nợ này mãi tới năm 2006 mới trả xong. Tính sơ sơ chỉ có 30 năm nợ nần! Tôi tới định cư tại Montreal vào năm 1985, cùng năm với ông Luân Hoán. Hai đứa chúng tôi chẳng được hưởng vinh quang của những ngày hội tưng bừng nhưng cũng phải ghé vai trả nợ trong gần hai chục năm. Thiệt là oan ức. Mà đã xong đâu. Cho tới nay cái mái kéo lên buông xuống thần thoại ngày nào đã không chịu nổi với thời tiết nên rách liên miên. Người ta tính ra đã có tới 8 ngàn chỗ vá trên mái. Hiện mỗi năm thành phố vẫn phải chi ra 32 triệu đô để sửa chữa và điều hành sân.

Kiến trúc sư người Pháp Roger Taillibert, người vẽ kiểu cho Big O, không biết là ân nhân hay tai họa cho Montreal. Big O có kiến trúc lạ khiến dân chúng Montreal rất tự hào nhưng cũng là cục nợ cho dân chúng. Cái mái kéo lên hạ xuống được là cục nợ lớn nhất. Khi Thế Vận Hội khai mạc vào năm 1976, cái mái này không làm kịp. Trong sân có thể nhìn thấy trời cao phía trên. Phải 11 năm sau, vào năm 1987, mái mới hoàn thành. Mái rách lên rách xuống hà rầm. Năm

Chiếc mái rách của Big O.

1992, một trận bão đã xé rách một lỗ thủng khổng lồ dài 30 thước, ngang 15 thước. Ban điều hành quyết định để yên, không mở ra đóng vào nữa. Năm 1998, mái được tháo bỏ. Sân không có…mũ vài tháng trước khi được thay bằng mái mới cố định vào cuối năm. Trong 10 năm, từ 2007 tới 2017, mái rách sơ sơ có 7.453 lần!

Năm 2017, thành phố quyết định sẽ bỏ ra 250 triệu đô để làm cái mái thứ ba. Mái sẽ được khởi công vào năm 2023 để kịp tổ chức vài trận đá banh trong khuôn khổ World Cup 2016. Cuối cùng dự tính này phải dời lại cho tới năm nay, 2024. Vài trận đấu mà dân Montreal hy vọng được coi tan thành mây khói. Người ta hy vọng chiếc mái mới có thể xử dụng được quanh năm. Hiện sân phải đóng cửa khi tuyết đọng trên mái quá 3 phân.

Chuyện cái mái thêm phức tạp khi các chuyên viên cho

biết phải thay cả khối bê-tông chung quanh mái mới bảo đảm được cái mái lâu dài. Khối bê-tông này đâu có nhỏ, chu vi tới 470 thước, đường kính từ 104 tới 175 thước tùy vị trí đo. Vậy phải thay đổi thiết kế, có nghĩa là phải thêm tiền. Con số ước tính là 870 triệu. Đó là trên giấy tờ, khi thực hiện có thể gấp 2,2 lần. Nghe mà ngốt! Cũng trên giấy tờ, vụ sửa chữa này sẽ hoàn tất trong 4 năm. Bằng vào kinh nghiệm dằng dai khi xây cất, họ không tin vào thời gian ước tính này. Trên báo La Presse có một bức biếm họa vẽ hình cô ca sĩ đang nổi tiếng Taylor Swift tới hát trong buổi khánh thành cái mái mới. Cô bước ra sân khấu với mái tóc bạc và đi bằng walker!

Dân Montreal vừa thở phào vì món nợ bạc tỷ trả xong nay có nguy cơ trả nợ tiếp nên phản đối. Họ đòi phá quách cục nợ này đi cho rồi. Theo ước tính của các chuyên viên, phí tổn đập phá Big O là 2 tỷ đô. Cha mẹ ơi, chi mà dữ thần vậy? Năm 2017, thành phố Regina phá một sân vận động 33.350 chỗ chỉ với giá 2,1 triệu. Năm 2023, sân vận động Robert F. Kennedy Memorial Stadium ở thủ đô Hoa Thịnh Đốn san thành bình địa với giá 20 triệu đô. Tại New York, sân cũ Yankee Stadium phá với giá 25 triệu.

Người ta chỉ chi ra bạc triệu, cớ sao Montreal chi ra tới 2 tỷ? Thắc mắc này được giải thích là cấu trúc của Big O được ghép bằng những miếng bê-tông đã được ép sẵn nên không thể phá bằng chất nổ được. Nếu cho nổ, các tấm bê–tông sẽ bay xa hàng trăm thước, tỏa ra những đám bụi khổng lồ cùng hậu chấn sẽ gây thiệt hại cho Thảo Cầm Viên kế bên và tuyến đường *metro* chạy ngầm bên dưới. Thiệt là tiến thoái lưỡng nan, để cũng dở mà phá cũng không xong. Dân Montreal có máu khôi hài đưa ý kiến là cứ để nguyên như vậy, chẳng sửa chữa cũng chẳng phá bỏ. Mai mốt Big O sẽ rêu phong, biến thành một di tích lịch sử, du khách sẽ nườm nượp kéo đến coi như coi đấu trường Coloseum ở Rome vậy. Lúc đó tha hồ hốt bạc cắc!

Không ảnh Big O ngày 5/2/2024. Hình: Christine Muschi.

Bài học của Big O được các thành phố có ý định tổ chức thế vận hội lật đi lật lại nghiên cứu. Tổ chức thế vận hội là một dịp nở mày nở mặt với thiên hạ nhưng cái giá phải trả có đáng để mua danh không? Nhiều thành phố đã nhụt chí. Năm nay chúng ta sẽ có Thế Vận Hội Paris vào mùa hè này. Thường thì mỗi kỳ thế vận hay World Cup đều có nhiều thành phố tranh nhau tổ chức. Kỳ này Paris không phải tranh dành nhiều. Hai thành phố ti toe ứng tuyển Hamburg của Đức và Rome của Ý đã rút dù khiến Paris thênh thang hơn trên đường tiến tới. Trước đó có thế vận hội mùa đông 2022, hai thành phố Stockholm của Thụy Điển và Krakow của Ba Lan đã rút lui nhường quyền tổ chức cho Bắc Kinh của Trung Quốc.

Nhưng bài học Big O rõ nhất là kỳ thế vận hội 1984, hai kỳ sau sự kiện Big O của Montreal.Chỉ có mỗi thành phố Los Angeles của Mỹ nạp đơn tổ chức. Họ cố gắng chi sao cho thật ít để không gặp tình cảnh nửa khóc nửa cười như Montreal. Thành phố hạn chế xây cất mới, sử dụng các sân vận động sẵn có và tận dụng đóng góp của tư nhân. Kết quả họ lời, một chuyện hy hữu.

Thường các thành phố đứng ra tổ chức thế vận chỉ lời có tiếng tăm và được thế giới biết mặt biết tên. Đó là cái lời… tinh thần. Về tiền bạc cầm chắc cái lỗ. Lỗ to hay lỗ nhỏ tùy theo cách vung tay để gặt cái sĩ diện. Thường dân chúng của thành phố tổ chức thế vận hội được các nhà tổ chức bơm hơi sẽ có lời khi du khách tấp nập kéo tới tiêu tiền. Lời khi tạo công ăn việc làm cho nhiều người. Nhưng khi tổ chức mới biết đá vàng. Thường chi phí ước tính chỉ là những con số không thực tế. Thực tế bao giờ con số này cũng phồng lên. Chuyện này cũng dễ hiểu. Khi chúng ta xây một căn nhà bao giờ ước tính chi phí cũng tăng thêm. Chuyện nhỏ cá nhân còn như vậy huống chi chuyện đại sự như tổ chức thế vận hội.

Nhiều người cho rằng các sân vận động được xây cất quy mô và hiện đại là tài sản quý giá cho thành phố sử dụng sau này. Nhưng thực tế cho thấy chúng không được xử dụng hết công suất vì vượt quá nhu cầu. Tại Hy Lạp và Brazil, sau những kỳ thế vận, hàng chục sân vận động bị vứt xó, nằm chờ mục rữa. Các thành phố lăm le tổ chức nay đang đi tìm một phương án khả dĩ có thể hạn chế sự bỏ phế các phương tiện đắt tiền sau mỗi kỳ thế vận hội. Một trong những giải pháp là chỉ xây cất những sân vận động…mì ăn liền, có tuổi thọ khoảng chục năm. Cách này sẽ tiết kiệm được số tiền bỏ ra xây cất và chi phí bảo trì vốn không rẻ. Đại Hàn đã áp dụng cách này khi tổ chức Thế Vận Hội Mùa Đông Pyeongchang vào năm 2018. Sân vận động chính Pyeongchang Olympic chỉ tốn có 75 triệu đô Mỹ tiền xây cất. Dân đen chúng ta khi nghe tới con số 75 triệu vẫn suýt soa coi là lớn. Nhưng nếu so sánh với sân Fisht Olympic tại Sochi, Nga, với chi phí xây cất 600 triệu hay sân vận động quốc gia Nhật Bổn Japan National Stadium với chi phí 1 tỷ rưỡi thì con số 75 triệu chỉ là…muỗi.

Qatar còn tính xa hơn nữa khi xây cất những sân vận động "di động" cho kỳ tổ chức World Cup 2022 vừa qua. Sân vận động Ras Abu Aboud có 40 ngàn ghế đã được lắp ghép bằng những thùng *container*. Họ không cần phá, chỉ tháo dỡ để đó, khi cần sẽ lắp đặt lại.

Hiện nay mỗi kỳ thế vận hội hay World Cup được tổ chức tại một thành phố khác nhau. Trước đây họ tranh dành nhau tổ chức, nay hầu như mọi thành phố đều đã oải với những chi phí khổng lồ và lỗ thủng ngân sách khá lớn nên lơ là. Để tránh tình trạng đáng buồn này, có đề nghị tổ chức thế vận hội tại một nơi nhất định, tránh được những phiền toái hiện nay. Giáo sư Bent Flyvbjerg của Đại học Oxford ủng hộ đề nghị này. Ông cho rằng nếu thế vận hội được tổ chức cố định tại một nơi, ban tổ chức sẽ có nhiều kinh nghiệm hơn. Tổ chức liên tục khiến họ tích lũy được nhiều kinh nghiệm và bổ túc sau mỗi kỳ tổ chức. Kỳ sau sẽ hoàn hảo hơn kỳ trước. Ông nói: “Nếu so sánh với các sự kiện được tổ chức hàng năm tại cùng một địa điểm như cuộc đua xe đạp vòng quanh nước Pháp Tour de France chẳng hạn, ban tổ chức ngày càng có kinh nghiệm làm tốt hơn. Trong khi đó, mỗi kỳ tổ chức thế vận hội đều có một ban tổ chức tay mơ chưa có kinh nghiệm thực tiễn”.

Đề nghị quá thực tiễn của Giáo sư Bent Flyvbjerg coi bộ khó được Ủy Ban Olympic Quốc Tế *(International Olympic Committee)* gật đầu. Tổ chức cố định tại một địa điểm sẽ khiến cho chính quyền địa phương có thể lợi dụng sự kiện thể thao toàn cầu này vào mục đích chính trị hay kinh tế. Tính “quốc tế” của thế vận hội sẽ mất ý nghĩa khi thế giới chỉ thu gọn vào một thành phố, kỳ này qua kỳ khác. Cái nhìn của các lực sĩ và khán giả vào các khía cạnh văn hóa, truyền thống và sự khác biệt của mỗi quốc gia trên thế giới bị giới hạn tối đa. “Vòng tay lớn” của biểu tượng Thế vận hội qua năm vòng tròn xanh, vàng, đen, lá cây và đỏ mất hết ý nghĩa.

Chúng ta đang nóng lòng hướng về Paris, nơi sẽ tổ chức Thế Vận Hội 2024 sắp tới. Dân Pháp cũng nóng lòng nhưng với nỗi lo ngại là họ có phải thắt lưng buộc bụng để trả nợ thế vận như dân Montreal chúng tôi không. Ban tổ chức biết nỗi lo lắng này nên đã trấn an dư luận rằng họ sẽ sử dụng tối đa các sân vận động sẵn có. Nếu phải xây thêm sân thì họ sẽ xây theo kiểu "mì ăn liền" ít tốn kém. Chi phí tổ chức được ước tính chỉ 8 tỷ đô Mỹ.

Nghe vậy biết vậy. Cứ để tương lai trả lời. Còn quá khứ thì Thế vận hội Bắc Kinh 2008 tiêu tốn 40 tỷ đô Mỹ, vượt dự chi tới 700%; Thế vận hội Sochi 2014 tiêu tốn 50 tỷ đô, vượt ngân sách dự trù 325%; Thế vận Hội mùa đông PyeongChang 2022 tại Đại Hàn chi hết 13 tỷ đô, vượt dự chi 60%.

Đồng tiền dính tới thế vận hội hình như cũng thuộc phương châm của thế vận hội: Nhanh Hơn, Cao Hơn, Mạnh Hơn! *Citius, Altius, Fortius!*

03/2024

BƯƠM BƯỚM

Lúc sau này tôi bỗng thích nghịch ngợm chút đỉnh. Nghịch ngợm là cái thú của thời con nít với những côn trùng thân yêu như dế mèn, chuồn chuồn, đom đóm, ve sầu, chim sáo, chào mào. Sau khi phổ biến ba bài Ve Sầu, Chuồn Chuồn và Đom Đóm, các ông bạn già của tôi coi bộ phấn khích như sống lại tuổi thơ. Một ông hỏi tôi đã viết về bươm bướm chưa? Tôi ngẩn người nhớ lại và cho ông bạn biết là bướm không biết bay thì viết rồi, bướm bay thì chưa. Ông này vốn chân chỉ hạt bột, chỉ thích bướm bay, để ông nhớ tới thời đã mất.

Thời đó, lũ con trai chúng tôi khoái chơi với ve sầu, dế hơn là bươm bướm. Chơi với bươm bướm là lũ con gái, thành ngữ đã xác định chuyện "hái hoa bắt bướm" là thú vui của giới hay khóc nhè. Như trong thơ của Giang Nam:

Thuở còn thơ ngày hai buổi đến trường
Yêu quê hương qua từng trang sách nhỏ:

"Ai bảo chăn trâu là khổ? "
Tôi mơ màng nghe chim hót trên cao
Những ngày trốn học
Đuổi bướm cầu ao
Mẹ bắt được...
Chưa đánh roi nào đã khóc!
Có cô bé nhà bên
Nhìn tôi cười khúc khích
Mắt đen tròn thương thương quá đi thôi

Bướm và hoa thường là một cặp. Cả hai cùng mang vẻ đẹp rực rỡ của màu sắc. Hoa muôn sắc thì bướm cũng muôn màu. Đó là nhan sắc nhưng cũng là tai họa. Chúng đều bị đày đọa vì sự rực rỡ tạo hóa rộng lượng ban cho. Hình như người đẹp cũng vậy. Hoa bị hái, bướm bị bắt. Có tập lưu bút nào không mang xác chết của bướm bị ướp dẹp cùng với những cánh hoa khô ép mình trong những trang thơm mùi học trò.

Khách đang lựa tranh bướm.

Chuyện thời tuổi nhỏ thường nhỏ, chuyện mưu sinh của người lớn thường lớn hơn. Ngày nay tại Việt Nam có những cơ sở nuôi bướm để làm tranh bướm rất được du khách ưa chuộng. Người đầu tiên làm nghề "giết" bướm có lẽ là anh Nguyễn Trọng Thắng. Cũng là tình cờ mà anh được đưa vào cái nghề...sát bướm này. Vào khoảng năm 1992, gia đình anh sinh sống bằng nghề bán nước giải khát trên đèo Bảo Lộc. Một bữa có một đoàn du khách người Nhật và Tây Ban Nha ghé vào quán của anh kêu nước uống. Họ nhận ra vùng đèo này có nhiều loài bướm đẹp và một vị khách tốt bụng đã truyền cho anh nghề làm tranh bằng bướm. Thoạt đầu, anh vào rừng bắt bướm về làm tranh nhưng sau đó anh nuôi bướm để có thể chủ động trong việc sản xuất tranh. Trong hơn 20 năm trong nghề, anh đã lai tạo được 30 giống bướm từ bướm tự nhiên. Trại nuôi bướm của anh hiện có tới khoảng 300 loài bướm hiếm lạ. Anh vẫn tiếp tục vào rừng tìm kiếm những loài bướm mới. Trại nuôi bướm của anh là một khu vườn có cây ăn trái và nhiều loại hoa cỏ. Anh giăng lưới bốn bề để giữ bướm không bay ra ngoài được. Bướm được bắt bằng vợt để khỏi mất phấn màu hoặc gãy cánh. Sau đó sẽ dùng *formol* và các chất hóa học chích vào bướm. Bướm chết nhưng cơ thể vẫn còn nguyên màu sắc. Tranh bướm của anh đầy tính nghệ thuật và được xuất cảng qua các nước Nhật, Hàn, Nga, Pháp, Tây Ban Nha.

Trại bướm của anh Thắng có bán các giống bướm qua các giai đoạn từ trứng, ấu trùng tới bướm giống. Cũng như những "bạn" ngày thơ ấu của chúng ta như ve sầu, chuồn chuồn, đom đóm, vòng đời của bướm cũng trải qua nhiều giai đoạn. Vào mùa xuân, bướm cái giao phối cùng bướm đực. Đặc biệt là bướm cái chỉ giao phối một lần. Sau đó khi có con đực đến ve vãn, bướm cái sẽ khép cánh lại từ chối. "Nàng" thủ tiết để đẻ trứng làm nhiệm vụ truyền giống. Trứng được đẻ trên lá hoặc thân cây và được dính chặt để không bị rơi xuống đất. Thời gian trứng nở phụ thuộc vào loài và các yếu tố môi trường, thường từ 3 tới 8 ngày. Sau đó trứng nở khi ấu trùng phá bỏ lớp vỏ và chui ra.

Ấu trùng được gọi là sâu bướm. Bữa ăn đầu tiên của sâu bướm chính là vỏ trứng. Vỏ trứng chứa nhiều dưỡng chất cần thiết để sâu bướm phát triển. Sau đó sâu bướm sẽ ăn cây

Sâu bướm

và trải qua nhiều lần lột xác. Sau mỗi lần lột, sâu bướm sẽ to hơn và ăn lớp da vừa lột để bổ sung *protein* và dưỡng chất. Ở giai đoạn này sâu bướm chỉ ăn, thải phân và lột xác cho tới giai đoạn cuối cùng để chuẩn bị hóa nhộng. Khi đã sẵn sàng hóa nhộng, sâu bướm sẽ đi lang thang trên cây để tìm một nơi an toàn. Chúng sẽ tạo ra một lớp da đặc, dày và khỏe mạnh làm cho lớp vỏ cuối cùng bị ố.

Giai đoạn nhộng là thời kỳ nghỉ ngơi nhưng thực ra là thời kỳ mà bên trong chuyển đổi mạnh mẽ nhất. Nhộng không ăn, không di chuyển và chỉ cần một cái chạm nhẹ nhộng sẽ rơi xuống đất. Bất động bên ngoài nhưng bên trong là một quá trình phân hủy, thay đổi cơ thể. Quá trình này được gọi là *histoblast* chuyển đổi sâu bướm thành bướm. Bướm trưởng thành, được gọi là *imago*, xuất hiện từ lớp biểu bì với cái bụng sưng lên và đôi cánh bị nhem nhuốc. Trong vài giờ đầu, bướm sẽ bơm máu vào tĩnh mạch trong cánh để mở rộng cánh. Các chất còn sót lại trong quá trình biến đổi, được gọi là *meconium*, sẽ được thải ra từ hậu môn. Một khi cánh đã được mở rộng hoàn toàn và được se khô, bướm trưởng thành sẽ bay đi hút mật hoa để sống. Có nhiều giống không ăn chay như vậy mà hút chất lỏng bên trong xác chết của các loài vật, hoặc hút bùn hoặc chất thải của các động vật. Đôi khi chúng hút mồ hôi, nước mắt của rùa và cá sấu vì trong đó có chứa *natri* làm tăng khả năng sinh sản của bướm. Rồi chúng bay đi kiếm bạn tình. Chúng tìm và bắt cặp với nhau bằng cách khoe màu. Một số loài bướm dùng hương để tìm tới nhau. Hương tỏa ra từ vài miếng vảy trên cánh con đực tạo ra mùi thơm thu hút con cái. Rồi lại đẻ trứng…

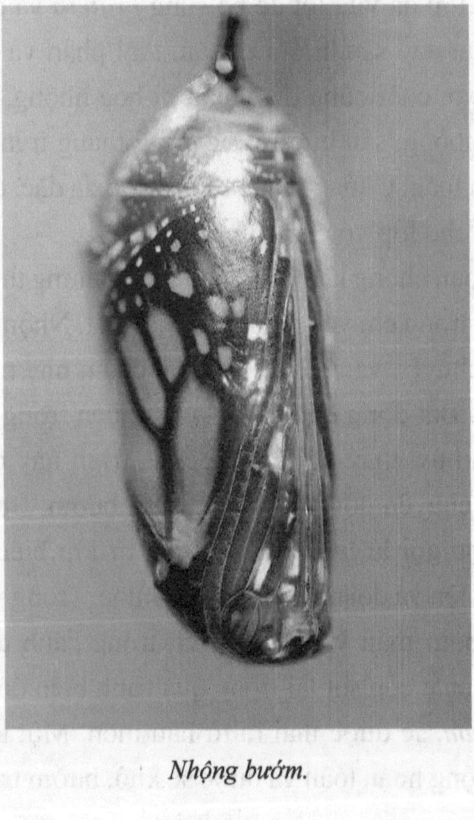

Nhộng bướm.

Thứ bướm mà các cô nàng nho nhỏ mê say vì màu sắc lộng lẫy là bướm ngày. Màu sắc của chúng được tạo ra từ hàng ngàn vảy nhỏ li ti được xếp lên nhau. Đôi khi chúng là những hạt có màu nhưng thông thường thì bề mặt của các vảy này có thể khúc xạ ánh sáng, do đó cánh bướm có màu sắc liên tục thay đổi, lấp lánh khi di chuyển. Thường thì bên dưới cánh có màu xám hoặc nâu, khác xa với màu sặc sỡ ở phía trên. Những màu xấu xí bên dưới dùng để ngụy trang khi cánh được xếp lại để thoát khỏi cặp mắt săn lùng của chim và các loài sâu bọ khác.

Bướm đêm.

Ngoài bướm ngày còn có thứ bướm đêm. Mấy anh dân chơi lại khoái loại bướm không biết bay này hơn. Nói vậy là nói bóng nói gió nhưng thực tế có loại bướm đêm biết bay thiệt. Mà có nhiều chứ không phải ít. Theo Viện Smithsonian, có tới 160 ngàn loài bướm đêm trong khi bướm ngày chỉ có 11 ngàn loài. Cánh của bướm đêm có xu hướng màu tối, thường là xám, nâu hoặc màu ngà. Bướm đêm chịu phận nhu mì vì chúng thường đi ăn đêm, ban ngày chúng đậu ngụy trang trên những vật màu tối như vỏ cây chẳng hạn. Khi ngủ, hai loại bướm cũng khác nhau. Bướm ngày khép cánh một cách có ý tứ trong khi bướm đêm mở rộng cánh hoặc duỗi hai cánh dọc theo thân thể.

Nguyễn Bính (1918-1966)

Bướm nhởn nhơ bên hoa là một khung cảnh thơ mộng. Các nhà thơ rất kết với hình ảnh rất thơ này. Hầu như các nhà thơ đều dính phấn bướm. Từ Đỗ Phủ, vua Thiệu Trị, Mạc Đĩnh Chi của thuở xa xưa đến những Hàn Mặc Tử, Xuân Diệu, Vũ Hoàng Chương, Đinh Hùng, Xuân Quỳnh rồi Phạm Thiên Thư, Trần Vấn Lệ, Bùi Chí Vinh, Quan Dương, Lê Hân của ngày nay. Nhưng người lặm bướm vào thơ nhất không ai qua mặt được Nguyễn Bính. Cái giậu mùng tơi trong bài thơ "Người Hàng Xóm" chúng ta hầu như ai cũng biết.

Giá đừng có giậu mùng tơi
Thế nào tôi cũng sang chơi thăm nàng
Tôi chiêm bao rất nhẹ nhàng
Có con bướm trắng thường sang bên này

Trong toàn bộ 270 bài sáng tác trước 1945 của Nguyễn Bính, có tới 75 bài dính tới bướm. Tính chi li ra thì cứ đọc trung bình 3,6 bài thơ của thi nhân chân quê này, chúng ta lại bắt gặp một cánh bướm. Tác giả Đỗ Anh Vũ, trong bài "Những Cánh Bướm Đa Tình" đã phân tích rất kỹ về hiện tượng bướm trong thơ Nguyễn Bính: "*Về định danh theo tính chất, có các loại bướm như: bướm xưa, bướm yêu, bướm lười, bướm xuân xanh, bướm già, bướm láng giềng, bướm giang hồ, bướm tiên, bướm non, bướm dại... Cuối cùng là những trường hợp bướm xuất hiện với tư cách của chủ thể hành động. Cánh bướm ở đây thêm một lần nữa được hiện lên với các sắc màu vô cùng sinh động, thể hiện sự nhân cách hoá cao độ của nhà thơ trong việc tri nhận bướm với những hành động và cảm xúc của con người: lũ bướm tưởng hoa, bướm lại sang, bướm khép cánh, bướm hãy vào đây, bướm quả quyết yêu hoa, bướm vẽ vòng, bướm hẹn về, bướm nói điêu, bướm lại ong qua, bướm cánh nghiêng nghiêng, bướm vờn hoa, bướm rũ trăm năm, bướm tha phương, bướm cưới hoa hồng, bướm có bằng lòng, bướm dậy thì, bướm đi tu, bướm chê hoa vàng, bướm chẳng chung tình, bướm dạy nàng thêu, bướm lại đưa tin, bướm ra công vẽ bùa, bướm ủ hoa... Một trong những độc đáo của Nguyễn Bính là dùng bướm để biểu thị cho người đàn ông mà trước hết là cho chính mình:* "Bao giờ bến mới gặp đò / Hoa khuê các, bướm giang hồ gặp nhau"*(Tương tư)...Nhìn chung, cánh bướm trong thơ Nguyễn Bính luôn được đặt trong mối quan hệ với tình yêu, trở thành biểu tượng của tình yêu và thể hiện một nhân sinh quan về tình yêu".*

Nhà viết chèo Hoàng Tấn, một người bạn thân của Nguyễn Bính, tiết lộ: *"Nguyễn Bính có một tập thơ đầu tay chưa in mà Bính rất trân trọng. Đó là tập thơ Bướm. Bính tự nhận tiền thân của mình là Bướm, nên lấy bút hiệu là Điệp Lang, tự coi mình là Hồ Điệp, Trang sinh, hồn bướm mơ hoa, những giấc bướm đã ru Bính vào giấc mộng triền miên, quên cái thực tại đau buồn, suốt thời thơ ấu. Bên cạnh tập thơ Bướm đó, Bính còn cho tôi coi bộ sưu tập khá công phu về những cánh bướm đủ loại, đủ cỡ, đủ sắc màu mà Bính săn bắt trong những năm tháng ở Thái Nguyên, Phú thọ, Yên Bái, Cao Bằng..."*.

Cứ nhùng nhằng với Nguyễn Bính không biết tới bao giờ mới dứt ra được vì chúng ta còn phải xem qua nhiều nghiên cứu về chuyện bướm và thi nhân. Tôi muốn đọc vài câu thơ về bướm của các nhà thơ mật thiết với chúng ta hơn. Tôi vẫn ưa cái nghịch ngợm duyên dáng trong thơ Quan Dương. Thử đọc một bài ngăn ngắn của nhà thơ đang cùng nhịp thở với chúng ta, coi như cái xoải cánh uể oải của chú bướm…chắt răng!

Ngày em chưa biết điểm trang
Như hoa còn búp xanh rờn ngây thơ
Tôi con bướm đực còn tơ
Đậu trên búp nụ tỉnh bơ. Ngu đần.

Nước trôi lách kẽ ngón chân
Búp xanh đã nở nụ hồng mãn khai
Biết soi gương kẻ chân mày
Biết chôn tuyệt tích thơ ngây xuống mồ

Tôi vừa cũng hết dại khờ
Biết đau khi vẫy tay chia cuộc tình
Bây giờ em đã thành tinh
Bao nhiêu bướm khác chực rình chung quanh

Ngày xưa đậu búp em xanh
Ngu không hút nhụy nay đành...chắt răng!

10/2024

CHÊ DU KHÁCH

Tôi vừa đọc được một cái tin khá ngạc nhiên. Bữa thứ bảy 6/7 vừa qua, tại Barcelona, Tây Ban Nha, hàng ngàn người địa phương đã biểu tình chống du khách. Họ giương lên những tấm bảng ghi: "Du khách hãy về nhà" hoặc "Barcelona không phải là món hàng". Đây không phải là một cuộc biểu tình tự phát mà do một liên minh có hơn 100 tổ chức địa phương cùng nhau khởi xướng dưới sự điều động của "Hiệp Hội Dân Cư Chống Du Lịch Tràn Lan". Lý do đuổi du khách vì họ cho du khách lũ lượt kéo tới Barcelona đã làm chi phí sinh hoạt tăng và gây áp lực lên các dịch vụ công. Tiền du khách tiêu pha thì có nhưng không được chính quyền phân bố công bằng dẫn tới gia tăng bất bình đẳng xã hội. Họ đưa ra tới 13 đề nghị trong đó có việc không cho các du thuyền cập bến, quy định khắt khe về việc thuê phòng ốc của du khách và cắt ngân sách quảng bá du lịch. Thị trưởng thành phố Jaume Collboni đáp ứng ngay bằng cách tăng thuế du lịch, quy định các du thuyền phải luân phiên cho du khách xuống. Để làm khó dễ du khách, kể từ năm 2028, các chung cư không được cho du khách thuê ngắn hạn. Trong 10 năm qua, giá thuê nhà tại Barcelona đã tăng 68% và giá mua nhà tăng 38%.

Dân Barcelona biểu tình chống khách du lịch ngày 6/7/2024.

Barcelona là điểm đến hấp dẫn du khách mỗi khi tới Tây Ban Nha. Hầu như đây là việc bắt buộc. Năm 2013 tôi tới Tây Ban Nha nhưng bị mưa bão cầm chân tại thủ đô Madrid, hụt chân tới Barcelona. Cũng may nhờ vậy mà không bị dân Barcelona đuổi mất mặt! Barcelona là cái túi hút tiền của du khách, vậy mà dân Barcelona lại chê tiền. Thiệt hết nói.

Du khách là giống ăn sổi ở thì, tới vui chơi một thời gian ngắn rồi vác bàn tọa đi chỗ khác hoặc nếu cạn túi thì leo lên máy bay trở về cố quận. Họ chẳng có chút ràng buộc nào với những nơi đến, lại đang hưởng những ngày hè chỉ biết rong chơi ăn nhậu nên dân địa phương, ngoại trừ những dân buôn bán, đều nhìn họ với con mắt thiếu thiện cảm. Barcelona dư thừa du khách nên dân tình làm mình làm mẩy. Các nơi khác, du khách là…thượng đế. Nhà cầm quyền địa phương lại càng o bế du khách hơn nữa. Người ta gọi du lịch là "kỹ nghệ không khói", cứ nhẩn nha lượm tiền mà chẳng phải xây nhà máy, cong lưng vất vả lao động chi. Thành phố, quốc gia nào cũng tìm mọi cách lôi kéo du khách tới. Cứ như bạn chí cốt!

Năm 2019, có tới 1 tỷ 458 triệu lượt du khách quốc tế, tăng 3,5% so với năm 2018. Anh nào cũng muốn đám người dư tiền này tới xả xú bắp tại nước mình. Thử coi xem du khách thường mò tới những nước nào nhiều nhất. Đứng đầu là Pháp với 89 triệu 400 ngàn lượt du khách lui tới. Tây Ban Nha đứng thứ nhì với 83 triệu 700 ngàn. Tiếp theo là Mỹ với 79 triệu 300 ngàn. Trung Quốc đứng thứ tư với 65 triệu 700 ngàn. Ý 64 triệu 500 ngàn. Thổ Nhĩ Kỳ 51 triệu 200 ngàn. Mexico 45 triệu. Thái Lan 39 triệu 800 ngàn. Đức 39 triệu 600 ngàn. Đứng thứ 10 là Anh với 39 triệu 400 ngàn.

Du khách là những con bò mộng cho các quốc gia đón tiếp tìm mọi cách vắt sữa. Theo thống kê vào năm 2018, hưởng lợi nhiều nhất từ du khách là Hoa Kỳ, thu vào tới 214 tỷ rưỡi đô. Thứ nhì nhưng cách biệt khá xa là Tây Ban Nha với 73 tỷ 800 triệu. Tiếp theo là Pháp, 67,3 tỷ; Thái Lan, 63 tỷ; Anh, 51,9 tỷ; Ý, 49,3 tỷ; Úc, 45 tỷ; Đức, 43 tỷ; Nhật, 41,1 tỷ; Trung quốc, 40,4 tỷ.

Con số này được ghi vào năm 2018, trước khi có dịch

Covid. Sau dịch Covid, chắc khác nhiều. Tôi nghĩ là du khách sẽ không nhiều can đảm để tới nơi ổ dịch là Trung Quốc. Sau một thời gian bó chân bó cẳng ngồi nhà, sau khi dịch Covid bị đán tan tành, những người ưa xê dịch rộng chân rộng cẳng ào ạt kéo nhau leo lên máy bay cho thỏa chí bay lượn. Phải chăng vì vậy Barcelona mới quá tải, coi du khách rẻ như bèo?

Trong các nước Á châu, Nhật Bản và Đại Hàn là hai quốc gia được du khách lui tới nườm nượp. Chuyện này cũng dễ hiểu. Du khách tới Nhật vì nhiều lý do. Có những người thích núi Phú Sĩ, hoa anh đào và những kiến trúc cổ kính mang đậm phong cách Nhật. Có những người thích tận mắt nhìn những tàn tích của quốc gia duy nhất trên thế giới bị hai quả bom nguyên tử tàn phá còn để lại hậu quả tại Hiroshima và Nagasaki. Có những người yêu chuộng nền văn hóa hòa hợp đông tây của dân Nhật. Còn có nhiều lý do khiến du khách kéo tới quốc gia đứng riêng biệt, không giống quốc gia nào khác này.

Du khách tới Đại Hàn vì đã lậm những cuốn phim bộ, muốn tận mắt coi những cảnh được quay trong phim. Một số khác muốn coi khu biên giới chia cắt con dân chung một giống nòi duy nhất trên thế giới sau khi Việt Nam và Đức đã thống nhất. Tôi tới Đại Hàn vì muốn tận mắt chứng kiến một quốc gia đã có những tiến bộ vượt bậc về kỹ thuật cũng như nghệ thuật. Khi tới Seoul tôi đã học hỏi được nhiều về cách làm du lịch, cách đối xử với du khách, cách sống của một dân tộc vừa văn minh vừa giữ được bản sắc riêng của mình.

Thái Lan có số du khách tới ăn đứt Nhật Bản và Đại

Hàn, đứng hàng thứ tám trên thế giới về số lượng du khách với 39,8 triệu lượt trong năm 2019. Chính trong năm này tôi cũng đã tới Bangkok, Chiang Mai và Pattaya. Họ có lợi thế vì nhiều cảnh chùa cổ. Họ biết gìn giữ, tu bổ mà vẫn giữ được nét rêu phong cổ kính. Ngoài ra ưu thế về trái cây, rau quả, ẩm thực cũng kéo được nhiều du khách. Họ không bắt nạt du khách bằng giá cả hàng hóa, không có những trường hợp cướp giật, gian trá khi bán hàng. Chuyện gian trá lừa lọc du khách thì anh Trung quốc là bậc thầy. Du khách lúc nào cũng phải tỉnh táo đề phòng khi được các hướng dẫn viên đưa tới những nơi thổ sản trà, thuốc nam, hàng mỹ phẩm, ngọc ngà kim cương, quần áo. Chỗ nào cũng có thể bị lừa. Năm 2008, tôi đã chết khiếp vì sự gian trá của các cơ sở thương mại tại Trung quốc. Chuyện nói thách trên trời của các cửa hàng là chuyện thường ngày. Không bao giờ họ nói giá thật. Khi ngã giá xong họ tráo hàng khi gói cho khách. Hầu như ai tới du lịch Trung quốc cũng mang mối hận khi ra về. Chuyện trở lại không có trong đầu những con chim bị đạn.

Cái gì Trung quốc có, Việt Nam cũng có. Khách du lịch rời Việt Nam thường không hẹn ngày trở lại. Chỉ có 6% quay đầu lại trong khi số khách du lịch trở lại Thái Lan là 50%. Đây là con số do Hiệp Hội Doanh Nghiệp Châu Âu tại Việt Nam (Euro Cham) đưa ra. Con số ít ỏi 6% người trở lại là những người đến Việt Nam vì công việc và Việt Kiều về thăm thân nhân. Để khắc phục điểm bất lợi này, họ đưa ra ý kiến là chính quyền phải giải quyết dứt khoát nạn móc túi, cướp giật tại các khu du lịch cũng như trên đường phố, nạn chặt chém du khách, nạn giao thông vô trật tự và nạn ô

Du khách làm ruộng tại Sapa.

nhiễm môi trường. Nhiều du khách cho biết họ không trở lại vì không thấy an tâm và thiếu cảm tình với những gian manh họ từng gặp phải.

Ngoài ra Việt Nam thiếu những sản phẩm và địa điểm du lịch lôi cuốn khách vì sự đơn điệu, chậm đổi mới, thiếu sáng tạo và trùng lập giữa các vùng miền. Công tác quảng bá du lịch còn hạn chế, nghiên cứu thị trường còn thụ động, yếu kém. Nhiều địa điểm du lịch bắt chước nước ngoài một cách thô sơ, kệch cỡm hoặc thiếu thẩm mỹ tại nhiều địa phương.

Việt Nam ít kiếm được tiền từ khách du lịch vì những nhược điểm nhãn tiền như vậy. Theo số liệu của Tổng Cục Thống Kê, chi tiêu bình quân của một khách quốc tế tới Việt Nam năm 2019 là 1.151 đô Mỹ. Chiếm nhiều nhất là tiền thuê phòng với 30,1%. Kế đến là ăn uống chiếm 21,9%, di chuyển 16%. Đó là những chi phí căn bản. Tiền thăm viếng các thắng cảnh và di tích chỉ chiếm 9%, mua hàng 12,4%, y tế 1,1% và các chi phí lặt vặt khác 9,5%.

Chúng ta nghĩ các du khách sộp nhất là từ các nước tư bản giàu có nhưng không phải. Tiêu pha nhiều nhất tại Việt Nam là các du khách Philippines với số tiền bình quân 2.257 đô Mỹ. Đó là số thống kê năm 2019. Tiếp theo là du khách Bỉ (1.995 đô), Mỹ (1.709 đô), Úc (1.146 đô). Bèo nhất là du khách Kampuchia, chỉ xùy ra 735 đô! Khá hơn một chút là du khách Indonesia (805 đô), du khách Hàn quốc (838 đô).

Tôi tò mò vào coi bảng thống kê đầy đủ và được biết du khách Nga chi 1043 đô, du khách Trung quốc chi 884 đô, trong khi du khách Đài Loan chi 958 đô. Du khách Nhật tưởng ngon nhưng cũng bèo bọt với vỏn vẹn 972 đô. Du khách Canada chúng tôi chi mạnh tay hơn với 1315 đô.

Du khách thường là những người hưu trí, có nhiều thời gian và có khả năng tài chánh để đi đây đi đó. Nhưng du khách cũng có những thành phần trẻ, năng động, muốn có những trải nghiệm khác người. Ở Chiang Mai, Thái Lan có dịch vụ tắm voi. Du khách phải trả tiền để được tắm cho voi. Chứng kiến cảnh nhơ nhớp của du khách, quần áo ướt sũng, mặt mày lem luốc, tôi đã nghĩ đó là những người… điên. Tháng 5/2024, trên mạng xã hội xuất hiện một đoạn *video* quay cảnh các du khách trẻ cấy lúa ở ruộng bậc thang tại Sapa. Chân tay lấm lem bùn đất nhưng họ rất hào hứng. Đoạn *video* vất vả này đã được gần một triệu người vào coi và để lại trên 2 ngàn *comment* chỉ sau 24 giờ được *post*. Một *comment* viết: "Du lịch phải có những trải nghiệm chân thật như vậy, đi sâu vào cuộc sống hàng ngày của người dân nơi mình tới chứ không chỉ đơn giản là tới chụp hình". Một *comment* khác: "Đây ắt hẳn là kỷ niệm mà họ không bao giờ quên".

Du khách tắm voi tại Thái Lan.

Có một nơi mà du khách sẽ không bao giờ quên là Ethiopia. Chắc chúng ta ai cũng biết quốc gia sản xuất ra nhiều chân chạy *marathon* nhanh nhất thế giới này. Năm 1960, tại Thế Vận Hội Rome, tay chạy người Ethiopia Abebe Bikala đã chạy chân đất chiếm giải *marathon*! Từ đó đến nay các vận động viên mình dây Ethiopia đã chiếm nhiều giải chạy quốc tế, từ 5 ngàn thước, 10 ngàn thước tới *marathon.* Đàn ông đã vậy, đàn bà cũng…thày chạy. Cô Fatuma Roba đã hai lần chiếm huy chương vàng môn chạy *marathon* tại Thế

Vận Hội Atlanta vào năm 1996 và Thế Vận Hội Sydney năm 2000.

Nếu vì ngưỡng mộ tài chạy của dân Ethiopia mà du khách tới du lịch đất nước này sẽ bị tổ trác. Trước hết họ không dùng thứ lịch của chúng ta mà có lịch riêng. Theo lịch của họ Chúa được sinh ra trễ hơn lịch Gregorian 7 năm. Ông Eshetu Getachew, Giám đốc công ty du lịch Rotate Ethioppia Tours and Travel, cho biết: "Chúng tôi là duy nhất. Chúng tôi có lịch riêng, bảng chữ cái riêng và truyền thống văn hóa riêng của đất nước mình". Lịch của Ethiopia có 13 tháng mỗi năm trong đó có 12 tháng có 30 ngày. Tháng cuối cùng có 5 ngày hoặc 6 ngày nếu là năm nhuận. Vậy là đủ cho khách du lịch điên cái đầu, ngày tháng lộn lung tung. Giờ giấc cũng khác người. Chúng ta tính giờ khởi đầu cho một ngày là sau 12 giờ đêm, Ethiopia tính giờ đầu tiên trong ngày vào lúc bình minh, nghĩa là 6 giờ sáng. Giữa ngày không phải là 12 giờ trưa mà là 6 giờ chiều. Một du khách tâm sự: "Khi tôi mua vé máy bay, các hãng hàng không sử dụng lịch Tây nên tôi phải tính đi tính lại ba bốn lần để hiểu thời gian của mình".

Đi du lịch mà điên cái đầu như vậy, chắc ai cũng muốn… chạy lẹ. Nhưng lẹ tới đâu cũng không bằng dân chạy Ethiopia. Ethiopia không chê du khách nhưng bị du khách chê!

07/2024

CHIM NẠN

Ông Michael Farchi, cư ngụ tại Agora Hills, California, đi du lịch Las Vegas vào tháng 12/2023. Ông trú tại khách sạn hạng xịn The Venetian thuộc khu trung tâm Las Vegas Strip. Một buổi sáng, khi thức dậy, ông thấy đau đớn tột độ. Ông tả như sau: "Tôi có cảm giác như ai đó đâm vào vùng kín của mình. Cảm giác như bị một mảnh kiếng hoặc một con dao sắc nhọn cứa trúng. Tôi bước vô nhà vệ sinh thì nhìn thấy một con bọ cạp đang đu bám trên quần lót của mình". Ông gửi ngay bản tường trình cho khách sạn Venetian Resort Las Vegas, viết như sau: "Tôi bị một con bọ cạp cắn trúng háng và tinh hoàn". Khách sạn Venetian thuộc loại sang, có dòng nước với những con thuyền *gondola* xuôi ngược như bên con kênh tại Venise, Ý. Khách sạn cho biết họ ghi nhận sự việc. Ông Farchi thuê luật sư Brian Virag để kiện. Chuyện thằng nhỏ bị tổn thương đã thành chuyện lớn. Tất cả chỉ vì cái con bọ cạp ranh mãnh. Một khách sạn bề thế như vậy tại sao nó có thể chui vào, nhảy tót lên giường và tìm vào chỗ khúc khuỷu mà cắn xé cho thỏa chí tang bồng. Cũng chả trách được nó vì côn trùng và thú vật hầu như đều có cái thú ngoạm vào chỗ không thể ngoạm. Theo một thống kê tại Mỹ thì trong số các bệnh nhân tới điều trị thương tích tại các bệnh viện, có tới 44,9% vết thương nằm vào chỗ nhạy cảm của các ông. Trong số này có tới 86,6% các ông đã phải ôm của quý vào bệnh viện để giải phẫu. Chỉ có 13,4% cần săn sóc bằng thuốc và vật lý trị liệu. Tôi lấy làm lạ khi vị bác sĩ này cho biết thủ phạm chính của các vụ gây thương tổn vùng chiến lược của quý ông là các "động vật có vú". Hai trong số động vật có vú gây nhiều "chiến công" nhất là chó (61,2%) và người (26.9%).

Thiệt lạ. Chó thì dễ hiểu, còn thứ động vật có vú đi hai chân là những động vật nào. Người gồm hai loại có vú trong

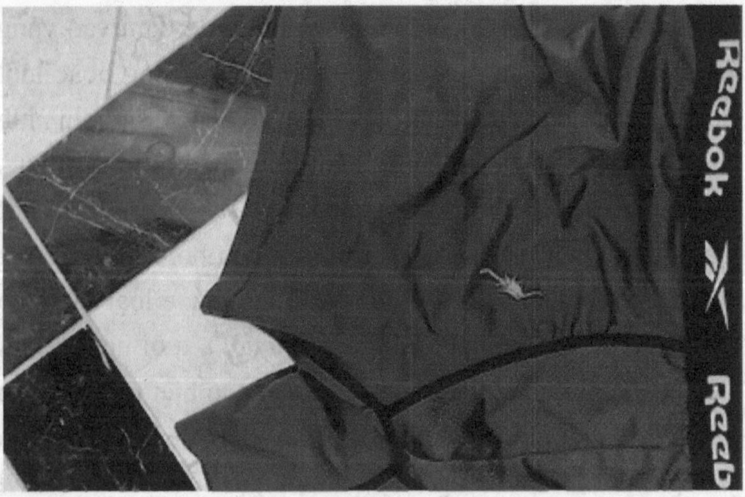

Bọ cạp trên quần của ông Michael Farchi.

đó có một loại có cũng như không. Chuyện này có từ ngàn xưa tới ngàn nay. Khác với loài chó chỉ đớp vì tức giận hoặc tự vệ, loài người chơi bạo hơn với dao, kéo và lửa và lý do duy nhất là ghen. Ồn ào nhất về vụ 'sinh vật có vú" loại hai chân gây chuyện là một chuyện xưa, chuyện cô Quờn. Hai vợ chồng cô là dân lục tỉnh, nhà nghèo, bỏ xứ lên Sài Gòn. Ban đầu họ sống trên một chiếc ghe, sau chịu khó làm ăn nên mua được nhà. Ông Sỹ kiếm được việc làm giấy tờ cho một hãng buôn nên gia cảnh trở nên khá giả. Có tí tiền, ông ti toe bồ bịch và lấy vợ hai. Hồi đó chuyện trai năm thê bẩy thiếp không phải là chuyện lớn nên cô Quờn không làm chi ầm ỹ. Cho tới khi ông Sỹ muốn đem vợ hai về ở chung, cô mới quyết liệt phản đối. Ông Sỹ nhất quyết đòi cho được nên đêm hôm đó, khi ông Sỹ đang say giấc điệp, cô tưới dầu hôi lên người ông và quẹt lửa đốt. Ông vùng vẫy, cô cầm dao chém cho tới khi ông gục chết. Khi tòa xử dư luận nổi lên bênh vực cô Quờn nên cô được bản án nhẹ, tội mưu sát, 5 năm cấm cố. Nhưng chỉ sau 2 năm nằm khám, cô đã được ân xá. Luật sư của cô là bà Nguyễn Phước Đại. Chuyện cô Quờn là chuyện nổi vì ông nhạc sĩ Trần văn Trạch đã hát vang cả nước: *Đốt hay không đốt / thì cắt phứt đi cho rồi!*

Loài sinh vật có vú biết cầm dao cầm kéo này là nỗi hãi hùng nhất của những bậc hào hoa ưa đi ngang về tắt. Đối với họ, cái thứ bị cắt lìa khỏi thân xác là cái thứ đáng bị vứt đi. Và họ vứt đi thiệt. Vứt vô bụi rậm, vứt xuống ao hồ, vứt thật xa cho bõ ghét. Nhưng cái thứ của quý đó là thứ các bác sĩ nam học quý như vàng. Họ có thể nối lại cho vật hoàn cố chủ. Vụ nối nổi đình nổi đám nhất là vụ anh chàng John

Wayne Bobbitt lâm nạn. Chuyện xảy ra vào đêm 23/5/1993 tại Chicago. Anh chàng làm nghề pha rượu cho một tiệm rượu trở về nhà say khướt. Cô vợ đã có vấn đề về cuộc sống tình dục giữa vợ chồng từ lâu. Đêm đó chàng say mèm ngủ mê mệt. Nửa đêm cô vợ Lorena trở dậy, xuống bếp lấy con dao lên cắt phăng bộ phận cưng quý của chồng. Sau khi ra tay, nàng lái xe rời khỏi nhà mang theo hiện vật vứt xuống một cánh đồng vào lúc 3 giờ sáng. Trên đường trở về nhà, chẳng biết có phải lương tâm cắn rứt không mà nàng bỗng dừng xe lại, gọi 911. Cảnh sát ò e tới liền và sau một hồi tìm kiếm vất vả mới thấy được phần thân thể khiếm khuyết của anh chàng Bobbitt. Họ vội ngâm vào đá và khẩn cấp chạy về bệnh viện nơi anh Bobbitt được đưa tới điều trị. Hai bác sĩ phải mất tới 9 tiếng rưỡi mới đặt vật mất hoàn cố chủ. Khi ra tòa nàng Lorena khai khi vợ chồng gần gũi, anh không *care* chi tới nàng mà chỉ biết tự hưng phấn. Anh còn thường xuyên khoe những vụ ngoại tình và bắt vợ phá thai. Cái cục lủng lẳng của anh chồng làm nàng bị thác loạn thần kinh. Nàng thù ghét nên mới có hành động đành đoạn tối hôm đó. Sau 7 giờ nghị án, tòa tuyên bố Lorena hành động trong lúc thác loạn thần kinh nên không có trách nhiệm. Nàng được đưa đi chữa bệnh 45 ngày rồi tự do về nhà. Ít ngày sau họ ly dị. Tháng 9 năm 1994, Bobbitt xuất hiện đóng phim người lớn *John Wayne Bobbitt Uncut,* tiếp theo là phim *Frankenpenis.* Ngôn ngữ tiếng Anh giầu có thêm một động từ: *to bobbitt*. Trong tự điển *"to bobbitt"* được định nghĩa: *to cut off a man penis*. Vui hơn nữa là trong các từ điển của Trung Hoa và Đại Hàn cũng có động từ tương tự.

Sau loài sinh vật có vú tóc dài, loài chó là hung thần của nam giới, nhất là các em nhỏ. Chuyện xảy ra khắp nơi. Trên các trang mạng, chuyện các em bị chó táp con chim nho nhỏ hầu như là chuyện thường ngày, tỉnh nào cũng có. Bộ chó khoái nhậu thịt chim tươi sao? Không hẳn như vậy. Có khi chó đùa giỡn với các em, thấy có cái lủng lẳng, tiện mõm cắn chơi. Nhưng thường là khi các em ngồi đại tiện, chó quẩn quanh lùng sục "thực phẩm", hoặc vội vàng, hoặc tranh nhau khi có nhiều đồng loại cùng hóng hớt, nên vô ý táp luôn cậu nhỏ. Người ta không có số thống kê rõ ràng về các vụ chó tớp cậu nhỏ, tôi đọc được trên mạng một bài viết của khoa Niệu Học, Đại học Sao Paulo ở Brazil. Bài báo của các giáo sư của trường cho biết về 10 trường hợp bị động vật cắn vào chỗ kín được họ điều trị trong khoảng thời gian từ 1983 đến 1999. Bệnh nhân gồm hai người lớn và tám trẻ em. Trong đó có 8 trường hợp thủ phạm là chó, một ngựa và một khỉ. Từ trường hợp của một bệnh viện này, chúng ta có thể phóng ra được toàn cảnh. Chó vẫn là thủ phạm thường xuyên nhất. Khỉ có thể xếp hạng kế, còn ngựa hơi hiếm. Tại các nước Á châu, heo cũng là một thủ phạm đáng gờm.

Trường hợp mới toanh, xảy ra tại Bình Phước vào giữa tháng 5/2024 vừa qua. Nạn nhân là ông CVH, 46 tuổi. Ông vào chuồng heo giúp cho một con heo nái đang đẻ khó thì bị chị heo này táp vào hạ bộ. Ông được đưa vào bệnh viện Bình Dân vào lúc nửa đêm trong tình trạng rách một phần vùng da bìu và dương vật, vỡ bao trắng thể hang và xuất huyết trầm trọng. Bác sĩ Trần Đoàn Thiên Quốc, người phụ trách chính của ca mổ, cho biết: "Bệnh nhân H. đã được các bác sĩ giải phẫu cấp cứu trong đêm để cắt lọc vết thương, khâu lại thể hang vỡ và đặt thông niệu đạo dẫn lưu nước tiểu". Của quý là chốn phức tạp, có tới hai chức năng lận. Chức năng nào cũng quan trọng trong cuộc sống của con người. Giải phẫu để nối hay vá víu chốn phức tạp này là chuyện khó dàn trời. Các bác sĩ chữa chạy cho anh John Wayne Bobbitt phải nối làm sao cho anh có thể giải tỏa tới hai chất lỏng, một là chuyện thải nước tiểu thông thường, một phải bảo đảm chức năng truyền giống được hoạt động hanh thông. Anh Bobbitt không những có thể hoàn tất chuyện phòng the mà còn đóng được phim người lớn, thiệt dễ nể. Ông H. cũng được các bác sĩ tái tạo lại để có thể sử dụng cả hai chức năng. Chuyện mổ xẻ càng khó khăn thì tội của heo nái càng lớn. Không biết bà heo này nghĩ gì khi phụ lòng tốt của ông H. Có thể bà nội ủn ỉn này thấy cái thứ tương tự thủ phạm cơn đau bà đang phải rặn đau rặn đớn nên nổi sùng táp cho bõ ghét. Tỷ như nhiều bà xấu tính khi lâm bồn réo tên ông chồng ra chửi bới.

Ông H. có thiện ý khi vào chuồng heo giúp heo đang vật vã với cơn đau xé ruột. Đó là tôi nghĩ heo cũng đau như người. Thường thì sau khi lâm bồn, heo cũng như các loài vật khác, rất dữ dằn khi giữ con. Các ông nuôi heo thường bị heo táp của quý vào thời gian này. Ở nhà quê các ông chỉ vận một quần đùi rộng rãi, bên trong không nai nịt chi, heo chẳng chút khó khăn khi nhận ra mục tiêu và tấn công để bảo vệ con. Heo cái đã vậy, heo đực còn hung dữ hơn nữa khi bị đè ra thiến. Cung cách thiến heo của dân quê là dốc ngược đầu heo xuống, kẹp vào giữa hai đùi và dùng dao thiến. Heo bị đau cắn lung tung. Của quý của mấy ông thường là mục tiêu gần và lộ diện nhất nên lãnh đủ. Không biết heo có biết ăn miếng trả miếng không, nếu có thì đây là một cuộc trả thù ngọt ngào. Tại sao ông có mà không cho tôi có!

Người, heo, chó, khỉ, ngựa và các loại thuộc *category* "sinh vật có vú" chơi xấu với cái lủng lẳng của loài có thứ được các cụ đồng hóa với cái gậy thằng ăn mày. Các loài sâu bọ, côn trùng và sinh vật dưới nước cũng gây phiền toái không ít. Coi bộ còn ác ôn hơn.

Mới đây thôi, vào tháng 5 năm nay, cậu bé tên Bảo, 2 tuổi rưỡi, được bố mẹ cho đi tắm biển Sầm Sơn, sau khi vùng vẫy với nước biển, lên bờ cậu bé khóc ré lên. Con chim bé bỏng sưng tấy và ngứa ngáy vô cùng. Bố mẹ cậu vội bê cậu tới bệnh viện Thanh Hóa để chữa trị. Không thấy đỡ, cậu được đưa về bệnh viện Bạch Mai, Hà Nội. Bác sĩ Nguyễn Hồng Phong cho biết: khi nhập viện vào ngày 30/5, con chim của bé vẫn còn sưng to, đi tiểu bị buốt nhưng không thấy nóng sốt. Các bác sĩ chẩn đoán cậu bị dị ứng vì tiếp xúc với sứa trong nước biển. Thường thì khi chạm vào sứa biển, da chỉ mẩn đỏ, xức thuốc là hết. Trường hợp bé Bảo bị nặng nên mới ra nông nỗi.

Con sứa, tôi biết từ hồi nhỏ ngoài Hà Nội. Đó là những sinh vật trong suốt, chẳng xương cốt chi. Sứa có nhiều độc tố khiến người dễ bị dị ứng khi chạm phải. Khi tắm biển, chúng ta đôi khi nhìn thấy sứa trong nước. Trông như một cái mẹt xòe ra vòng tròn, mờ mờ như một thứ keo hồ trong veo. Nếu chúng ta vô ý chạm vào thì chỉ sau 15 phút sẽ thấy ngứa ở bàn tay, bàn chân, nổi mề đay khắp người, khó thở, vã mồ hôi, nặng hơn là hôn mê. Gặp trường hợp này phải cấp tốc vào bệnh viện. Nhưng thường thường nạn nhân chỉ bị nhẹ, da mẩn đỏ, ngứa rát chút đỉnh, thì không sao. Trong trí nhớ còm cõi của tôi thì tại Hà Nội có món sứa tươi. Các bà gánh đi bán khắp đường phố. Khi mua, thực khách sẽ nhận được phần sứa và thanh tre vót mỏng dính. Nước chấm là mắm hay tương chi đó tôi không nhớ rõ. Hồi đó dân chúng ăn tỉnh bơ, đâu có thấy dị ứng chi. Tôi thiệt phân vân, không biết đó có phải là thứ sứa đã hành hạ cậu bé Bảo không.

Ông Michael Farci bị bọ cạp hỏi thăm vùng nhạy cảm trên chiếc giường của khách sạn loại xịn The Venetian ở Las Vegas là trường hợp hiếm thấy. Ông kiện đòi bồi thường là phải. Chỗ riêng tư đâu có phải ai muốn thâm nhập cũng được. Ngày còn nhỏ xíu, chúng tôi chỉ mặc có chiếc quần xà lỏn lê la đất cát chơi các trò bắn bi đánh đáo đâu có thấy con bọ cạp nào thăm hỏi đâu. Chỉ có kiến là hay xâm nhập vùng cấm địa vốn được che chắn rất lỏng lẻo. Tôi còn nhớ cảm giác nhói buốt, ngứa ngáy, khi con chim sưng tấy mòng mọng khi bị kiến lửa cắn. Hên một cái là trong suốt tuổi lê la đó, tôi chỉ bị loài kiến lửa thông thường tấn công. Nếu gặp loại kiến có nọc độc ác ôn thì tình hình không chỉ như vậy. Sẽ là những hậu quả như hoa mắt, chóng mặt, thở gấp gáp như ma đuổi, tùy theo hệ miễn dịch của mỗi người.

Chúng tôi thường chỉ bị nhẹ, ngứa ngáy, hơi nhức. Dù vậy lũ chết nhát chúng tôi rất hốt hoảng khi thằng nhỏ bỗng ú na ú nần, mòng mọng như muốn bể ra. Theo y học ngày nay, trường hợp này chỉ cần rửa sạch, chườm nước đá lạnh cho hết sưng là lại có thể thả dàn bắn bi đánh đáo. Nhưng ngày đó ở vùng quê, kiến thức y khoa của các bậc phụ mẫu còn đơn giản. Các cụ không biết xử trí ra sao khi thằng nhóc con khóc lóc rên rỉ um sùm. Nhưng các cụ nhà quê có cách chữa trị bằng mẹo. Các cụ lấy một sợi rơm, cột chung quanh thằng nhỏ đang tếu lên, thắt nút lại, chừa hai đầu dây rơm dài ra. Kê con chim đang tấy lên trên ngưỡng cửa bằng gỗ, dùng con dao phay chặt đứt hai đầu sợi rơm. Vậy là xong. Ít phút sau con chim trở về hình hài bé nhỏ xinh xinh như đã từng. Đứa bé toét miệng cười sau khi hết hồn chỉ sợ các cụ lạc tay dao thì bỏ bu!

06/2024

CHUỒN CHUỒN

Đài CBS đưa tin vào ngày thứ bảy 27/7 vừa qua, tại bãi biển Miaquamicut ở Westerley, tiểu bang Rhode Island, chuồn chuồn đã tập kích những người tắm biển. *Video* ghi lại cho thấy nhiều người đã phải lấy khăn tắm trùm người lại để tránh nạn chuồn chuồn. Một người phát biểu: "Tôi hơi sợ. Tận thế chăng?". Ông Mark Stickney nói với đài truyền hình WBZ: khi ông tới bãi biển vào lúc 11 giờ sáng thì chuồn chuồn đã bay khắp bốn phía. Tới 1 giờ trưa thì chuồn chuồn tụ lại đông như hội. Ông nói: "Có lẽ có cả hàng trăm ngàn con chuồn chuồn. Rất kỳ lạ!". Mọi người ngồi chịu trận. Chuồn chuồn không làm phiền ai. Một chuyên viên nghiên cứu về chuồn chuồn, bà Ginger Brown ở Rhode Island, khuyên mọi người đừng sợ hãi vì chuồn chuồn nhìn rất rõ, không bay trúng vào người đâu.

Vậy là trong năm nay, hai bạn ngày nhỏ của tôi là ve sầu và chuồn chuồn đã đại náo nước Mỹ. Gọi là bạn kể cũng

Du khách trên bãi biển Miaquamicut bỏ chạy trước cuộc xâm lăng của chuồn chuồn.

hơi khiên cưỡng vì các bạn này thường bị chúng tôi bắt nạt tận tình. Chuyện từ ngày nhỏ nhưng tới chừ, khi không còn nhỏ nữa, chúng vẫn bám víu vào ký ức. Trong truyện ngắn "Tìm Về" ghi lại ngày tôi trở về Hà Nội, nửa thế kỷ sau ngày vội vã bỏ đi, chuyện bắt nạt này vẫn còn đậm trong trí óc tôi. *"Tôi vẫn nhận ra cái ngã tư này. Hàng cây xanh trên đường Ngô Thời Nhiệm vẫn đứng như vậy chờ tôi từ nửa thế kỷ trước. Từ con đường Trần Xuân Soạn chạy ngang trước cửa nhà tôi quẹo trái là những bóng cây lực lưỡng hơn, nơi những chú ve sầu họp nhau lại kêu ra rả suốt mùa hè. Bây giờ đang mùa đông, ve sầu vắng bóng. Những con sâu tiền thân của ve chắc còn đang nằm im lìm dưới lòng đất chờ tới đầu mùa hè sẽ nhích dần lên gốc cây để hóa thân. Những buổi tối chúng tôi tụ tập thành từng nhóm, ánh đèn pin nhấp nhóa trên những thân cây xù xì, tranh nhau chộp những thân sâu sắp biến hình thành ve, mang về cho bám trong mùng ngủ để sáng dậy, cùng với ánh mặt trời chói chang, những chú ve sơ sinh đang chờ khô cánh để cất vòng bay đầu đời. Những buổi tối đó, những Định, những Đường, những Thuần, những Thanh, chúng tôi họp thành một nhóm sát ve, hồi hộp chụp từng nạn nhân bỏ vào hộp".*

Chuyện bắt ve sầu không chỉ xảy ra với những chú ve sắp lột xác mà chúng tôi còn dùng nhựa dính cánh bắt những chú ve đang ca hát trên cây. Giờ nghĩ lại thấy tội cho những anh bạn vô tội ngày nhỏ. Hình như chuyện ve sầu là chuyện nghịch ngợm của con trai, con gái thích bắt bướm, bắt chuồn chuồn hơn.

Nói vậy cũng không đúng. Nhà thơ Trần Mộng Tú, con gái chính gốc Hà Nội, cũng chơi ve sầu như lũ con trai chúng tôi. Chị viết: "*Ăn xong chúng tôi dắt nhau đi tìm ve sầu ở những thân cây me trong bóng tối. Buổi tối ve sầu mùa hạ, chui ở đất lên, bò lên các thân me, lột xác. Chúng tôi bắt những con chưa kịp lột cho vào cái hộp (không) bánh bích quy đã mang theo sẵn, đó là những con ve mới ngơ ngác bò lên khỏi mặt đất, mang về nhà. Thuở thơ dại những trò chơi này là cả một thế giới thơ mộng và đầy hấp dẫn. Chị em tôi mang hộp ve sầu vào giường ngủ, ban đêm những con ve này sẽ chui ra bò lên màn, lột xác. Đêm chúng tôi đi vào giấc ngủ, thì ve chui ra, lột xác xong bỏ lại những vệt dài nhựa thâm đen trên những cánh màn tuyn trắng toát. Khi chúng tôi thức dậy nhìn thấy, chưa kịp dụi mắt tìm mấy con ve, đã thấy mẹ đứng ở ngoài màn với cái chổi phất trần trên tay. Chúng tôi chưa bị roi nào thì đã có bố đứng bên, gỡ cái chổi ở tay mẹ mang đi, trong lúc những cái lông gà trên chổi còn đang ngơ ngác".*

Tôi có tuổi thơ sống tại một ngôi làng thuộc ngoại thành Hà Nội từ nhỏ tới năm 7 tuổi khi bắt buộc phải tản cư. Khi trở về, gia đình tôi sống tại Hà Nội cho tới khi di cư vào năm 1954. Ngày đó, tại quê nhà, gia đình tôi sống trong một cơ ngơi có nhà trên nhà dưới, có vườn trồng rau trồng trái, và có một mảnh ao khá lớn để nuôi cá. Chính tại bờ ao này chúng

Thiếu trùng chuồn chuồn đang bắt cá ăn khi sống dưới nước.

tôi làm bạn với chuồn chuồn.

Chuồn chuồn đẻ trứng trên mặt nước hoặc trên cành, lá thủy sinh gần ao, hồ, các khu vực ẩm ướt hoặc trong mô các cây mọc trên nước. Trứng nở thành tiền ấu trùng sống bằng các chất dinh dưỡng có trong trứng. Sau đó tiền ấu trùng lột xác khoảng từ 9 tới 14 lần để biến thành thiếu trùng sống bằng cách ăn thịt các loài sinh vật sống trong nước, kể cả những chú cá con. Chúng hô hấp bằng mang. Thiếu trùng tiếp tục lột xác và biến thành loài biết bay nhưng vẫn chưa có màu sắc. Những côn trùng này sau đó biến thành các con chuồn chuồn trưởng thành có khả năng sinh sản. Con đực có một cơ quan nằm gần phía sau của ngực, bên trong có chứa túi tinh. Chúng giao cấu bằng cách dùng các móc nằm ở phía đuôi của thân bụng con đực để giữ con cái ở phía sau đầu. Con cái uốn cong thân bụng về phía trước để đón cơ quan giao cấu của con đực và nhận tinh.

Hồi nhỏ chúng tôi dĩ nhiên không biết chuyện vòng đời của chuồn chuồn. Mà cũng chẳng cần biết làm chi, chỉ tò mò nhìn chúng cong đuôi nối vào nhau như một hoạt cảnh lý thú của tuổi chưa biết chuyện…người lớn. Chúng tôi cũng chẳng biết chuồn chuồn ăn chi để sống. Cứ nghĩ chúng cũng ăn chay như ve sầu, dế bạn thân của chúng tôi hồi đó. Nhưng chuồn chuồn là loài sát sinh và ăn thịt sâu bọ, ruồi muỗi, ong kiến và cả bướm. Vì vậy chúng là loài biết bay có ích cho việc trồng trọt. Chuồn chuồn là thú chơi của con gái, con trai chúng tôi chê. Nếu có bắt chuồn chuồn là để làm quà tặng cho vài bạn gái, loài mà chúng tôi thích nhưng chưa biết công dụng. Con gái hay bắt chuồn chuồn và chúng tôi là

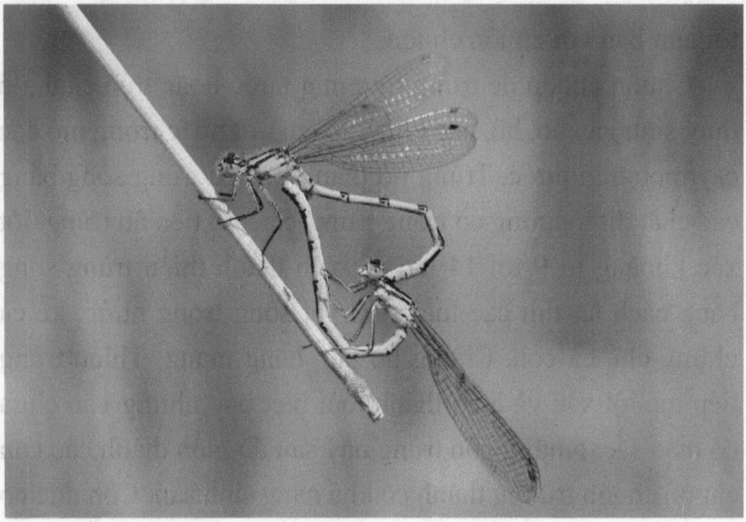

Chuồn chuồn giao phối.

những kẻ phá đám. Khi thấy một cô nàng rình sau một con chuồn chuồn đang đậu trên nhánh cây, chúng tôi gây tiếng động cho chuồn chuồn bay đi bằng cách gào to câu đồng dao: *"Chuồn chuồn có cánh thì bay / Có thằng kẻ trộm bắt mày đi tu"*. Tiện miệng thì đọc vanh vách như thế, còn sao dọa chuồn chuồn đi tu thì bù trất không hiểu. Giờ nghĩ lại mới thấy câu đồng dao này có lý. Chuồn chuồn là loài săn bắt mồi và ăn thịt, dọa bắt đi tu sợ là phải!

Bắt chuồn chuồn không phải là việc dễ dàng. Chúng có đôi mắt bự thù lù che gần hết cái đầu cũng rất bự so với thân hình. Theo quán tính chúng tôi thường nhẹ nhàng tiến tới phía sau của chuồn chuồn để tóm cổ chúng. Cũng như muốn hù dọa một tên bạn thì cứ phía sau tiến tới. Người ta đâu có mắt sau lưng để nhìn về phía sau được. Cho tới bây giờ, đọc các tài liệu nghiên cứu mới thấy mắt chuồn chuồn khác với

Chuồn chuồn đang nhậu con mồi!

mắt người. Cái đầu to bự của chuồn chuồn là tổng hợp của một hệ thống mắt khổng lồ với 30 ngàn khía cạnh độc đáo, mỗi khía cạnh cho thông tin về môi trường chung quanh. Chuồn chuồn có tầm nhìn 360 độ khiến chúng dễ dàng theo dõi mồi và di chuyển linh hoạt. Nhưng nhìn quanh rõ ràng như vậy, chuồn chuồn vẫn có một điểm mù phía sau chúng. Vậy thì việc len lén tới phía sau chuồn chuồn để dùng hai ngón cái và ngón trỏ kẹp cánh của nó là đúng bài bản. Làm đúng nhưng ngày đó chúng tôi có biết chi mô về mắt chuồn chuồn đâu.

Ngoài cặp mắt đặc biệt, chuồn chuồn còn có cặp chân có thể bắt mồi dễ dàng trong khi bay. Hệ gân cánh của chúng rất dày, nhiều gân gạch ngang chằng chịt, phức tạp, tuy nhìn vào thấy trong suốt. Cuối bờ trước của cánh thường có mắt cánh là bộ phận điều chỉnh triệt tiêu rung động cơ học, bảo đảm cho cánh vững chắc. Phần thân bụng dài. Miệng kiểu nghiền, chân mảnh hướng về phía trước. Râu nhỏ, có hai đốt và một lông nhỏ dài. Khả năng săn mồi và xé xác mồi của chuồn chuồn là hết xảy. Phải nói là chuyên nghiệp. Chuồn chuồn dùng chân làm thành một cái túi để nhốt chặt con mồi, dùng hàm răng để xé toạc cánh con mồi ngăn chặn không cho con mồi bay thoát và nhậu mồi ngay trên không. Chuồn chuồn còn lợi hại hơn trong việc săn con mồi bay trên không gian nhờ khả năng đánh giá tốc độ và quỹ đạo của con mồi. Chúng có thể nhanh chóng điều chỉnh hướng bay và thực hiện chiến thuật chặn đứng. Nhờ vậy mà tỷ lệ thành công trong cuộc săn mồi của chuồn chuồn lên tới 95%.

Tại Việt Nam có khoảng 500 loại chuồn chuồn. Nói vậy biết vậy, đối với chúng tôi chỉ biết có chuồn chuồn ngô lớn nhất và chuồn chuồn kim nhỏ nhất. Ngoài ra có chuồn chuồn ớt, toàn thân đỏ như trái ớt nhỏ. Chuồn chuồn ngô là thứ chúng tôi rình bắt nhiều nhất vì nó bự con, bắt được thấy đã tay hơn. Chúng còn có công dụng đã trở thành huyền thoại mà bất cứ đứa trẻ nào cũng đã trải qua. Nghĩ lại thấy cha nào bày đặt ra chuyện này thiệt ác ôn. Miệng chuồn chuồn chuyên ăn thịt các loài côn trùng khác, khi được dí vào rốn, nó thi hành nhiệm vụ liền. Tôi nhớ lần dí cái miệng con chuồn chuồn vào rốn. Đau chết cha! Vậy mà trăm tên con nít chẳng có tên nào thoát khỏi. Ngày xưa đã có hệ thống tuyên truyền tung *fake news* hữu hiệu như vậy chăng? Chẳng vậy mà có câu đồng dao: *"Chuồn chuồn cắn rốn, bốn ngày biết bơi"*.

Chuồn chuồn với chúng tôi là thứ để chọc phá, hành

hạ. Không biết thuở ấu thời các bạn có giống tôi, bắt chuồn chuồn, lấy cây tăm nhét vào đuôi, thả cho bay là là không cất cánh lên cao được. Như một chiếc máy bay hỏng động cơ. Bây giờ thiệt tình muốn tạ lỗi với chuồn chuồn vì biết chuồn chuồn là loài có ích cho nghề nông. Ngoài chuyện bắt sâu bọ tàn phá mùa màng, chuồn chuồn còn là đài thiên văn của nông dân. "*Tháng bảy heo may, chuồn chuồn bay thì bão*". Hoặc: "*Chuồn chuồn bay thấp trời mưa / Bay cao trời nắng, bay vừa trời râm*".

Tuổi thơ của những đứa trẻ sống trong vùng nông thôn thế nào cũng có chuồn chuồn dính vào. Tôi tưởng chuyện bắt chuồn chuồn của tôi là cách duy nhất để tóm được chúng. Nhưng có những cao nhân hơn tôi. Tác giả Nguyễn Quốc Vương cho biết: "*Muốn bắt được chuồn chuồn phải rón rén đi thật nhẹ, thò tay ra phía trước, dùng ngón trỏ và ngón cái làm kẹp túm lấy đuôi chúng. Khi tóm được chúng giãy dụa vẫy cánh kêu xè xè nhưng không thể nào thoát được. Có một cách nữa là dùng sợi chỉ hay sợi tóc dài buộc một con ruồi vào một đầu để... câu. Bố thường dứt lấy một sợi tóc trên đầu bà nội để làm dây câu như thế. Thấy chuồn chuồn đậu ở đâu thì cuốn một đầu sợi tóc vào tay, rồi rung cho con ruồi ở đầu kia nhảy nhót trước mặt nó. Chuồn ta háu ăn lao tới ngoạm con ruồi thế là dính bẫy. Câu chuồn chuồn thì không có lưỡi câu nhưng vì háu ăn nó cứ ngậm chặt lấy con mồi không chịu nhả thế là bị tóm. Thường câu được nhất là chuồn chuồn bà già, loại chuồn chuồn có màu xanh đen bay ở tầm cao vừa phải. Chuồn chuồn ớt thì đẹp nhưng lành, ít khi săn mồi táo tợn. Muốn bắt nó phải dùng vợt hay một que dài một đầu có cục nhựa mít đã nhào kĩ. Cục nhựa đó mà chạm vào cánh thì có bay đằng trời! Khó bắt nhưng bắt được nó rất thích. Chỉ cần nhìn chuồn chuồn chúa thôi đã thích vì nó đích thực là vua chúa hay ít nhất cũng là dũng sĩ với cái đầu lớn, hai mắt sáng long lanh như gương, bộ ngực nở, cái đuôi có bánh lái lớn. Bố không bao giờ bắt chuồn chuồn tương và chuồn chuồn ma. Bắt chúng quá dễ nhưng chúng quá xấu và yếu. Chúng chỉ bay được quanh quẩn dưới mặt đất".*

Cao thủ võ lâm trong việc bắt nạt chuồn chuồn cỡ tác giả Nguyễn Quốc Vương tôi đã bái phục nhưng tôi còn tìm ra một cao thủ khác. Đó là tác giả Hà Hải. Chúng ta hãy nghe kể: *"Loại chuồn chuồn ngô thường nhỉnh hơn các loại chuồn chuồn khác. Có con to "đại tướng" bằng ngón tay cái bay lên bay xuống chao liệng như máy bay, lâu rồi mới chịu hạ cánh đậu xuống đỉnh những cột trụ ở đình, ở chùa, ở đỉnh tường hồi nhà xây trông có vẻ oai vệ, kiêu hãnh và thách thức lũ trẻ đang ngước mắt nhìn lên. Ấy vậy mà nhiều khi lũ trẻ cũng không chịu bó tay thất bại. Lũ trẻ tinh khôn tìm mọi cách trèo lên cao bằng được rồi nối dài cánh tay bằng nhiều cách vươn tới con chuồn chuồn. Lũ trẻ thường dùng nhựa mít bôi đầy vào đầu que có quấn dẻ rồi bất ngờ dính vào thân, cánh con chuồn chuồn mà bắt. Mỗi lần bắt được những chú chuồn chuồn to như thế, cả tốp năm sáu đứa trẻ túm tụm lại cùng reo vui, hoan hỉ. Chúng còn chơi trò dùng sợi dây nhỏ buộc giấy màu vào một đầu còn đầu kia buộc vào đuôi con chuồn chuồn rồi thả ra cho bay là là trên mặt sân trong tiếng hò reo cổ vũ của nhiều đứa trẻ. Nếu chẳng may con chuồn chuồn kiệt sức mà chết, lũ trẻ tỏ vẻ vô cùng thương tiếc, liền tổ chức ngay đám ma khá trịnh trọng để chôn cất cho chú chuồn chuồn xấu số".*

Hành hạ chuồn chuồn tới chết rồi làm đám ma cho chuồn chuồn, đó là chuyện con nít. Cười đó, khóc đó. Nếu không vậy không phải là con nít!

08/2024

CHUYỆN TIẾP NỐI

Sau khi đọc bài "Ve Sầu" và "Chuồn Chuồn", nhà nghiên cứu Trần Huiền Ân, một tác giả rất quen thuộc hiện sống tại Tuy Hòa, có một bài viết tiếp theo. Nhận thấy đây là một câu chuyện thú vị, tôi mạn phép tác giả phổ biến tại đây.

Nhắc tới tuổi thơ, cánh trĩu tuổi (ông Trần Huiền Ân sanh năm 1937) hình như đều có những hứng khởi khi nghĩ về thời non dại đó. Âu cũng là niềm vui tội nghiệp!

VE SẦU VÀ CHUỒN CHUỒN

Ông Song Thao là một người có tài viết. Bài nào của ông cũng hay. Nhân đọc bài nói về chuồn chuồn tôi liền nhớ lại những ngày thơ ấu.

Quê tôi, làng Vân Hòa, trên đỉnh cao nguyên của tỉnh Phú Yên.

Hồi đó, ở Vân Hòa mùa đông lạnh cóng, sáng dậy rửa mặt tê cả hai bàn tay. Đi ra ngoài run cầm cập, về nhà sà ngay vào bếp lửa dụm củi gộc luôn luôn đầy than hồng.

Mùa hè thì nắng dịu, gió nhẹ, mát mẻ vô cùng. Mờ mờ sáng tiếng chim tu hú gọi vang đánh thức. Giấc ngủ trưa chìm trong tiếng ve sầu dai dẳng… thật đã đời Vân Tiên.

Chúng tôi không bắt được ve sầu. Tụi nó ở đâu trên ngọn cây cao, có thể tưởng tượng tiếng ve sầu, và cả tiếng chim, là tiếng của lá vườn xanh biếc. Thỉnh thoảng chúng tôi có lượm được xác ve đã khô, cũng thích thú lắm. Hôm viếng di tích Lam Kinh (Thanh Hóa) nghe tiếng ve sầu lê thê não nuột buổi chiều, tôi nhớ… đã bao nhiêu năm mình không có buổi chiều ở làng quê. Trong một câu thơ ông Đinh Hùng gọi là "con ve hoài cổ". Đúng vậy.

Chúng tôi cũng có những buổi chiều trời râm, chuồn chuồn cả bầy đông đảo, không biết cơ man bao nhiêu, bay lượn thấp cao, bay xuôi bay ngược. Tôi và người anh (lớn hơn hai tuổi) vui mừng reo ca theo lũ chuồn chuồn. Trong tập *Huế, Đẹp và Thơ* ông Nam Trân có bài tả cảnh chuồn chuồn bay lượn trên mặt hồ Tịnh Tâm.

Chúng tôi chỉ theo bắt những con chuồn chuồn đi lẻ. Lớn hơn hết là *chuồn chuồn voi*, thân hình màu xanh, có con đuôi đen. Đẹp hơn hết là *chuồn chuồn mọi*, thân đỏ đuôi đen. Nhỏ hơn là *chuồn chuồn gạo* màu xanh. *Chuồn chuồn kim* mỏng manh không được để ý đến.

Ngoài cách bắt chuồn chuồn phổ biến là rình phía sau, nhè nhẹ bước đến, dùng hai ngón tay nhíp vào đuôi chúng, có khi con chuồn chuồn voi co mình lại cắn, hơi đau đau… anh em tôi còn *bắn* chuồn chuồn và *rập* chuồn chuồn.

Bắn chuồn vào mùa cây bồ lới có trái. Súng là một đoạn ống tre trảy nhỏ, ngắn, đạn là trái bồ lời đang độ già. Nạp đạn vào lòng súng, dùng một cây chìa đẩy tới, đạn bay ra, phát một tiếng nổ nhỏ, có chút hơi nơi đầu súng, mùi thơm hăng hăng, coi đó là khói súng. Ngắm thật kỹ, đẩy mạnh một phát, súng nổ… nhưng khó mà ước lượng chính xác, mười lần bắn sẩy hơn chín, con chuồn chuồn bay lên, có khi đậu sang một chỗ gần. Bắn sẩy nhưng vẫn thích bắn hơn là rón rén thò tay bắt.

Rập chuồn chuồn bằng một cái vợt tự tạo. Mặt vợt hình tròn, bên trong là mạng nhện. "Rập", là từ chúng tôi bắt chước việc rập chim rừng bằng lưới. Anh em tôi đi thơ thẩn ven hàng rào và nơi sân trồng hoa. Một đứa nhại tiếng chim cu gáy "gục cu cu … cu", một đứa nói "tiếng chuồn chuồn … chuồn". Thấy con chuồn chuồn chúng tôi giơ vợt phía trước, chờ nó bay lên, hoặc từ trên cao úp xuống, cho vướng vào mạng nhện. Dễ bắt chúng hơn là bắn, nhưng cũng không ít lần bị sẩy.

Bắt được chuồn chuồn chúng tôi dùng sợi chỉ dài buộc vào đuôi cho chúng bay lên, rồi kéo xuống, lại thả bay lên. Có khi chúng được "phóng thích" cho bay luôn, nhưng chắc khó sống vì đã bị hành hạ, thân thể bầm dập và vướng sợi chỉ sau đuôi. Con nào chết, chúng tôi đem chôn dưới gốc cây gấm, cây bông hường hoặc trong chậu trồng lá tranh tàu, hoa chi lan…

Anh tôi mất sớm, khi học hết lớp Nhì, còn một năm nữa thi Tiểu học. Tôi mất một người anh hết sức thương em và một người bạn hết sức thân tình. Cộng lại, mất một phần quan trọng của tuổi nhỏ hồn nhiên thơ mộng. Còn năm hôm nữa đến ngày tưởng niệm anh.

Cảm ơn ông Song Thao đã nhắc tôi nhớ lại quãng đời hơn 80 năm trước, trước năm 1945.

(25/8/2024)

CHUYỂN ĐỜI

Đời đang tung tăng bay bỗng bỗng nằm chết dí một chỗ. Chuyển đời. Thua! Thua nhưng không thua. Đang là máy bay lướt mây cưỡi gió, đang là xe lửa hụ còi hét ra…lửa, đang là xe hơi chạy cuốn bụi mù mịt, nay trở thành một xác chết. Đời rõ ràng đi xuống, nhưng không xuống. Vòng vo mãi, vô chuyện cho rồi, cha nội!

Nhà là nơi ở cố định thường được xây cất vững vàng tại một nơi nào đó. Nhưng có những người không thích những căn nhà truyền thống như vậy. Họ biến tấu. Mỗi người một cách. Bà Jo Ann Ussery có căn nhà tại Benoit, tiểu bang Mississippi. Đang ở yên lành thì vào năm 1993 nhà bị cháy. Bà không đủ tiền để xây một căn nhà khác cho một gia đình gồm một bà mẹ và hai đứa con. Bà nghĩ tới chuyện kéo một chiếc xe tải cũ về làm nhà ở tạm. Nhưng xe tải thì quá nhỏ. Ông em rể vốn là một chuyên viên không lưu đưa ra ý kiến: sao không dùng một máy bay cũ cho nó oách? Bà Ussery *eureka* liền!

Họ tìm mua được một chiếc máy bay Boeing 727 phế thải với giá chỉ có 2 ngàn đô kể cả tiền chuyên chở. Bà bỏ thêm 30 ngàn đô để biến máy bay thành một căn nhà rộng 1500 *square feet* (140 thước vuông), có chiều dài 42 thước và 76 cửa sổ. Nhà có ba phòng ngủ, đủ cho ba mẹ con, một phòng sinh hoạt, bếp, phòng giặt có máy giặt máy sấy. Phía trong được cải tiến và trang hoàng khá đẹp mắt. Phòng lái được chuyển thành phòng ngủ chính với một phòng tắm. Phòng tắm nguyên thủy của máy bay được giữ nguyên. "Nhà" được đặt vắt vẻo trên mặt hồ trong khu đất cũ của bà. Gia đình bà ngụ tại căn nhà máy bay này từ năm 1995 đến 1999 rồi bà dùng làm một viện bảo tàng lưu động. Trong một lần di chuyển, "nhà" bị rớt xuống khỏi xe chuyên chở và bị vỡ tan.

Sáng kiến của bà Ussery đã làm cho nhiều người khoái chí làm theo. Hồi bà mở đầu vụ biến máy bay thành nhà coi

Nhà máy bay của bà Ussery.

bộ máy bay phế thải còn ế nên mới có cái giá 2 ngàn đô kể cả tiền chuyên chở. Năm 1999, ông Bruce Campbell, một kỹ sư điện hồi hưu ở tiểu bang Oregon, mua chiếc Boeing 727 với giá chát hơn nhiều. Tới 100 ngàn đô lận! Ông bỏ ra thêm 120 ngàn đô để tự tiến hành sửa chữa máy bay thành căn nhà loại xịn. Vậy mà mỗi năm ông chỉ ở nửa năm, nửa năm còn lại ông du hí bên Nhật.

Căn nhà máy bay quý nhất là phòng lái. Đây là nơi mà mọi người đều thích. Ông Campbell giữ nguyên phòng lái và biến nơi đây thành phòng đọc sách. Nơi quý thứ hai là *toilet* máy bay. Ngày nào cũng dùng *toilet* máy bay cho người ta cái cảm tưởng đang bay trên trời. Anh Joe Axline cũng quý trọng những nhà vệ sinh nguyên thủy của máy bay nên khi mua một chiếc máy bay MD-80 sản xuất năm 1980, anh cũng chỉ dám sửa đổi chút đỉnh cho phòng này rộng hơn với bồn cầu mới nhưng vẫn giữ nguyên bồn rửa tay, vòi nước loại nhấn, bàn để đồ bên cạnh, tủ đựng đồ ở phía dưới. Ngay cả những bảng chỉ dẫn khách đi máy bay cách dùng *toilet* vẫn để nguyên như cũ cho có không khí.

Anh Joe Axline này thích máy bay từ nhỏ. Máy bay kiểu chi anh cũng khoái hết. Anh mơ được sống suốt đời trên máy bay. Ước mơ tuổi trẻ là một chuyện, thực tế là chuyện khác. Anh cưới vợ, có hai con, sống trong một căn nhà bình thường. Năm 2011, khi anh bước vào tuổi ngũ tuần, vợ chồng đứt gánh, anh đường anh tôi đường tôi. Tinh thần anh sa sút vì cuộc chia lìa này. Trong lúc buồn thối ruột, anh nhớ tới ước mơ tuổi nhỏ của mình. Vậy là anh tìm mua một chiếc máy bay để làm nơi trú ngụ. Chiếc máy bay anh mua với giá khá cao đã bị mất cánh và động cơ. Không sao, có bay đâu mà cần cánh với động cơ! Giá chuyên chở cũng không hề rẻ nhưng anh xoay sở cũng xong. Nơi anh đặt chiếc nhà máy bay này là một vùng hẻo lánh ở phía tây thành phố Houston. Tuy chỉ ở cu ki một mình nhưng hai con, một trai một gái, thỉnh thoảng về thăm nên anh cần ba phòng ngủ. Lòng máy bay chỉ có 64 thước vuông nên không đủ chỗ. Anh quyết định mua thêm một chiếc máy bay nhỏ hơn nữa để ghép thành nhà. Anh chụm hai chiếc máy bay nằm chênh chếch với nhau, có chung một lối vào phía sau máy bay. Chỗ quý nhất là phòng lái được anh biến thành khu làm việc và thư giãn. Anh đặt bàn viết và môt chiếc giường nhỏ. Nằm giữa những nút bấm chi chít trên bảng điều khiển tay lái, anh mơ mòng nhớ lại thuở mê máy bay. Vậy là đủ đền bù cho bao tâm huyết anh bỏ ra cho căn nhà độc đáo này.

Cho máy bay chuyển đời thành nhà ở là điều mà nhiều người trong chúng ta ưa thích nhưng thực hiện không phải dễ. Tôi là một người bay bổng cũng nhiều, hỏi đã chán máy bay chưa? Câu trả lời là chưa. Nhưng ở nhà máy bay thì không đủ khả năng. Dân Mỹ khác với dân ta. Họ xông xáo hơn. Muốn là làm. Anh Gino Luci có thâm niên 25 năm làm cơ khí viên trong không quân. Nghỉ hưu sớm, anh kinh doanh mua bán cơ phận máy bay cũ. Năm 49 tuổi, anh hào hùng phát biểu: "Trong suốt sự nghiệp, tôi luôn cứu mọi thứ và nghĩ rằng một ngày nào đó sẽ làm điều này cho mình". Điều anh muốn làm cho chính anh là biến một chiếc máy bay thành một căn nhà di động RV (*Recreational Vehicle)*. Cho máy bay nằm chết một chỗ anh không đành lòng. Phải cho nó di chuyển tung tăng mới...tư cách! Anh tìm kiếm một chiếc máy bay DC3 phế thải trong nhiều năm vẫn vô vọng. Phải là DC3 vì kích cỡ máy bay này phù hợp khi chạy trên đường nhựa. Mãi tới năm 2018 anh mới thấy trên Google Earth ba chiếc DC3 bỏ hoang tại sân bay Rolla ở Vichy. Anh phóng tới liền. Chủ ba chiếc máy bay phế thải nghĩ rằng anh điên khi muốn mua đống đồng nát của họ. Anh đã mua cả ba chiếc và cải tiến chiếc Douglas DC-3 Transport 1943 từng được Hải quân Mỹ dùng để vận chuyển hàng hóa trong Thế Chiến 2 thành RV.

Nhà di động RV chế từ máy bay DC3 của anh Lucci.

Mùa hè năm 2019 anh kéo máy bay về nhà anh tại Nashville, tiểu bang Michigan. Anh cùng gia đình bắt đầu "thịt" con chim sắt. Anh ví von chuyện tháo rời một chiếc máy bay như "ăn thịt một con voi". Bắt đầu bằng cách tháo các cơ phận lớn, tháo tiếp các cơ phận nhỏ trong cơ phận lớn, rồi tháo tiếp các cơ phận nhỏ hơn trong các cơ phận nhỏ. Không biết bao nhiêu đinh và bù loong phải vặn ra. Việc làm tỉ mỉ và nhiêu khê đòi hỏi sự kiên nhẫn đáng nể. Anh tâm sự: "Suốt thời gian đó tôi không ngủ ngon vì rất háo hức nghĩ tới việc sẽ phải làm sáng hôm sau". Chuyện không giản dị khi phải dùng nhiều cơ phận của nhiều chiếc máy bay khác nhau để lắp ráp. Buồng lái của máy bay dĩ nhiên được để yên. Đây là thứ độc đáo nhất của một căn nhà chuyển từ máy bay, nhất là nhà di chuyển được. Bánh lái của phi công giờ là tay lái của tài xế. Khu vực của phi hành đoàn nay thành phòng ngủ cho con trai anh, một người cũng mê say máy bay. Một năm sau chiếc RV thoát thai từ máy bay mới hoàn tất. Bỏ ra một số tiền chỉ bằng "giá một chiếc xe hơi cũ", anh Lucci nay đã có một chiếc RV độc nhất vô nhị rộng 27 thước vuông. Chiếc RV không giống ai này được anh đăng ký dạng RV hạng A, có thể lái trên toàn thể 50 tiểu bang của Mỹ.

Mùa hè năm 2020, gia đình anh đã lái xe đi chơi nhiều chuyến. Tới đâu cũng được mọi người xúm vào coi...con voi sắt. Các cựu chiến binh nhìn xe kể râm ran chuyện những ngày chinh chiến xưa với sự hãnh diện vô bờ bến. Anh vui chuyện: "Tôi không muốn bị chú ý quá nhưng điều tôi yêu thích nhất ở chiếc xe này là cách mọi người cảm thấy hạnh phúc khi nhìn thấy nó". Còn anh, anh cảm thấy hạnh phúc nhất khi lái nó trên đường vắng, không người, mà có cảm tưởng như đang bay!.

Biến máy bay thành nhà ở, chỉ chủ nhân được hưởng cái

thú tưởng bay mà không bay. Biến máy bay thành nhà hàng thì nhiều người được hưởng cái thú ăn trên máy bay nhưng thức ăn ngon hơn những bữa ăn khi đang bay bổng nhiều. Tôi chỉ mới được hưởng cái thú kém hơn một chút: ăn trên một chiếc xe *trailer* biến cải thành tiệm phở. Đó là tiệm Phở Trailer tại thành phố Houston, tiểu bang Texas. Anh bạn địa phương hào hứng dẫn tôi tới ăn để "cho ông biết cái thú khá là lạ" này. Bước lên toa xe, bàn ghế bên trong chen lấn nhau chật ních, thực khách này chạm cùi chỏ thực khách kia, di chuyển như đu dây làm xiếc. Kể cũng lạ. Tôi thích. Phở Trailer ra đời từ năm 1983 do gia đình họ Nguyễn sáng lập và nổi tiếng không những với dân địa phương mà còn được khách từ nhiều quốc gia, trong đó có ít nhất một ông Canada dỏm, biết tới. Không biết vì lạ hay vì phở ngon. Tôi nghĩ phần lớn thực khách bị kéo chân tới vì phở rất xuất sắc. Đó là chuyện hồi nẳm, bây giờ tới Houston bạn không còn dịp chen vai thích cánh ăn Phở Trailer nữa. Nó đã bị cháy rụi vào năm ngoái và chủ nhân đóng cửa luôn. Trailer thì không còn nhưng phở vẫn còn, còn nhiều là đằng khác. Chủ nhân đã mở một chuỗi 6 tiệm mang tên Phở Bình.

Nhà hàng trong máy bay nằm dưới đất có chi khác với phở *trailer* không, chắc hẳn là khác. Thử vào nhà hàng The Steakout, còn được gọi là nhà hàng Steak on a Plane, ở Bolten, nằm ở phía bắc Anh Quốc, hoạt động từ năm 2017. Chủ nhân hứa hẹn thực khách sẽ được "trải nghiệm ăn uống độc đáo". Món ăn chính là bí-tết với khoai chiên và gà. Không gian nhà hàng là bên trong của một chiếc máy bay Boeing 737 đã mỏi cánh. Hai cánh máy bay đã bị cắt cụt, bên trong thân máy bay bị rút ruột, cải đổi thành phòng ăn. Nhưng buồng lái vẫn còn được để nguyên vẹn vì đây là thứ làm một chiếc máy bay là máy bay, dù là máy bay nằm sát sạt dưới đất. Dù máy móc nằm im rơ nhưng phòng lái vẫn là nơi thu hút thực khách tới rờ rẫm. Đặc biệt chủ nhà hàng cho biết người lớn thích thú phòng lái hơn trẻ em. Hai cửa máy bay nay có hai công dụng khác nhau: một để đón thực khách ăn tại chỗ, một để cho khách mua mang về. Trước kia nhà hàng này được đặt trên một chiếc xe buýt hai tầng đặc trưng của Anh. Từ xe buýt lên máy bay là một bước tiến được các thực khách, nhất là giới sinh viên, giơ hai tay ủng hộ.

Ý tưởng nhà hàng trên máy bay mỏi mệt nằm bất động trên đất được hai nước Á châu là Ấn Độ và Trung Quốc hưởng ứng. Họ có nhiều chiêu trò hơn. Nhà hàng Hawai Adda ở Ludhiana, Ấn Độ, là một chiếc Airbus A320 bán đồ chay, bánh mì, cà phê chứa được tới 72 thực khách. Ghế nệm nằm suốt một bên chiều dài máy bay, bên kia là ghế *sofa* rất sang trọng và ấm cúng. Ngoài nhà hàng, họ còn bố trí được cả một phòng họp và một tiệm bánh.

Nhà hàng Lilly Airways ở Vũ Hán, Trung Quốc, là một chiếc Boeing 737 đặt tại phố đi bộ Guanggu. Họ để nguyên chiếc máy bay còn đủ hai cánh. Doanh nhân Li Liang đã mua chiếc máy bay này của hãng hàng không Indonesia Batavia Air vào tháng 5/2015. Ông phải tháo dỡ, vận chuyển, làm thủ tục nhập cảnh, xin giấy phép kinh doanh, kê khai thương mại rất phiền toái. Ông Li Liang thổ lộ: "Trước đó chưa có ai từng làm điều này". Ông phải tháo dỡ chiếc Boeing 737 thành từng phần nhỏ, nhét vào 70 *container*, chuyên chở mất

Nhà hàng máy bay Lili Airways ở Vũ Hán, Trung Quốc.

4 tháng, tốn 3 triệu nhân dân tệ (tương đương 415 ngàn đô Mỹ) mới hoàn tất. Sau đó bỏ thêm 5 triệu nhân dân tệ (690 ngàn đô) để biến máy bay cũ thành nhà hàng sang trọng. Với chi phí khổng lồ này, đây là một trong những nhà hàng có vốn đầu tư đắt nhất thế giới. Thực khách vào nhà hàng từ một *building* có đường thông ra máy bay được che kín, y như lên máy bay. Phòng lái vẫn giữ nguyên tạo cho khách cảm tưởng đang lên máy bay vi vút trên trời cao. Tiếp viên nhà hàng được tuyển chọn với tiêu chuẩn ngoại hình như các tiếp viên hàng không: nữ cao trên 1,6 thước, nam trên 1,7 thước. Tất cả phải có chứng chỉ hay bằng cấp tương tự như tiếp viên hàng không. Giá mỗi bữa ăn tối từ 30 tới 45 đô Mỹ.

Ăn trên máy bay có ngon miệng không, tôi tưởng tượng nhà thơ ăn uống khó khăn nổi tiếng của chúng ta là Tản Đà đi ăn nhà hàng máy bay. Ông thần ăn này đã "tuyên ngôn": "Đồ ăn không ngon thời không ngon, giờ ăn không ngon thời không ngon, không được người cùng ăn cho ngon thời không ngon, chỗ ngồi ăn không ngon thời không ngon". Ngồi ăn trên máy bay có ngon không? Rượu bí tỉ như ngài, có khi nhập nhoạng thấy nhà hàng bay tuốt lên trời xanh. Ngon là cái chắc!

05/2024

DÂN NHẬT

Ngày 20/7/2024 là ngày kỷ niệm 70 năm cuộc di cư của đồng bào miền Bắc vào miền Nam tìm tự do trong đó có tôi. Nhưng trong bài này tôi không nói tới cuộc di cư mà nói về một bài viết của Tiến Sĩ Nguyễn Đình Thắng nhan đề "Chỉ Có Thể Là Chuyện Ngụ Ngôn Trong Sách Vở" được phổ biến vào đúng ngày này. Ông tới Nhật, đổi tiền tại một quầy trên đường. Số tiền ông đổi không nhiều, chỉ có 40 Euro, đổi ra được 6600 Yen tiền Nhật. Bỏ tiền và biên nhận trong một gói nhựa, đút vào túi nhưng vô ý đánh rớt trên đường về khách sạn. Ngày hôm sau, sau khi ăn trưa tại một tiệm mì *ramen*, ông thấy một quầy thông tin nên muốn vào làm một phép thử. Ông kể: *"Số tiền không là bao nhiêu. Vả lại mọi thứ mua bán đều dùng thẻ tín dụng nên cũng chẳng cần tiền mặt. Nhưng tôi muốn làm phép thử vì có lần tôi đọc trên Facebook câu chuyện một phụ nữ Việt bỏ quên túi xách tay đắt tiền ở một phi trường Nhật Bản. Khi báo an ninh, nhân viên an ninh dắt vị phụ nữ ấy trở lại đúng nơi bỏ quên thì thấy một nhân viên bảo vệ đứng canh hàng giờ để chờ chủ nhân quay lại. Nhưng đó là chủ nhân biết rõ để quên chỗ nào và báo động ngay, còn trường hợp của tôi là tiền mặt, đánh rớt đâu đó không rõ cả một ngày trước. Chẳng hy vọng gì".* Người nữ nhân viên quầy thông tin hỏi chi tiết và rà trên *computer.* Xong cô hỏi địa điểm quầy ông đổi tiền, có giữ biên nhận không, rồi cúi xuống tiếp tục công việc. Ông tính bỏ về vì số tiền chẳng đáng bao nhiêu lại chẳng có bằng chứng gì nhưng cô nhân viên ra dấu bảo ông chờ. Cô đưa ra tấm bản đồ của khu vực quầy đổi tiền và hỏi ông đi đâu sau khi đổi tiền. Sau đó cô đưa cho ông một mẩu giấy vuông nhỏ có viết một mã số và chỉ ông lên lầu 2, tìm tới *Support Center*. Ông tính bỏ về vì nghĩ chắc chỉ là chuyện khai báo nhưng nghĩ đã thử thì thử cho trót, ông tiếp tục tới *Support Center*, đưa tờ giấy nhỏ cho cô thư ký. Cô này đưa vào trong. Một nam nhân viên bước ra tay cầm gói tiền ông đánh mất, hỏi *passport* rồi yêu cầu ký nhận. Hỏi chi tiết ông được biết là một nhân viên lau dọn nhà vệ sinh gần đó đã nhặt được và nộp lại cho *Support Center*. Ông kết luận bài viết ngắn: *"Kinh nghiệm hôm nay cho tôi thấy chuyện rất đời thường của họ cứ như là bài học công dân chỉ có trong sách giáo khoa thư".*

Tới Nhật, lỡ vô ý bỏ quên đồ tại nơi nào, cứ bình tĩnh quay trở lại, đồ để quên vẫn nằm nguyên chỗ cũ, chẳng ai đụng tới. Rủi không nhớ nơi bỏ quên hay chỉ nhớ vào vài ngày sau, cứ tới bót cảnh sát, tiếng Nhật là *Koban*, trình sự việc là họ sẽ tìm lại được cho du khách. Thủ đô Nhật là

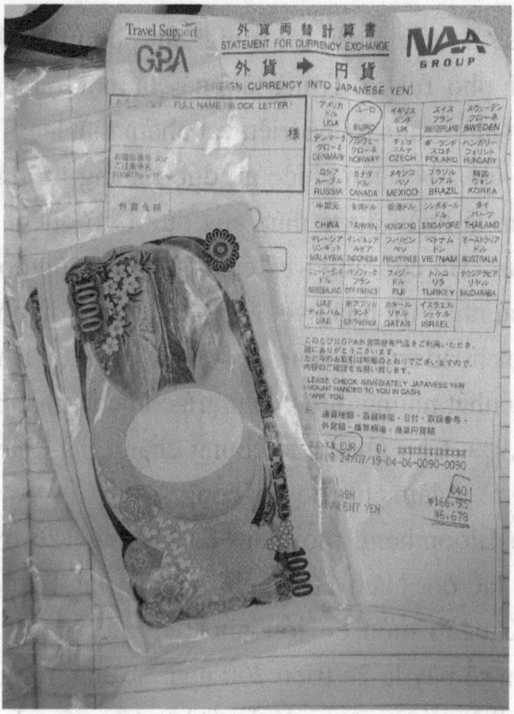

Tiền đánh rớt của Tiến sĩ Nguyễn Đình Thắng được đưa lại không thiếu một đồng

Tokyo, dân số 14 triệu người, cộng thêm số du khách đông đảo quanh năm, mỗi năm có hàng triệu món đồ thất lạc từ ô dù, túi xách, ví xách của các bà, điện thoại, thẻ ngân hàng, *passport*, đủ thứ hầm bà làng trong đó nhiều nhất là ô dù. Ông Yuga Umezawa, tùng sự tại sở cảnh sát Ikebukuro, cho biết: "Nếu có người nhặt được đồ thất lạc mang tới, chúng tôi sẽ lập tức viết báo cáo để món đồ sớm được trở về với chủ nhân. Dù vật đó nhỏ tới đâu, không quan trọng lắm, chúng tôi cũng sẽ làm hết mình". Sau khi thông báo xung quanh khu vực tìm thấy nhưng chủ nhân vẫn chưa xuất hiện, món đồ sẽ được chuyển tới trung tâm phụ trách đồ thất lạc của thành phố Tokyo. Trung tâm này là một tòa nhà cao sáu tầng luôn luôn chứa tới cả triệu vật phẩm thất lạc. Trong năm 2018, có tới 344 ngàn chiếc dù được mang tới đây. Những ngày mưa là ngày được mùa của dù bị bỏ quên, khoảng 3 ngàn chiếc. Họ có trang *web* cập nhật các món đồ đang lưu trữ để chủ nhân tới nhận về. Nhiều nhất là ô dù nhưng cũng có thứ họa hoằn mới có như…bộ răng giả! Ô dù là thứ bị thất lạc nhiều nhất nhưng được hoàn trả cho chủ nhân thấp nhất, chỉ có 0,9%. Chủ nhân của chúng chẳng màng tới việc tới nhận thứ rẻ rề làm chi cho tốn công.

Theo Bloomberg, mỗi năm có khoảng 126 triệu người làm thất lạc đồ. Năm 2018, chỉ nguyên tại Tokyo đã có 4 triệu 100 ngàn món đồ lớn nhỏ thất lạc. Trên toàn nước Nhật, con số này là 26 triệu 700 ngàn. Cũng trong năm này, nguyên khoản tiền mặt bị đánh rớt hay bỏ quên như của Tiến sĩ Nguyễn Đình Thắng lên tới 3,8 tỷ Yen (khoảng 36 triệu đô Mỹ). Ba phần tư số tiền này đã hoàn cố chủ.

Trẻ em Nhật đã được giáo dục từ nhỏ về đức liêm khiết. Chúng coi việc mang trả đồ nhặt được như một chuyện tất nhiên. Tháng 12/2019, con trai của bà Keiko lượm được 50 Yen trên đường phố. Số tiền chẳng đáng bao nhiêu, chỉ tương đương khoảng 50 xu Mỹ. Cậu bé nhất định bắt mẹ phải dẫn tới đồn cảnh sát để trình báo. Bà Keiko rất ngại vì e chuyện nhỏ này sẽ làm mất thời giờ của cảnh sát. Cuối cùng bà cũng phải đưa con tới đồn cảnh sát. Bà kể lại: "Một sĩ quan đã tiếp thằng nhỏ, hỏi kỹ càng về địa điểm cậu nhặt được đồng xu này rồi lập biên bản đàng hoàng trước khi ngỏ lời khen ngợi cậu bé đã thi hành đúng bổn phận công dân. Con tôi được dạy từ nhỏ phải trả lại đồ thất lạc cho *koban*. Các sĩ quan cũng rất tốt bụng. Dù thằng nhỏ mới 6 tuổi nhưng họ vẫn tôn trọng mong muốn của nó như một người trưởng thành".

Theo luật Nhật Bản, nếu một món đồ bị thất lạc được chủ nhân nhận lại, người nhặt được đồ có thể nhận được phần thưởng từ 5% tới 20% trị giá món đồ. Sau 3 tháng nếu món đồ không có người nhận, người tìm thấy có quyền sở hữu, trừ những món đồ có chứa thông tin như điện thoại di động chẳng hạn. Tuy nhiên người nhặt được đồ có quyền từ chối nhận thưởng hoặc chọn cách ẩn danh khi nộp đồ cho cảnh sát.

Sau thời gian quy định, những món đồ không có người nhận được mang ra bán đấu giá. Có những nhà buôn chuyên mua đấu giá các món đồ về bán lại. Công ty Saitama-Based PX Co rất năng nổ trong các cuộc đấu giá này. Giám đốc công ty, ông Saneyoshi Yogi, hào hứng kể lại: "Chẳng khác gì đi đánh bạc. Có trời mới biết bạn sẽ mua được những thứ gì!". Mỗi năm công ty của ông chi ra khoảng nửa triệu đô để mua được khoảng 40 ngàn món đồ gồm va-ly của khách du lịch, *guitar* điện, đồng hồ hoặc những thứ nhỏ nhít như thú nhồi bông. Ông khoe có lần mua được một cây đàn *bass* to tổ chảng. Ông thắc mắc: "Không hiểu làm sao người ta có thể bỏ quên được một vật bự thù lù như vậy".

Năm 2016, tôi tới thăm khu tưởng niệm nạn nhân bom nguyên tử tại Hiroshima và bỏ quên chiếc máy chụp hình. Khu này rộng mênh mông gồm nhiều tòa nhà khác nhau, đi từ tòa nhà này tới tòa nhà kia cũng rạc chân. Tôi bỏ quên chiếc máy ở tòa nhà nào, làm sao mà nhớ được. Về tới khách sạn mới phát hiện ra cái lơ đãng của mình. Đi chơi, di chuyển liên miên nên tôi đành chặc lưỡi cho qua. Chiếc máy hình nhỏ chỉ vài trăm nhưng những tấm hình trong máy chụp trong suốt hành trình bên Nhật mới đáng nói. Về tới Montreal tôi thử cầu may kiếm *website Peace Memorial Park* của khu tưởng niệm. Rất may trong đó có địa chỉ e-mail liên lạc. Tôi gửi ngay một thư điện tử trình bày vấn đề. Chỉ một thời gian ngắn sau, tôi nhận được hồi âm. Họ cho biết có giữ một máy chụp hình như tôi cho chi tiết. Nhưng họ chỉ có quyền giữ một tuần, sau đó phải nộp cho cảnh sát. Họ đề nghị nếu tôi có người quen tại Nhật thì có thể ủy quyền tới lãnh. Nếu không họ có thể lãnh giúp tôi và gửi về Canada. Tôi nhờ họ lãnh giùm. Họ gửi cho tôi mẫu giấy ủy quyền để tôi ký. Mẫu bằng tiếng Nhật. Nhìn những con chữ loăng quăng mà ngán ngẩm. Tôi trình bày sự khó khăn, họ gửi cho tôi một bản khác, cũng bằng tiếng Nhật nhưng có khoanh đỏ chỗ tôi phải ký tên. Để chắc ăn tôi chụp hình chiếc bao máy tôi còn giữ và cục sạc pin của máy. Trên cục sạc điện này có ghi kiểu máy và số máy. Để chắc ăn hơn, tôi gửi họ hình tôi đang chụp bằng chiếc máy đó do một anh bạn chụp lén trong chuyến du lịch. Chỉ một ngày sau, họ xác nhận đúng là máy chụp hình của tôi và sẽ gửi qua Canada cho tôi qua đường bưu điện. Phí tổn phần tôi chịu. Họ cho biết giá tiền gửi của bưu điện Nhật bằng đồng Yen. Túi tôi lúc đó đâu còn đồng tiền Nhật nào nhưng họ đã tìm cách trả dễ dàng cho tôi. Họ quy tiền ra số phiếu bưu điện *International Reply Coupon* mà tôi có thể mua tại Bưu điện Canada. Tôi vội ra Bưu điện mua số phiếu cần thiết bằng tiền Canada và gửi qua cho họ. Nhận được phiếu, họ gửi máy hình qua cho tôi. Chỉ vài ngày sau là tôi nhận được chiếc máy chụp hình của mình. Cái quý ở đây là sự sốt sắng họ dành cho du khách. Họ muốn du khách hoàn toàn hài lòng khi đặt chân tới đất nước họ.

Để duy trì sự trung thực, Nhật có một bộ luật hình sự rất khắt khe với những hành động cướp hay trộm cắp. Người có hành vi lấy trộm tài sản của người khác sẽ bị xử phạt tối đa 10 năm tù. Người có hành vi toan tính với mục đích cướp tài sản của người khác bị phạt tối đa 2 năm tù. Người có hành vi cưỡng ép hoặc dùng bạo lực để cưỡng đoạt tài sản của người khác bị tối thiểu 5 năm tù. Phạm tội cướp có gây thương tích cho người khác bị phạt tù từ 7 năm đến chung thân. Nếu cướp của gây án mạng bị phạt từ chung thân đến tử hình.

Xã hội Nhật lên án nặng nề những người trộm cắp hay cướp đoạt tài sản của người khác. Vậy mà những người Việt du học hay xuất cảnh lao động sang Nhật lại là những tội phạm hàng đầu trong các người ngoại quốc sinh sống tại Nhật. Số người Việt sang học hay làm việc tại Nhật chiếm tới 50% tổng số xuất ngoại. Tính tới tháng 12/2022, có tới 345 ngàn lao động Việt Nam đang sinh sống và làm việc tại Nhật. Trong 15 quốc gia gửi lao động qua làm việc tại Nhật, Việt Nam chiếm hàng đầu về số lượng. Con số đông đảo công nhân Việt này đang bị người Nhật khinh rẻ vì trộm cắp liên miên. Chuyện mới xảy ra tại phi trường Haneda ở Tokyo vào ngày 8/7/2024. Tran Nhat Tai, 33 tuổi, tới Nhật theo chương trình thực tập sinh kỹ thuật, hiện đang làm nhân viên hợp đồng tại một công ty bốc xếp hành lý của du khách, đã bị cảnh sát bắt giữ vì tội trộm hai đầu gậy *golf*, trị giá khoảng 600 đô Mỹ tại khu vực phân loại hành lý tại nhà ga số 3 của sân bay. Từ đầu tháng 6, các hãng hàng không đã nhận được khiếu nại của khách hàng về việc mất đầu gậy *golf* và họ nhờ cảnh sát điều tra. Sau khi bị bắt giữ , Tran Nhat Tai khai đã ăn cắp tổng cộng khoảng chục đầu gậy *golf*.

Một du học sinh Việt trộm cắp bị bắt tại Nhật.

Chuyện trộm cắp của người Việt tại Nhật là chuyện thường ngày ở huyện từ khuya. Không phải chỉ là những vụ ăn cắp vặt mà có những vụ có tổ chức, đôi khi dẫn tới việc gây ra án mạng. Gần đây nhất cảnh sát Tokyo đã bắt giữ hai công dân Việt Nam can tội ăn cắp xe đạp thể thao loại xịn. Trước đó, cảnh sát đã bắt giữ hai người Việt liên quan đến một loạt vụ trộm cắp tại các tỉnh Tochigi, Nagano, Gunma và Fukushima. Cũng vào tháng 7, cảnh sát tại Fukuoka đã bắt giữ bốn người Việt, gồm cả nam lẫn nữ, ăn cắp quần áo tại nhiều cửa hàng Uniqlo. Một du học sinh ở Nhật đã chứng kiến tận mắt đồng hương trộm đồ kể lại: *"Khoảng 7h tối, mình đang làm thêm trong một cửa hàng tạp hóa ở Osaka thì xảy ra vụ ăn trộm do chính người Việt mình thực hiện. Lúc đó mình được gọi đến làm phiên dịch hộ nên được chứng kiến toàn bộ sự việc. Có hai người cùng đi với nhau, nhưng một người may mắn chạy thoát. Nôm na là lúc vào cửa hàng, hai người đó tự lấy mỹ phẩm bỏ vào balô của mình, nhân viên bán hàng phát hiện và nhắc nhở là phải bỏ ra giỏ, sau đó tính tiền xong mới được bỏ vào túi cả nhân. Nhưng hai bạn ý không nghe, đến lúc gọi người tới thì lại bỏ chạy, và kết quả là một bạn đã bị bắt. Sau khi bị bắt bạn đã phân trần là chỉ bỏ vào túi thôi chứ chưa ra tính tiền cũng chưa ra khỏi đây. Nhưng không thể có chuyện như thế được, vì nếu không có ý định ăn trộm thì lúc nhân viên nhắc nhở sao bạn không bỏ đồ ra giỏ như mọi người. Trong thang máy có một ông cảnh sát hỏi:"Mày sang đây đi du học đúng không, thế sao không học mà lại đi ăn trộm?". Lúc này mình phải xin phép về làm việc tiếp vì đúng giờ cao điểm đông khách nên cũng không biết cuối cùng như thế nào, nhưng chắc chắn là sẽ bị trục xuất về nước. Về tới cửa hàng mọi người túm vào trêu chọc: sao người Việt Nam mày ăn cắp lắm thế? Liệu mày có ăn cắp không đấy? Dẫu biết là họ nói đùa nhưng sao mình thấy chua chát đến thế. Mình chỉ biết cắm mặt xuống làm việc tiếp".*

Chắc chúng ta đã biết là tại một số cửa hàng ở Nhật có những bảng cảnh báo trộm cắp viết bằng tiếng Việt. Không

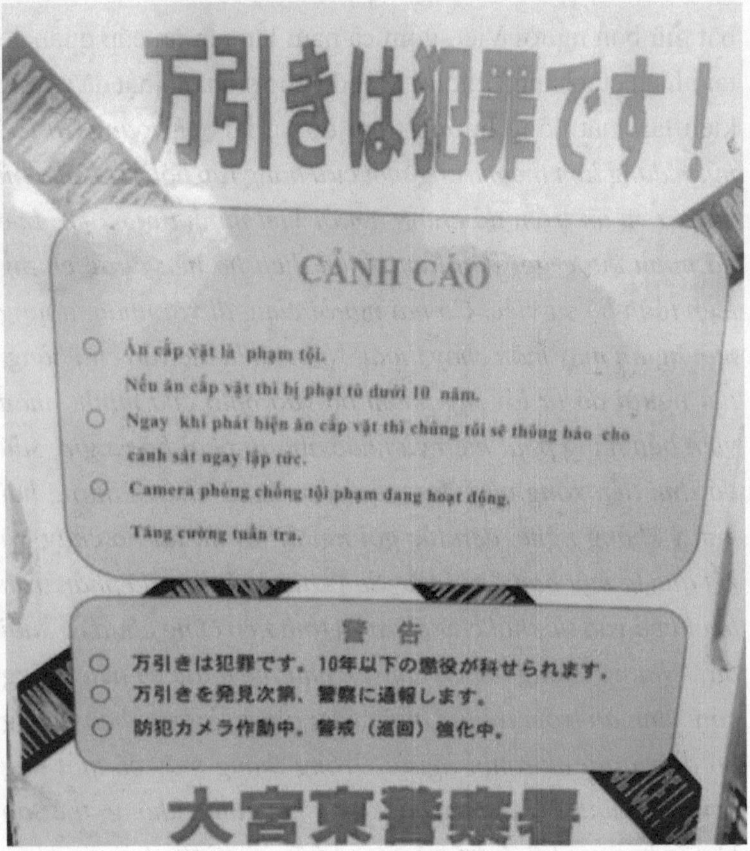

chỉ có những công nhân và du học sinh có bàn tay nhám nhưng các phi công và tiếp viên hàng không Việt Nam cũng tiếp tay vận chuyển hàng ăn cắp về nước. Nhiều người đã bị bắt. Cảnh sát Nhật cho biết cứ năm người trộm cắp thì có một người Việt. Người Việt xếp thứ nhì về "tài" trộm cắp ở Nhật. Xếp đầu bảng chắc mọi người đã đoán ra. Đó là Trung quốc!

Chúng ta thường tự hào về bốn ngàn năm văn hiến. Khi những người Việt này qua Nhật có lẽ họ đã quên không dắt lưng theo bốn ngàn năm kiêu hãnh này. Nhưng trộm nghĩ ngay trong nước hiện nay đâu còn bốn ngàn năm này khi nạn tham ô, trấn lột, cưỡng đoạt của ngay những tầng lớp cai trị đang diễn ra ngày một trong đời sống. Kể cũng tội. Những người trẻ này chỉ là sản phẩm tất yếu của một đất nước luôn tự hào là…ưu việt!

07/2024

ĐOM ĐÓM

Nhà thơ Trần Mộng Tú gửi tới tôi bài "Mùa Hạ Đom Đóm và Dế Mèng" khi tôi muốn cùng các ông bạn đồng lứa tuổi trở về những ngày xưa thật xưa. Chị Tú hình như cũng cùng tâm trạng với các bạn không còn trẻ của tôi: "*Tháng sáu, tôi đến chơi với anh tôi ở Virginia. Cái nóng rịn mồ hôi trên thái dương, và khó ngủ lắm, buổi tối, tôi với anh ra ngồi ở bực thềm, nói chuyện. Tôi bỗng thấy thỉnh thoảng có những chớp nho nhỏ như lân tinh sáng lóe lên rồi lại biến mất trong bụi cây thấp trước mặt, hỏi anh tôi, cái gì thế? "Đom Đóm". Tôi lặng người đi một lúc như nghe thấy ai nhắc tên một người bạn thân cũ, nó làm tôi xúc động. Xúc động một cách rất mơ hồ, chẳng có nguyên nhân gì cả, chỉ là cái tên của một loại côn trùng bé tí được gọi lên. Cái tên nhắc nhở một quê hương xa lắc, một dĩ vãng nằm dưới tấm chăn phủ dầy lớp bụi thời gian. Trong bóng tối, tôi ngắm những cái chấm lửa nhỏ nhoi, lóe lên rồi tắt ngóm với trái tim nôn nao trong ngực. Có đến cả hơn bốn mươi năm tôi không được nhìn thấy những đốm lửa thân yêu này".*

Tôi cũng may mắn có bảy năm đầu đời được sống trong ngôi nhà nửa quê nửa tỉnh ngay sát vùng Khâm Thiên, Hà Nội. Nhà có vườn có ao. Chính tại bờ ao này chúng tôi bắt đom đóm vào những đêm hạ, nhốt vào những cái chai nho nhỏ làm đèn rước đi chơi. Những con đom đóm của chị Tú ở tuốt tận Thái Bình, Nam Định khi gia đình chị tản cư và được nhốt vào những cái vỏ trứng làm thành "một cái đèn kỳ diệu, không có món đồ chơi nào có thể đẹp hơn". Tuổi thơ của thế hệ chúng tôi giản dị nhưng khó quên như thế. Một món đồ chơi lập lòe ánh sáng, còn chi thú vị bằng.

Ánh sáng của đom đóm phát ra từ một vài đốt cuối bụng. Ban ngày các đốt này chỉ có màu trắng xám, về đêm mới phát ra ánh sáng huyền ảo qua lớp da trong suốt. Bên trong lớp da bụng là dãy các tế bào phát quang, trong cùng là lớp tế bào phản quang có nhiệm vụ như một mặt gương giúp phản chiếu ánh sáng ra ngoài. Nhìn đom đóm bay nhập nhoằng bên bờ ao, ai cũng tưởng đom đóm là loài có cánh nhưng chúng có hai nhóm: nhóm có cánh biết bay là những con đực và nhóm trụi lủi chẳng có tí cánh nào, chỉ bò dưới đất, là những con cái. Cả hai nhóm đều phát ra ánh sáng lạnh, không tỏa nhiệt như ánh sáng nhân tạo. Ánh sáng phát ra không liên tục nhưng nhấp nháy chớp tắt vì các tế bào phát quang có chứa hai chất *luciferin* và *luciferaza*. Khi tách rời nhau hai chất này chỉ là những hóa chất bình thường, không có khả năng phát sáng. Nhưng khi ở cạnh nhau, men *luciferaza* sẽ xúc tác, thúc đẩy quá trình oxy hóa *luciferin* và tạo ra ánh sáng. Ánh sáng của đom đóm phát ra không liên tục bởi vì chúng tự khống chế việc cung cấp *oxy* để việc phát sáng được lâu dài. Đom đóm đực bay là là trên không và đom đóm cái nằm dưới đất đều phát sáng để tìm nhau. Con cái sẽ tìm cách leo lên các điểm cao để dễ bắt bồ. Đom đóm nào có khả năng phát sáng lâu hơn sẽ dễ kiếm bồ hơn. Khi đã tìm được "ý trung nhân", con cái sẽ phát ra một ánh sáng tương tự với con đực để dụ tù ti. Xong việc, đom đóm cái tìm nơi đẻ trứng.

Ánh sáng của đèn đom đóm bằng vỏ trứng đã đi vào truyền thuyết của các vị tiến sĩ đất Việt thuở xưa. Các cụ Nguyễn Hiền, Bùi Xương Trạch, Nguyễn Huy Tốn, Mạc Đĩnh Chi nhà nghèo đều nhờ vào ánh sáng của cái đèn đom đóm mà trau dồi kinh sử nên danh nên phận. Trong một câu chuyện về việc đi sứ của cụ Mạc được Đại Việt Sử Ký Toàn Thư chép lại thì khi đó mắt cụ rất kém, nhìn chim trong tranh mà cứ tưởng chim thật ngoài đời. Người ta cho nguyên nhân

Nhốt đom đóm trong hũ thủy tinh.

là do cụ học bằng đèn đom đóm. Tác giả Trần Văn phân tích vụ đèn đom đóm này như sau: "*Đầu tiên, để mắt người có thể đọc được, tối thiểu cần độ sáng 450 lumens (lumen là đơn vị đo độ sáng). Thứ hai, độ sáng của một con đom đóm khoảng 0.0006 lumens (E.Newton Harvey và Kenneth P. Stevens thí nghiệm năm 1928). Với đèn sợi đốt như thế kỷ 19 mà Thomas Edison dùng thì mỗi Watt đem lại độ sáng 11.25 lumens. Như vậy để có độ sáng như bóng đèn sợi đốt 40W (450 lumens) sẽ cần là: (40 x 11.25)/0.0006 = 750,000 con đom đóm. Những năm tăm tối của thế kỷ 13, cứ cho đom đóm bu đầy trong bụi, cụ vợt phát được trăm con và có thể kiếm được cả nghìn con đom đóm nhét vô vỏ trứng đà điểu (hoặc cụ nhặt được vỏ trứng khủng long) thì mọi người cũng có thể hình dung là nó cũng chưa bằng một cái đèn sợi đốt với công suất 1W (11.25/0.0006 = 18,750 con đom đóm). Lờ mờ hơn cả trăng đêm rằm. Thứ ba, ai cũng thấy về mặt sinh học thì con đom đóm lập lòe. Chính xác là đom đóm sẽ tắt 4 giây và sáng nửa giây, không sáng liên tục. Do ánh sáng không đồng nhất thành một dải mà thay đổi theo tần suất lập lòe của đom đóm. Do đó, cái đèn học của cụ sẽ có tần suất nhấp nháy rất lớn, dẫn đến mắt rất nhanh xuống cấp. Thứ tư, để xử lý vấn đề tần suất nhấp nháy rất lớn đó, ta cần phải có 8 lần số đom đóm thay phiên nhau nháy để duy trì 450 lumens liên tục. 750,000 x 8 = 6,000,000 con đom đóm. Xin nhắc lại là 6 triệu con đom đóm. Nếu bắt đủ, không biết cụ sẽ để số đom đóm đó vào đâu?"*.

Muốn "chế" một cái đèn đom đóm để đọc được là chuyện…truyền thuyết. nhưng tới ngày nay, báo chí ở Việt Nam đã tiết lộ là các ông Vương Đình Huệ, nguyên Chủ Tịch Quốc Hội và Trần Đại Quang, nguyên Chủ Tịch Nước cũng nhà nghèo nhưng chăm học, có lúc đèn hết dầu cũng "thông minh" bắt chước người xưa, bắt đom đóm bỏ vào vỏ trứng hay siêu hơn như ông Vương Đình Huệ bỏ vào quả cà rỗng để học. Tới nay, đất nước ta vẫn còn truyền thuyết!

Đom đóm bay phát sáng là một cảnh đẹp trong đêm hè. Tuổi thơ của thế hệ tôi đã say mê với những cụm ánh sáng bên bờ ao. Đó là thú vui hiếm có của dân sống nơi miền quê. Thú vui đó ngày nay đã được thương mại hóa. Hầu như tại các nước vùng ôn đới tới nay vẫn còn bóng đom đóm chớp tắt trong những đêm hè đều có những *tour* du lịch đi coi đom đóm. Núi Tử Kim tại thành phố Nam Kinh bên Trung Quốc, Maniwa và Okayama ở Nhật, vườn quốc gia Great Smoky tại tiểu bang Tennessee ở Mỹ, thị trấn Amphawa ở Thái Lan,

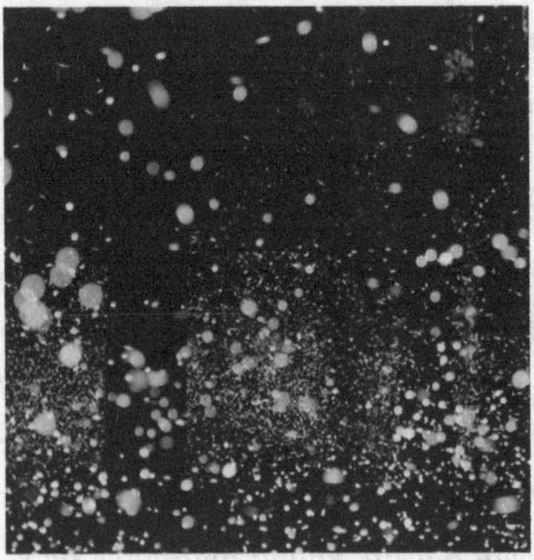

Một cảnh đom đóm chiếu sáng.

Palawan ở Phi Luật Tân, Selangor ở Malaysia, hang đom đóm Waitomo ở Tân Tây Lan, rừng Cúc Phương ở Việt Nam và nhiều nơi khác đều đang tận tình khai thác đom đóm làm du lịch, kiếm tí tiền của du khách.

Kể cũng tội cho những chú lập lòe bay đêm này. Để có thể chớp tắt trong những đêm hè, mỗi con đom đóm đều phải trải qua một đoạn thời gian khá gian nan. Trứng đom đóm thường được đẻ lên cơ thể của các loài sinh vật khác như ốc sên, giun đất hay vào ngay đất. Tỷ lệ trứng nở khi được sanh trực tiếp vào đất rất thấp. Ấu trủng thường bị chết khi mới nở ra vì không có nguồn cung cấp dinh dưỡng. Trứng nở trên cơ thể các sinh vật mà chúng sống ký sinh trên đó, sử dụng nguồn dinh dưỡng từ chính các sinh vật này. Thời gian ấu trùng của đom đóm rất dài, có thể dài tới một hoặc hai năm trước khi chuyển sang thành nhộng. Nhộng được vũ hóa vào thời điểm nhiệt độ và độ ẩm môi trường cao. Theo Giáo sư Sara Lewis của Đại học Tufts ở Boston, Mỹ, thì sau giai đoạn ấu trùng và nhộng, đom đóm bay lên khỏi mặt đất và chỉ sống khoảng hai tuần lễ. Suốt hai tuần ngắn ngủi này, chúng chỉ tán tỉnh nhau, truyền giống rồi chết lả đi vì đói.

Không biết có phải vì sở hữu ánh sáng linh động hay không mà đom đóm bay tá lả trong nhạc, trong thơ. Nhạc sĩ Nguyễn văn Đông, dưới tên Phượng Linh, có bài "Đom Đóm": "*Đom đóm đâu ra chiều hôm thật nhiều / Tiền đồn ven biên, anh vừa lên phiên đổi gác / Từng bày đom đóm, như thắp sáng kỷ niệm của chúng ta / Ngày xa xưa chơi trò đi trốn nhau / Cho em đi tìm gọi anh Đom Đóm ơi*".

Thơ đom đóm thì nhiều vô kể. Đom đóm trước hết là của trẻ em. Của chị Trần Mộng Tú và tôi và tuổi thơ của mọi người chúng ta. Thơ đom đóm dành cho lứa tuổi đẹp nhất đời chiếm nhiều nhất, tôi lựa ra một bài không rõ tên tác giả:

Đom đóm, đom đóm
Bụng sáng lập lòe
Cứ đêm mùa hè
Đóm ra nhiều lắm
Từ trong bụi rậm
Bay ra bờ ao
Lượn trên cành cao
Xuống chơi bãi cỏ
Như chiếc đèn nhỏ
Chập chờn bay chơi
Bay khắp mọi nơi
Là con đom đóm.

Nhưng các nhà thơ lớn cũng ké phần vào những đốm lửa tung tăng bay lượn. Xa xưa có nhà thơ Đỗ Phủ bên Tàu với bài "Huỳnh Hỏa": *"Hạnh nhân hủ thảo xuất / Cảm cận thái dương phi / Vị túc lâm thư quyển / Thì năng điểm khách y / Tuỳ phong cách mạn tiểu / Đới vũ bạng lâm vi / Thập nguyệt thanh sương trọng / Phiêu linh hà xứ quy?"*. Có nhiều bản dịch bài thơ này. Tôi chọn bản của Nhượng Tống:

Ra từng vùng cỏ mục
Bay tránh sáng ban ngày
Áo khách đôi khi vướng
Đèn khuya chửa dễ thay
Cách màn, theo gió nhỏ
Bên miễu, ánh mưa gầy
Xiêu dạt về đâu nhỉ?
Tháng mười sương trĩu cây

Cùng thời với chúng ta, nhà thơ Phạm Thiên Thư có bài "Đom Đóm":

Ta vượt nghìn năm tới thế gian
Làm con đóm biếc đậu trên bàn
Soi dòng thơ tìm câu thi ngộ
Gặp lại hồn xưa đã quá quan

Đom đóm của tuổi thơ chúng ta đang bị con người vô tình xua đuổi. Trên tạp chí BioScience, các nhà khoa học tại Đại học Tuffts, Massachusetts cho biết trên thế giới có khoảng 2 ngàn loài đom đóm chiếu sáng ở các vùng đầm lầy, đồng cỏ, rừng và công viên đô thị. Chúng đang bên bờ tuyệt chủng do "dấu chân sinh thái" không ngừng mở rộng của con người. Có tới cả chục nguyên nhân có thể dẫn đến nguy cơ tuyệt chủng của loài đom đóm. Mất môi trường sống là nguy cơ hàng đầu đưa tới tuyệt chủng của đom đóm. Ánh sáng của đèn điện đã phá vỡ nhịp sinh học tự nhiên của đom đóm, gây rối loạn cách thức giao phối của chúng, đom đóm phụ thuộc vào khả năng phát sáng để thu hút bạn tình. Nguyên nhân chính thứ hai là thuốc trừ sâu tiêu diệt các ấu trùng đom đóm. Nước biển dâng cao và hạn hán cũng có khả năng đẩy nhanh tiến trình diệt chủng của đom đóm.

Những con đom đóm tuổi thơ của chúng tôi, tuổi thơ của thế hệ tiếp nối khó lòng gặp được. Nhà thơ Trần Mộng Tú tiếc nuối: "*Tôi đã không còn có được trong tay những con đom đóm và cái đèn kì diệu trong đời mình. Thay vào đó các con của tôi, lúc còn nhỏ bắt đầu biết chơi với những chiếc đèn pin. Chúng thích trùm chăn kín mít rồi bật đèn pin lên soi vào người nhau. Hoặc là buổi tối, chúng tắt đèn trong buồng ngủ, chơi đi trốn, rồi cầm đèn pin rọi vào tủ áo, vào gầm giường cũng lấy làm sung sướng lắm rồi. Những lúc nhìn thấy thế, tôi lại ước ao, chúng được sống ở một vùng có đom đóm bay trong đêm ở những lùm cây như tôi được hưởng thời thơ ấu. Làm sao tìm được đom đóm ở Seattle bây giờ!"*

Từ khi chiến tranh đuổi chúng tôi rời nhà đi tản cư, đom đóm đã mất dấu trong tôi. Khi hồi cư, gia đình tôi về sống tại Hà Nội, những ánh sáng chớp tắt đã lịm đi. Ngày đó, tôi chưa biết tiếc nuối những kỷ niệm thời nhỏ dại. Bây giờ, trên nửa thế kỷ sau, ngồi nhớ lại mới thấy hụt hẫng. Những con đom đóm lập lòe của tuổi thơ tôi đã tuyệt chủng ngay từ những ngày xa xưa đó.

09/2024

GÀ TÂY

Gà tây hay gà lôi, chúng ta bé cái nhầm khi cho chúng là gà. Thực ra chúng là loài chim thuộc chi Meleagris có nguồn gốc từ Bắc Mỹ. Chúng bay được, không như chim nhưng cũng đập cánh di chuyển trên không như thiên nga hay ngỗng trời. Chỉ khi chúng bị thuần hóa bởi con người, được ăn uống thả dàn sung sướng, thân hình ô dề, chúng mới xuống cấp, mỏi cánh và hầu như quên bay, chỉ vỗ cánh bay là là một đoạn ngắn. Gà tây nuôi trong vườn di chuyển chậm chạp, đầu lắc lư ngây ngô, trông hơi ngu ngu nên chẳng ai muốn nhận họ hàng với chúng.

Chúng ta gọi là "gà tây" vì chúng được nhập cảng từ bên Tây. Bên Tây, Anh ngữ gọi chúng là *turkey*. *Turkey* là tên nước Thổ Nhĩ Kỳ. Vậy là mấy anh Thổ la làng, đổ vấy cho Ấn Độ, gà tây tại thổ Nhĩ Kỳ được gọi là *Hindu*! Anh Ấn Độ không muốn mình ngu ngu nên tại Ấn, gà tây được gọi là *Peru*. Trong thế giới Ả Rập, gà tây có tên *Geek chicken*.

Geek là Hy Lạp. Anh Hy Lạp lại nhẩy đựng lên. Tại Hy Lạp gà tây có tên là *French chicken.* Anh Pháp tức khí gọi là *Indian chicken.* Vậy là lại trở về với anh Ấn Độ. Thực ra anh Ấn Độ bị oan. *Indian* nói đây là chỉ người da đỏ. Gà tây có xuất xứ từ Bắc Mỹ, nơi mà các nhà thám hiểm tưởng là đất Ấn Độ, nên mới có tên *Indian* chỉ thị người da đỏ.

Không phải người ta khơi khơi đặt tên cho gà tây là *turkey*. Chuyện này có lịch sử đàng hoàng. Vào thế kỷ 15 và 16, đế quốc Ottoman của Thổ Nhĩ Kỳ đang ở thời cực thịnh. Chủng tộc Thổ Nhĩ Kỳ sống ở Constantinople, ngày nay là thủ đô Istanbul, cai trị một đế quốc trải dài từ Cận Đông, Trung Đông tới Bắc Phi. Kết quả là đối với người châu Âu, bất cứ cái chi từ phương đông tới đều được cho là của người Thổ Nhĩ Kỳ. Dân Thổ thống trị về thương mại nên các sản vật từ phía đông tới đều là của *Turque*, tiếng Pháp, tiếng Anh là *Turkey*. Như đá quý từ Ba Tư được người Pháp kêu là "*pierre turquoise*". Tương tự như vậy con gà lôi cũng thành gà Thổ Nhĩ Kỳ *turkey*.

Thực ra chuyện Thổ Nhĩ Kỳ dính vào gà tây chẳng có chi là mất danh giá nếu nó không bị tây phương làm biến nghĩa. Năm 1839, tạp chí Southern Literary Messenger do Edgar Allen Poe làm chủ bút, tường trình về một kiểu khiêu vũ mới được đặt tên là *turkey-trot*, có những động tác giật giật ngốc nghếch, điệu bộ giống gà tây. Gà tây được coi là đồng nghĩa với sự "ngu ngốc". Một ông chuyên viết phiếm là Walter Winchell, vào năm 1927, trên báo Vanity Fair, đã phổ biến tiếng lóng trong giới trình diễn, theo đó *turkey* có nghĩa là "sản phẩm hạng ba". Các cuốn phim dở ẹc, doanh

Gà tây đực và cái.

thu kém, được giới phê bình đánh giá là *"turkey"!* Từ điển cũng ghi như vậy. Khoảng thập niên 1950s, chữ *"turkey"* được định nghĩa là "một người ngu ngốc, chậm chạp, kém cỏi, vô giá trị". Tới thập niên 1970s, có chữ *"juve turkey"* (gà tây rỗng tuếch) được nhà tự vựng tiếng lóng Jonathan Green định nghĩa là "một người không chân thành, gian dối, không trung thực".

Gà tây là "nhân vật" chính trong dịp lễ Tạ Ơn và Giáng Sinh. Lễ Tạ Ơn rơi vào tháng 10 tại Canada và tháng 11 tại Mỹ. Lễ Tạ Ơn đầu tiên chú gà tây chưa nổi đình nổi đám đến nỗi thành biểu tượng của ngày lễ sau này. Đó là vào năm 1621, tại đồn điền Plymouth, vùng New England. Tham dự buổi lễ có 50 người di cư sống sót sau một năm gian khổ tàn khốc tại vùng đất mới và 90 người bản xứ. Bữa tiệc kéo dài ba ngày. Thống Đốc William Bradford ghi lại là dân bản địa đã mang tới "cá tuyết, cá vược và các loại cá khác". Thịt là thịt nai, vịt, ngỗng và "những con gà tây hoang dã". Rau củ có các loại bí và bắp. Ngày nay trong tiệc Tạ Ơn chúng ta thấy có khoai tây và đậu xanh cũng như bánh bí ngô và nước sốt *cranberry*. Ngày đó không có hai món này vì bột và đường rất khan hiếm.

Theo các nhà sử học chuyên nghiên cứu về sự tích và nguồn gốc thực phẩm của lễ Tạ Ơn thì cái mà chúng ta nghĩ là truyền thống của lễ Tạ Ơn mà chúng ta cử hành ngày nay chỉ bắt nguồn từ giữa thế kỷ 19, hơn hai thế kỷ sau bữa tiệc *original*. Việc tái tạo ngày lễ này là công của bà Sarah Hale. Bà ra đời tại New Hampshire vào năm 1784, sớm trở thành góa phụ và chuyên làm thơ kiếm sống. Bà đã sáng tác bài đồng dao *"Mery Had A Little Lamb"*. Năm 1837, bà là chủ biên cuốn sách Lady's Book của tạp chí nổi tiếng Godey's. Tin tưởng vào tôn giáo và truyền thống gia đình một cách cuồng nhiệt, tờ tạp chí đã vận động thành lập một ngày lễ quốc gia hàng năm mang tên "Lễ Tạ Ơn và Ngợi Ca". Thời đó nhiều người tin là trong bữa tiệc nguyên thủy vào năm 1621, món ăn chính là gà tây vì ngày đó có rất nhiều gà tây hoang dã tới vùng New Hampshire bên Mỹ. Năm 1863, Tổng Thống Abraham Lincoln đã tuyên bố lễ Tạ Ơn là một ngày lễ quốc gia. Vậy là loài gà tây lâm nạn! Báo chí đua nhau chỉ dẫn độc giả cách làm gà tây theo kiểu New England. Tờ Augusta Chronicle chạy hàng tít lớn vào năm 1882: "Mỗi người có đủ khả năng mua hoặc sở hữu gà tây sẽ hy sinh loài gia cầm cao quý vào ngày này".

Nạn...tạ ơn chưa qua thì nạn Giáng Sinh tới. Gà tây đến nước Anh vào năm 1526. Người ôm gà tây từ Mỹ về Anh là thương gia William Strickland. Ông chỉ mang có 6 trự nhưng lời to khi mang ra bán tại chợ Bristol. Từ 6 con, gà tây được nhân giống và trở thành hình nhân thế mạng cho các giống loài khác. Hồi đó người Anh thường dùng đầu heo hoặc xịn hơn là thịt công hoặc thiên nga cho bữa ăn lễ Giáng Sinh. Nhưng phổ biến hơn là thịt ngỗng. Dần dà các thứ này được thay thế bằng gà tây vì gà tây to lớn mang lại nhiều thịt hơn. Một chú gà tây nướng vàng rụm nằm chễm chệ trên bàn tiệc trông mát mắt hơn các loài gia cầm khác.

Nhà vua Henry VIII của Anh là vị vua đầu tiên thưởng thức gà tây trong dịp lễ Giáng Sinh vào thế kỷ thứ 16. Hầu hết dân Anh bắt chước nhà vua khi cho rằng một lễ Giáng Sinh không trọn vẹn là ngày lễ lớn khi không có chú gà tây tham gia vào. Chẳng cứ dân Anh, ngày nay cả thế giới rủ nhau đớp gà tây trong dịp Chúa ra đời. Họ bày ra đủ cách hành hạ gà tây: quay, chiên giòn, nướng, hầm hoặc nấu bằng đủ cách. Thân gà tơi tả trên bàn tiệc.

Dân Việt ta cũng góp phần vào việc truy lùng gà tây này. Dù ở trong nước hay hải ngoại, gà tây là bắt buộc khi ăn *reveillon*. Tại hải ngoại, người Việt không hẩu các cách nấu nướng gà tây của người bản xứ. Họ tìm cách chế biến theo khẩu vị của người Việt. Đó là những người Việt thuộc thế hệ di dân thứ nhất và một phần thế hệ một rưỡi. Các thế hệ sau thường đã hội nhập vào dòng chính nên họ sống gần như người bản xứ. Đông và tây có những khác biệt. Chỉ chuyện thịt gà tây đã quay hai hướng. Tôi và hầu hết thế hệ tôi ít thích thịt gà tây. Chúng ta đã quen với thịt gà ta. Mà phải là thịt gà đi bộ mới ưa. Thịt gà và thịt gà tây có hai loại: thịt trắng và thịt nâu. Ta thích ăn thịt đùi và cánh là phần thịt nâu, tây thích ăn phần ức là thịt trắng. Con gái út tôi, khi qua Canada mới 4 tuổi, chỉ thích ăn thịt trắng như người bản xứ. Hầu hết các gia đình tỵ nạn chúng ta đã ở thời kỳ tổ ấm bị lạnh. Các con đã ra ở giêng hết. Mua một con gà ở Costco về, vợ chồng chỉ ăn được phần thịt nâu. Phần thịt trắng để lay lứt ngày này qua ngày khác. Ăn thấy lạt lẽo vô vị. Các bà phải chế biến cho hợp cái miệng ăn uống mặn mà của dân ta may ra mới không bỏ phí. Thịt gà tây cũng vậy. Trong dịp lễ Tạ Ơn hay Giáng Sinh, gia đình tụ họp ăn uống cũng hai phe. Thường thì gia đình nào cũng có dâu rể người bản xứ nên con gà tây bị hai trường phái chia nhau một cách hòa bình. Thiệt đúng ý nghĩa của ngày lễ. Chỉ tội loài gà tây, hy sinh mỗi năm 46 triệu "gà mạng" trong dịp lễ. Trong số gà này mỗi năm có hai chú được Tổng Thống Mỹ xá tội. Tỷ lệ nghe ra khôi hài nhưng chuyện vẫn diễn ra hàng năm như một thủ tục không bỏ được. Tổng Thống Obama đã có lần tỏ ra khá bối rối khi chủ tọa buổi lễ này. "Tôi thấy hơi khó hiểu khi làm việc này hàng năm. Nhưng tôi thích vì bên cạnh mọi thứ căng thẳng trong văn phòng này, thật tốt khi có dịp nói mừng ngày lễ Tạ Ơn".

Truyền thống mỗi năm tặng hai con gà cho tổng thống của Liên Đoàn Gà Tây Quốc Gia *(National Turkey Federation)* để đãi tiệc trong tòa Bạch Ốc khởi đầu từ năm 1873. Hai chú gà này được chọn trong các trang trại nuôi gà tây toàn quốc về dự cuộc thi chung kết tại một địa phương. Ban

Tổng Thống Biden xá tội cho gà tây năm 2023.

giám khảo có sự tham gia của các học sinh lớp 5 tại địa phương đó. Liên Đoàn cho biết: "Chúng tôi muốn mang đến Tổng Thống một cặp gà tây lịch sự và rành nghề để bảo đảm chúng cư xử đúng mức trong ngày trọng đại". Cuộc tranh đua của các chủ trại để dành vinh dự cho trang trại của mình tạo thành tích có gà…tiến vua rất gay cấn. Cũng có vận động hành lang như cuộc bầu cử tổng thống. Hai con gà tây được chọn sẽ mang tên Tom One và Tom Two. Nhưng tên nghi lễ của chúng không là anh Cả anh Hai giản dị như vậy. Dân chúng Mỹ được tham gia chọn tên nghi lễ cho hai gà tây này trên mạng Twitter. Hai tên được bình chọn là Honest và Abe.

Các Tổng Thống trước đây đều nhậu gà tây được hiến tặng. Tổng Thống John F. Kennedy là người đầu tiên ân xá tội chết cho gà tây vào năm 1963. Ông nói: "Chúng ta hãy để cho con gà này lớn". Hai chú gà được phóng thích sẽ được gửi nuôi tại trang trại ở Virginia. Trên thực tế những con gà được xá tội này không sống thêm được bao lâu. Các Tổng thống tiếp theo hành động theo Tổng Thống Kennedy. Năm 1987, Tổng Thống Ronald Reagan mới chính thức dùng từ "xá tội". Năm 1989, Tổng Thống George H. W. Bush mới chính thức hóa lễ ân xá cho gà tây, bắt đầu truyền thống xá tội cho tới ngày nay. Các tờ báo nổi tiếng như Washington Post và Vox đã gọi lễ xá tội là "trò ngớ ngẩn nhất của nước Mỹ", hoặc là "ngày lễ truyền thống vô lý nhất". Nhưng Liên Đoàn Gà Tây Quốc Gia phản ứng lại: "Hãy nghĩ về ý nghĩa của lễ Tạ Ơn, ngày lễ mang đến những lời chúc tốt đẹp cho mùa màng bội thu và là thời gian để Tổng Thống kêu gọi người dân toàn quốc cầu nguyện".

Lễ Tạ Ơn, hai chú gà được tha tội trong khi 46 triệu chú khác bị phân thây, thiệt là một tỷ lệ đáng hổ thẹn. Có phải vì vậy mà vào tháng 5 năm nay, tại Montreal chúng tôi, gà tây biểu dương lực lượng. Chúng xâm lấn thành phố, xuất hiện nơi này nơi kia: trong sân bệnh viện, trong vườn tư gia. Thậm chí trong vùng Dollard-des-Ormeaux, một chú gà tây còn cả gan đánh nhau với một chiếc xe hơi đậu trên *drive-way*! Không ai làm chi chúng vì chúng là loài động vật được bảo vệ. Trong những năm khoảng đầu thế kỷ 20, chúng đã

Một chú gà tây thong dong tại sân bệnh viện Douglas Hospital ở Verdun, Montreal.

hầu như tuyệt chủng nhưng vào thập niên 1980s người ta đã nhập thêm gà tây vào. Từ 2003 đến 2013, tỉnh bang Quebec đã nhập thêm 600 trụ cộng với một số di cư từ tỉnh bang Ontario sang. Gà tây không bay như chim nhưng nước đi bộ của chúng rất bền. Đi xuyên tỉnh bang với chúng là chuyện nhỏ. Bao nhiêu năm giang sơn của chúng là vùng rừng núi, tại sao năm nay chúng lại xuống phố thị, các nhà điểu học giải thích. Thứ nhất là vì năm nay mùa đông ấm hơn mọi năm, mùa xuân và mùa hè khô hơn. Đây là khí hậu thích hợp với gà tây. Thứ hai là vùng trú ẩn tự nhiên và thức ăn thiên nhiên của chúng bị con người khai thác phá hỏng. Nhà điểu học David Bird (cha mẹ sao khéo đặt tên!) giải thích: "Chúng không còn chọn lựa nào khác ngoài việc tìm cách cộng sinh với chúng ta. Vậy nên chúng chẳng có tội tình chi khi xuất hiện đây đó trong thành phố của chúng ta". Những khách không mời mà tới này làm dân chúng bối rối không biết cư xử ra sao cho phải lẽ. Giới chức thành phố khuyên dân chúng mặc kệ những chú gà ngu ngơ nếu bắt gặp. Khi chúng xuất hiện trong khuôn viên nhà chúng ta, chúng ta chỉ nên gây tiếng động hoặc vẫy một tấm bìa hay khăn lông cho chúng bỏ đi. Ngoài ra chúng ta đừng để thức ăn trong những hộp thực phẩm cho chim ăn treo trên cây rớt xuống đất hoặc thức ăn rơi rớt từ chén ăn của chó mèo hoặc thùng rác đậy không kỹ. Nếu chúng vẫn lỳ lợm không lui bước thì gọi cho nhà chức trách cử chuyên viên tới bê các vị khách này đi. Toàn những cách tiêu cực. Nếu chuyện xảy ra ở Việt Nam thì khác. Cho lên nồi hết!

Từ khi đọc được bài *"What's with all the wild turkeys in Montreal"* trên báo The Gazette ra ngày 8/5/2024, tôi có ý chờ nhưng chưa thấy những vị khách này xuất hiện nơi nhà tôi. Nói cho oai vậy chứ nghĩ lại hồi nhỏ, trong sân nhà có nuôi một cặp gà tây, thỉnh thoảng bị chúng đuổi chạy có cờ, chỉ sợ chúng mổ vào làm mù mắt như người lớn dọa. Gà tây…ta chắc không đô con bằng gà tây…tây mà còn sợ hết hồn, huống chi thứ gà tây dám thi đấu với cả xe hơi!

10/2024

HAI MÀ MỘT, MỘT MÀ HAI

Chuyện một hai này không liên quan chi tới hai câu thơ của thi sĩ Tản Đà. *Mình với ta tuy hai mà một / Ta với mình tuy một mà hai.* Thơ của thi sĩ Tản Đà rõ ràng là hai muốn nhập làm một, trường hợp tôi muốn nói tới trong bài này khác. Không biết là một hay là hai.

Abby và Brittany Hensel là một cặp song sinh gái dính vào nhau. Họ ra đời vào ngày 7/3/1990. Các bác sĩ cho rằng họ chỉ sống được qua đêm đầu tiên. Nhưng tới nay họ vẫn… nhăn răng. Nhìn từ bên ngoài họ như một cơ thể có hai đầu. Thể xác hơi rộng bề ngang vì bên trong nội tạng chứa tới hai trái tim, ba lá phổi, hai dạ dày, ba trái thận. Nhưng chỉ có một hệ tuần hoàn và một bộ phận sinh dục. Chung đụng với nhau như vậy là một bất tiện nhưng bất tiện hơn cả là mỗi người kiểm soát một nửa cơ thể. Abby là "cô bên phải" kiểm soát tay phải và chân phải, không có chút cảm nhận nào về phía bên trái trong khi Brittany là "cô bên trái", kiểm soát tay và chân trái và không dính líu chi với tay và chân phải. Chuyện chia đôi trái phải này chúng ta nghe như người bàng quan thì không thấy chi trầm trọng nhưng với hai bé trong cuộc là cả một vấn đề. Họ phải tập để phối hợp hai bên trái phải với nhau khi tập bò, tập đi hay tập vỗ tay. Trong cuộc sống thường nhật, những động tác như chải đầu, mặc quần áo, trang điểm chúng ta làm một cách máy móc không cần suy nghĩ nhưng với cặp song sinh này đều là những vấn đề phải tập cho ăn khớp với nhau. Cũng may họ có một khả năng nhạy bén để hiểu và dự đoán người kia đang suy nghĩ hoặc cảm thấy như thế nào. Khả năng này thường phổ biến nơi những cặp song sinh dính liền và rất có ích trong việc cả hai làm cùng một công việc. Abby và Brittany gõ trên *computer* như một người chứ không phải hai cá nhân.

Thân xác cần phải ăn khớp nhưng hai cái đầu lại không

Abigail và Brittany Hensel hồi nhỏ.

ăn khớp. Mỗi cái đầu một tính. Một hướng nội và một hướng ngoại. Abby thích màu hồng và các màu tươi sáng nhưng Brittany lại như con trai không thích các màu con gái đó. Cô thích màu tím và các màu sặc sỡ. Hai cái đầu có hai kiểu tóc khác nhau, màu tóc khác nhau, chân đi giày dép kiểu khác nhau và quần *legging* cũng khác nhau. Họ có chung hai chân và hai tay nên biết theo ai bi chừ! Đành phải thỏa hiệp. Họ luân phiên nhau mỗi ngày một người quyết định quần áo mặc trong ngày hôm đó. Nói tới chân lại thêm một vấn đề khác. Chân của Brittany ngắn hơn của Abby khoảng 5 phân khiến khi đi Brittany phải kiễng chân để giữ thăng bằng.

Hai người có hai hệ miễn nhiễm khác nhau nên khi người này bị cảm cúm người kia không bị lây nhiễm. Brittany đã bị viêm phổi hai lần nhưng Abby không bị lần nào. Nhưng cảm giác chung sống da liền da với một người bệnh làm Abby rất khó chịu. Cô cho biết những ngày sống chung với người bệnh như vậy là những lúc cô ước được tách rời khỏi nhau nhất.

Chuyện tách rời hai thân hình đã được các bác sĩ nghĩ tới và bàn với cha mẹ bé gái song sinh ngay từ khi họ chào đời. Ông bố Mike Hensel là một thợ mộc tại một vùng nông thôn trong tiểu bang Minnesota và vợ là Patty đã phân vân trước đề nghị của các bác sĩ. Y học thời điểm đó đã tiến tới mức có thể tách rời hai cơ thể dính liền nhau nhưng rủi ro vẫn còn nhiều. Chấp nhận giải phẫu tách rời là chấp nhận đi tới tử vong của một hoặc cả hai bé. Cuối cùng họ quyết định không giải phẫu dù các bác sĩ đã cảnh báo là cặp sơ sinh có thể mất mạng sau một ngày.

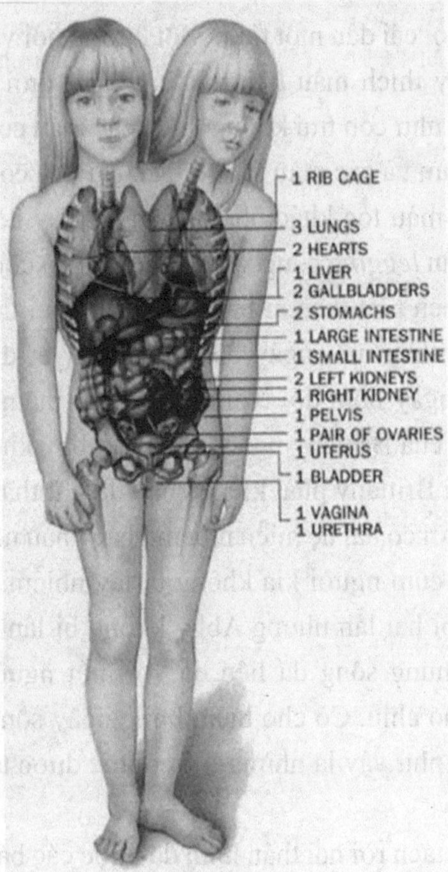

Chung một cơ thể.

Hai cô gái lớn lên trong trang trại của cha mẹ ở Minnesota, tránh xa báo chí. Họ sống cuộc sống bình thường trong gia đình gồm một chị gái và một anh trai. Cặp sinh đôi vẫn phải lui tới bệnh viện theo định kỳ để kiểm tra sức khỏe. Nhưng cuộc sống thầm lặng sau hàng rào trang trại chỉ kéo dài được 6 năm. Năm 1996 hai bé dính liền 6 tuổi đã xuất hiện trên *show* truyền hình "The Oprah Winfrey Show" của ngôi sao lừng danh Oprah Winfrey. Tạp chí Time cũng viết bài và đưa hình của họ lên trang bìa. Trong những năm tiếp theo đôi song sinh này đã tham gia các chương trình đặc biệt trên các đài Discovery Channel, BBC và nhất là TLC. Câu chuyện của họ được chuyển thành phim tài liệu của TLC dưới cái tên "Abby & Brittany". Họ còn cùng nhau xuất hiện trong chương trình truyền hình thực tế "Joined for Life" chia sẻ về cuộc sống của hai con người chung một cơ thể và nỗ lực vươn lên trong nghịch cảnh. Năm Abby và Britttany được 16 tuổi, đài TLC đã liên tục tới quay cảnh sinh hoạt của hai chị em để phát sóng vào năm 2012 khi hai chị em được 22 tuổi. Bộ phim này đã khiến tên tuổi của họ đi vào từng gia đình người Mỹ. Tuy nhiên cặp song sinh này không hứng thú với tiếng tăm nổi như cồn của họ. Họ khẳng định không muốn kiếm danh vọng mà chỉ muốn mọi người biết và hiểu hoàn cảnh của các cặp song sinh dính liền để có cái nhìn thông thoáng và không kỳ thị đối với những con người có hoàn cảnh khác thường.

Một trong những nghịch cảnh là Abby và Brittany tuy chung một thân xác nhưng lại có hai cá tính khác biệt. Abby nóng tính, bướng bỉnh trong khi Brittany vui vẻ, thích pha trò cho mọi người cười. Abby hướng nội, thích ở nhà, không muốn giao thiệp nhiều thì Brittany hướng ngoại, khoái giao du, gặp gỡ bạn bè. Sở thích ăn uống cũng không giống nhau. Trong bữa ăn sáng, Abby uống nước cam còn Brittany uống sữa. Gu ăn uống và nhiều sở thích khác của hai người cũng khác biệt nhau. Họ tự hào về cá tính khác biệt này.

Abby mê học toán trong khi Brittany lại khoái văn

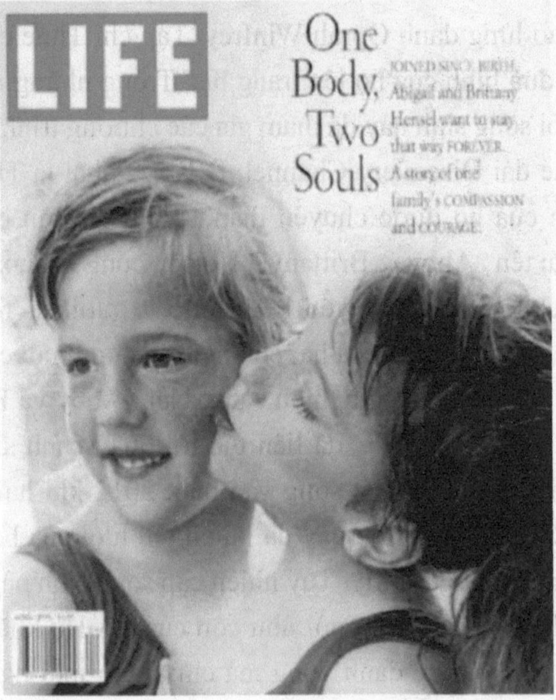

chương thơ thẩn. Nhưng dù sở thích khác biệt, họ vẫn phải ngồi chung một lớp tại trường trung học Mayer Lutheran. Trong khó khăn, họ vẫn cố tham gia chơi đùa với các bạn. Mỗi khi làm bài kiểm tra, giáo viên phải cử người coi thi đặc biệt để tránh gian lận. Năm 2008 hai cô gái này đã đi vào lịch sử khi trở thành cặp song sinh dính liền đầu tiên tốt nghiệp trung học tại Mỹ. Đã tạo thành tích có một không hai, Abby và Brittany vẫn chưa mãn nguyện. Họ tiếp tục vào Đại học.

Trường Đại học Bethel đã đón tiếp hai cô sinh viên không giống ai. Mỗi cô một sở thích khác nhau, muốn học một chuyên ngành khác nhau, nhưng họ đâu có thể phân đôi để ngồi riêng lớp. Cuối cùng họ phải học ngành giáo dục.

Không có cơ thể giống các sinh viên khác nhưng họ vẫn xử sự như các sinh viên khác. Họ dọn ra ở riêng, không lệ thuộc vào cha mẹ. Không cần tưởng tượng, chúng ta cũng biết là họ phải vất vả như thế nào để tự lập. Họ cũng đi chơi với bạn, dự tiệc tùng và mua sắm như những nữ sinh viên khác. Sau bốn năm, họ tốt nghiệp vào niên học 2011-2012. Tháng 10 năm 2017 họ được nhận dạy toàn thời gian tại trường tiểu học Mounds View. Mỗi người dạy một môn. Abby dạy toán và vật lý trong khi Brittany dạy văn và sử. Rắc rối bắt đầu từ đây. Vì họ không thể phân thây làm hai nên dù là giờ dạy của người này thì người kia bắt buộc phải…dự thính. Ngân quỹ nhà trường không thể trả cho hai người chỉ làm một công việc nên bắt buộc hai người chỉ nhận một đầu lương. Thiệt hại 50%! Vậy mà bà mẹ của hai chị em rất vui khi các con mình có việc làm. Bà Patty nhớ lại: "Khi hai đứa được 5 tuổi, tôi nhớ một đứa muốn thành phi công và một đứa muốn làm nha sĩ. Còn bây giờ công việc giảng dạy thực sự phù hợp với chúng. Hai chị em luôn luôn yêu thích trẻ em và trẻ em cũng thích hai đứa". Họ dạy từ năm 2017, tới nay đã có thâm niên 7 năm, nên họ đang tính chuyện thương lượng lại tiền lương. Không biết kết quả ra sao nhưng nếu bắt nhà trường trả hai đầu lương thì chơi ép nhau quá.

Hai người chỉ có một thân hình, mỗi người điều khiển một bên, nên phải phối hợp đồng bộ mới đi đứng được. Đi đứng là chuyện dễ. Chuyện bơi, đạp xe đạp, chơi các môn thể thao, mà mỗi người điều khiển một bên thân hình, mới là chuyện khó dàn trời. Vậy mà với ý chí mãnh liệt, họ làm được. Tỷ dụ như chuyện học lái xe hơi. Năm 16 tuổi, như phần lớn các trẻ em Mỹ khác, họ quyết định tập lái xe. Khi thi phần lý thuyết, họ phải làm bài hai lần, mỗi người một bài thi khác nhau. Khi tập lái, hai tay của hai người cùng ôm vô-lăng. Abby điều khiển chân phải nên đảm nhiệm phía bên phải gồm đạp ga, mở tắt *radio*, điều hòa không khí và các thiết bị nằm phía bên phải chỗ ngồi. Brittany giữ phần bên trái gồm điều chỉnh đèn pha, tín hiệu phía trái. Ngày họ thi lấy bằng lái, đài truyền hình thực tế TLC đã quay trực tiếp. Dân Mỹ đã hào hứng theo dõi. Nhiều người tỏ ra thích thú nhưng cũng có một số người lo ngại về an toàn lưu thông khi thấy hai người phải phối hợp nhuần nhuyễn khi điều khiển tay lái. Abby cho biết: "Chúng tôi là hai người khác nhau, do đó luôn phải thường xuyên trao đổi, bàn luận để có sự thống nhất". Họ ngây ngất khi được cấp bằng lái xe. Bà mẹ Patty…phiếm: "Tôi không biết chuyện gì sẽ xảy ra nếu hai đứa bị cảnh sát bắt vì chạy quá tốc độ. Liệu mỗi đứa bị một giấy phạt hay chỉ Abby bị vì con nhỏ này chịu trách nhiện đạp chân ga!".

Cả hai chị em đều thích du lịch. Họ đã cùng hai người bạn du lịch tới Anh và Ý. Mỗi người có một *passport* riêng nhưng chỉ phải mua một vé máy bay. Họ luôn luôn bị nhìn như một người có hai đầu nhưng cả Abby lẫn Brittany đều là những người có cá tính ngay từ khi còn học trung học. Khi bạn học hỏi có phải họ chỉ là một người có hai đầu không, họ dõng dạc đính chính: "Chúng tôi là hai người riêng biệt dính liền với nhau". Khi đi coi phim họ mua hai vé dù chỉ ngồi một ghế. Dịp sinh nhật, họ luôn đòi có hai chiếc bánh. Trong bàn ăn họ cũng có hai đĩa riêng. Khi họ phạm lỗi, bố mẹ

Lãnh bằng Đại học.

sẽ tìm hiểu cẩn thận xem lỗi thuộc bé nào để xử phạt đúng người có lỗi dù người kia cũng có dính líu. Trong lớp học, khi làm bài kiểm tra, mỗi người có một tờ giấy riêng và làm bài biệt lập bằng bàn tay phía bên mình. Theo giáo sư Kevin Boozikee thì họ có những suy nghĩ độc lập, trả lời khác nhau nên điểm số cũng khác nhau.

Năm 2019, họ được 29 tuổi và có nhu cầu kết hôn và sanh con. Chà! Chuyện coi bộ rắc rối lớn. Nhưng cả hai vẫn lạc quan với chuyện có gia đình riêng tuy các bác sĩ cho đây là một chuyện phức tạp. Bà mẹ Patty cho biết : "Tôi muốn cả thế giới nhìn thấy Abby và Brittany là hai con người, cũng có niềm hy vọng và nỗi sợ hãi như bất cứ người bình thường nào". Riêng hai chị em cũng mạnh mẽ xác nhận: "Chúng tôi đã lớn lên với niềm tin rằng chúng tôi có thể làm bất cứ điều gì chúng tôi muốn. Chúng tôi mong muốn có thể trở thành những bà mẹ trong tương lai dù hiện tại chúng tôi vẫn chưa nghĩ ra cách mình nên làm thế nào".

Làm thế nào, câu hỏi ai cũng nghĩ là không có câu trả lời. Thì cứ cho họ là hai cá thể có tính tình riêng biệt nhưng họ chỉ có một bộ phận sinh dục và có cuộc sống không rời nhau được thì làm sao có thể có gia đình riêng. Cả hai đã bộc bạch ý muốn của mình: "Mong muốn của chúng tôi bây giờ là sanh được một em bé!". Về mặt sinh học thì điều này hoàn toàn có thể được vì cả hai đều có một cơ quan sinh sản hoạt động tốt. Đặc biệt khi qua kiểm tra, về lý thuyết thì con cái của hai chị em này sẽ có một cơ thể bình thường như những đứa trẻ khác.

Vậy mà họ đã làm cho bằng được. Ngày 28/3/2024, báo chí Mỹ tiết lộ là Abby đã lên xe hoa.Theo hồ sơ công khai, năm 2021 cô đã kết hôn với Josh Bowling, 33 tuổi, cựu quân nhân Mỹ hiện đang hành nghề y tá. Anh này đã có con riêng trước khi cưới Abby. Vợ chồng này hiện vẫn đang ở Minnesota. Hai chị em cũng đang dạy lớp 5 tại trường tiểu học Sunnyside ở New Brighton.

Chuyện Abby lấy chồng được chính họ công bố bằng một *video* trên Tik Tok. Trong *video*, người ta thấy Abby và chồng khiêu vũ rất tình tứ trong lễ cưới. Dĩ nhiên Brittany cũng phải khiêu vũ cùng. Anh chồng Bowling cũng *post* một *video* dài 30 giây trên Facebook quay lại cảnh ba người khiêu vũ. Hai chị em song sinh mặc bộ áo cưới trắng toát, chú rể Bowling mặc bộ *vest* xám.

Tôi tìm coi được hình ảnh của lễ cưới này và nảy ra muôn vàn thắc mắc. Cuộc sống của họ ra sao? Đêm tân hôn,

Lễ cưới Abby vào năm 2021. Hình: Daily Mail

cô Brittany có phải nhắm mắt để tạo một khung cảnh riêng tư cho cặp tân hôn không? Khi hợp cẩn mới rắc rối, hai người chung một cái mà nữ sĩ Hồ Xuân Hương gọi là "hang cắc cớ" mỗi người điều khiển một bên chân, biết của ai vào của ai? Đúng là...cắc cớ!

Thiệt nhức cái đầu khi cố gắng tìm hiểu. Người trong cuộc chắc không bật mí chuyện phòng the. Chúng ta đành chịu chết. Chỉ còn biết bám vào thơ Mai Thảo để...thở dài: "*Thế giới có triệu điều không hiểu!*"

04/2024

HÔN

Ngày 6/7 vừa qua là Ngày Quốc Tế Nụ Hôn *(International Kissing Day).* Tôi không ngạc nhiên khi biết được ngày này vì mỗi năm có 365 ngày hầu như ngày nào cũng là ngày tôn vinh một thứ gì đó. Đến chuyện không mặc quần cũng có riêng một ngày thì cái chi chi trên cõi đời này chẳng đáng ghi nhớ, huống chi cái thứ ngọt ngào như nụ hôn.

Bày đặt ra ngày này là người Anh. Cũng mới đây thôi, vào năm 2000. Chỉ hai năm sau, năm 2002, Liên Hiệp Quốc đã chính thức phê duyệt chọn ngày này là Ngày Quốc Tế Nụ Hôn, nhằm tôn vinh những giá trị mà nụ hôn mang lại, vượt qua các rào cản giới tính và màu da.

Hôn thì từ ngày còn nằm nôi chúng ta đã biết nó như thế nào. Đó là cách đứa trẻ bày tỏ cảm tình với người gần gũi nhất là người mẹ và những người thân khác. Làm cha làm mẹ, chúng ta đã cảm thấy hạnh phúc khi đứa con còn chưa biết đi biết nói vít cổ xuống hôn kèm theo rất nhiều mũi giãi bầy hầy. Nụ hôn này thường là hôn vào má để bày tỏ lòng yêu mến vô bờ bến. Đó là nụ hôn bắt đầu cho một đời sống mà nụ hôn xê dịch lúc thì lên trán, lên tóc, lên mặt, lên cổ, lên tay để tới nụ hôn thắm thiết nhất là hôn lên môi, nụ hôn của những người yêu nhau. Chuyện hấp dẫn này chúng ta sẽ nói sau.

Tôi vẫn ngờ ngợ không hiểu sao Liên Hiệp Quốc lại nhúng tay vô cái vụ hôn hít này. Phải chăng nụ hôn khiến cho nhân loại sống khỏe hơn? Các nhà khoa học đã nghiên cứu chi tiết về lợi ích của nụ hôn. Trước hết nó tăng cường khả năng miễn dịch của phụ nữ, giảm khả năng gây mù lòa và các dị tật bẩm sinh khác ở thai nhi nếu người mẹ đang mang thai. Các ông bà miệng có gang có thép nói vậy thì biết vậy, chúng ta chẳng nên nghi ngờ. Hôn giúp đốt cháy *calorie*. Tùy từng kiểu hôn, nụ hôn có thể đốt cháy được từ 2 đến 6 *calories* mỗi phút. Làm như hôn là một môn thể thao làm tiêu *calorie*! Hôn còn giúp cải thiện sức khỏe răng miệng vì trong nước miếng có chất *microbiome*. Khi hôn chúng ta phải sử dụng tới 30 loại cơ bắp khiến cơ mặt săn chắc và trẻ lâu. Hôn cũng làm tăng nồng độ *oxytocin*, một loại hóa chất làm dịu tâm trạng tự nhiên của cơ thể. Khi hôn, chất *endorphin* tăng giúp cho cơ thể phấn chấn hơn. Chất *serotonin* cũng tăng tạo cảm giác an lành và viên mãn. Những lợi ích mà các nhà khoa học chỉ ra cho chúng ta khiến chuyện hôn hít giúp chúng ta tăng cường sự phấn chấn yêu đời. Chuyện này chẳng cần phân tích chúng ta cũng cảm thấy. Nhưng chuyện các nhà khoa học phán hôn hít làm hạ huyết áp là chuyện chúng ta khó chấp nhận. Các nhà khoa học đồng ý cái hôn khiến cho tim đập mạnh. Nhịp tim tăng làm cho các mạch máu giãn ra, đẩy mạnh lưu lượng máu tới các cơ quan trong cơ thể giúp giảm huyết áp. Chuyện này các ông bạn tôi, bằng vào kinh nghiệm cá nhân, lắc đầu quầy quậy. Theo các ông này thì khi hôn đầu óc phừng phừng, mặt đỏ tía tai, huyết áp làm sao giảm? Các ông này coi bộ muốn chọc quê khoa học!

Dù sao hôn là một chuyện bổ ích, không bổ ngang cũng bổ dọc, nên nhân loại vẫn say sưa hôn từ đời này tới đời khác. Có điều phải công nhận là hôn dễ làm cho người ta hụt hơi, chới với như bị chìm dưới nước. Nếu không muốn chết đuối, người ta chỉ có thể hôn nhau tới khi mặt đỏ tía tai là phải ngưng để lấy hơi. Nhưng nhân loại có nhiều nhân tài trong mọi lãnh vực. Lãnh vực hôn không là ngoại lệ. Người ta đã tạo ra những kỷ lục. Ngày 6/7/2005, trong một cuộc thi hôn dài lâu tại Anh, một cặp đã đạt kỷ lục hôn nhau liền tù tì trong 31 giờ 30 phút. Bốn năm sau, tại Đức, trong ngày Valentine 2009, cặp Nikola Matovic và Laksana Tiranarat đã lập kỷ lục mới là 32 tiếng. Ngày 13/2/2011, cặp vợ chồng Thái Lan Ekkachai và Laksana Tiranarat chơi trội, hôn nhau tới 46 giờ 24 phút. Nhưng sau đó, trong một cuộc thi do Ripley's Believe It or Not tổ chức tại Pattaya, Thái Lan, vào ngày 12/2/2013, chính cặp vợ chồng này đã phá kỷ lục của chính họ khi họ hôn nhau dài tới 58 giờ 35 phút. Kỷ lục này hiện vẫn được ghi tại sách kỷ lục Guinness.

Hôn chi mà hôn quên ăn quên ngủ như vậy, thiệt đúng là kỷ lục. Hôn môi là kiểu hôn của những tình nhân hoặc những cặp vợ chồng. Nhưng cũng không hẳn vậy. Trường hợp nụ

Bức tượng "Không Đầu Hàng" tại San Diego.

hôn nổi tiếng của bức tượng "Đầu Hàng Vô Điều Kiện" hoặc "Ngày Chiến Thắng Nhật Bản tại Time Square" nổi bật trên nền trời của hải cảng San Diego chẳng dính dáng chi tới yêu đương.

Bức tượng được tạc theo tấm hình của nhiếp ảnh gia Alfred Eisenstaedt vào ngày Thế Chiến Thứ Hai vừa kết thúc. Đó là ngày 14/8/1945. Trên Time Square nổi tiếng của New York, các chàng lính hải quân vui mừng chạy ôm hôn bất cứ ai họ gặp. Nhiếp ảnh gia Alfred Eisenstaedt kể lại trong cuốn sách *"The Eye of Eisenstadet"*: "Vào ngày VJ đó, tôi đã nhìn thấy một người lính thủy chạy dọc theo con phố và ôm chầm bất kỳ người phụ nữ nào anh ta nhìn thấy, bất kể già trẻ, mập ốm. Tôi chạy trước anh ta với chiếc máy Leica của mình và quay lại chụp anh ta nhưng chưa tấm nào làm tôi ưng ý. Bất chợt trong giây lát, tôi nhìn thấy anh ta ôm lấy cái gì đó màu trắng. Tôi quay lại và bấm máy ngay khi người lính hải quân hôn cô y tá. Giờ đây tôi nghĩ nếu cô ta mặc đồ màu tối hay anh lính mặc đồng phục trắng thì chắc chẳng bao giờ tôi chụp tấm ảnh đó. Tôi đã bấm tới bốn kiểu vỏn vẹn trong có vài giây nhưng chỉ có một kiểu tôi thực sự ưng ý. Mọi người nói với tôi rằng khi tôi đã ở trên thiên đường, người ta vẫn nhớ tới tấm ảnh đó của tôi". Tấm hình được in trên báo Life nửa tháng sau đã nổi tiếng đến không ngờ. Trong hình, khuôn mặt của hai nhân vật chính đều không rõ, người ta phải tìm hiểu đó là ai.

Cô y tá được xác định là Greta Zimmer nhưng chính cô lại chỉ biết tới tấm hình này vào thập niên 1960. Mặc dù gương mặt của cô bị cánh tay trái của người thủy thủ che khuất nhưng cô vẫn nhận ra mình nhờ mái tóc và trang phục cô mặc bữa đó. Cuối năm 1970, Greta Zimmer, khi đó đã thành bà Edith Shain, mới viết thư cho nhiếp ảnh gia tự nhận mình chính là cô y tá 21 tuổi trong tấm hình. Bà kể: "Hồi đó tôi đang làm việc tại Doctors Hospital ở New York. Khi nghe tin chiến tranh kết thúc, tôi cùng bạn bè tới Time Square để ăn mừng. Khi tôi ra khỏi *métro* và đi được một đoạn đường thì bất ngờ một thủy thủ chạy tới ôm và hôn tôi. Cảm giác của tôi lúc đó là cứ để anh ta hôn vì nghĩ rằng anh ta đã chiến đấu cho mình. Nó không giống như một nụ hôn mà như một hành động vui mừng vì anh ấy sẽ không phải quay trở lại Thái Bình Dương. Tôi nghĩ anh ấy chọn một người mặc đồng phục y tá vì anh ấy biết ơn những y tá chăm sóc cho các thương bệnh binh. Anh ta rất mạnh mẽ. Tôi không hôn anh ta, chính anh ta đã hôn tôi". Năm 2007, khi điêu khắc gia nổi tiếng J. Steward Johnson dựa vào tấm hình để dựng thành tượng, cô y tá trong tượng đã là khách mời danh dự.

Bà Zimmer và ông Mendonsa khi còn trẻ

Greta Zimmer, sanh năm 1924 tại thành phố Wiener Neustadt ở Áo. Khi Đệ Nhị Thế Chiến sắp bùng nổ, cha mẹ cô đã gửi cô tới Mỹ. Sau đó ông bà đã bị giết chết trong cuộc diệt chủng của Đức Quốc Xã. Năm 1956, Greta cư ngụ tại New York và kết hôn với một nhà khoa học làm việc cho lục quân Mỹ tên Mischa Friedman. Sau đó gia đình bà dọn tới tiểu bang Maryland. Bà mất vào năm 2019 ở tuổi 95.

Người ta đã kiếm được "nàng" nhưng "chàng" vẫn chưa được xác định là ai. Vài tháng sau, "chàng" mới được xác định đó là George Mendonsa, khi đó đã trên bát tuần và trong 62 năm qua cụ ông này chưa hề gặp lại cô y tá mà cụ đã ôm hôn thời trai trẻ. Bữa đó George đang được nghỉ phép, ngồi uống rượu với cô bạn gái tên Rita Petry. Cô này rất ngạc nhiên khi thấy bạn trai chạy tới ôm hôn cô y tá. Ông kể: "Tôi thấy cô y tá này xuất hiện. Chiến tranh đã kết thúc. Hứng khởi trước tin mừng này cộng với men say nên khi thấy cô y tá, tôi đã ôm choàng lấy cô và hôn". Cô Rita Petry sau này đã kết hôn với chàng thủy thủ. Sau hơn nửa thế kỷ chung sống, khi được hỏi về nụ hôn của chồng mình với cô y tá lạ, bà Rita cho biết bà chưa bao giờ giận chồng về nụ hôn đó. Có điều bà thòng thêm là trong cuộc sống chồng vợ, chưa bao giờ ông chồng George hôn bà nhiệt tình như vậy. Hai người sống với nhau hạnh phúc cho tới khi ông mất vào năm 2019, thọ 95 tuổi.

Hôn môi như nụ hôn bất hủ trên Time Square ngày đó không phải là nụ hôn của tình yêu. Nhưng đó là một biệt lệ. Nếu trái tim có khóa thì nụ hôn môi của những cặp tình nhân chính là chiếc chìa khóa mở cửa trái tim. Khi hai người trao nhau nụ hôn đầu, tình hình đổi khác ngay tức thì. Nhà thơ Trần Dạ Từ có thừa kinh nghiệm: "*Lần đầu ta ghé môi hôn / Mấy con ve nhỏ hết hồn kêu vang*". Sau đó là những cuộc tình. Mỗi cuộc tình có một đời sống riêng. Không cuộc tình nào giống cuộc tình nào. Tôi chỉ muốn nhắc tại đây một cuộc tình đẹp tôi mới tình cờ đọc được trên Facebook của hastag *#cothebanchuabiet*.

Năm 2016, Lê Mai Dạ Thảo, một phụ nữ nghèo ở Ea H'Leo, tỉnh Dak Lak, và David John Robert, một công chức

Tấm hình nụ hôn trên báo LIFE.

người Canada đang nghỉ hưu ở Nha Trang, gặp nhau. Hai người đều đã ly dị từ 10 năm trước. Khoảng cách 37 tuổi giữa hai người là trở ngại mà Dạ Thảo không vượt qua được. Cô bỏ trốn. Thất tình, ông Robert trở về Canada nhưng vẫn không quên được thiếu phụ Việt Nam mà ông rất quyến luyến. Tám tháng sau, khi nghe tin Dạ Thảo đã trở lại Nha Trang, ông Robert lại bay qua thành phố biển nhiều kỷ niệm này. Lần này cả hai quyết tâm đi tới. Hôn lễ dự định sẽ tổ chức trong năm 2020 nhưng đã tạm hoãn vì dịch bệnh. Một đêm tháng 7 cùng năm, Robert bị những cơn đau ngực dồn dập và được đưa vào bệnh viện. Các bác sĩ chẩn đoán ông bị ung thư phổi giai đoạn hai. Ông muốn trở về Canada điều trị để người yêu khỏi vất vả nhưng ông lại sợ trước viễn cảnh những ngày cuối đời không có Dạ Thảo. Ngoài ra, đại dịch khiến việc trở về Canada gặp nhiều trắc trở, Robert quyết định điều trị tại Việt Nam. Để Robert lên tinh thần, Dạ Thảo đề nghị hai người làm lễ cưới vào tháng 10/2020. Ngày cưới cô dâu cạo trọc đầu cho giống chú rể.

Robert ngày càng gầy mòn hơn, ăn không được, người chỉ còn da bọc xương. Thảo xin nghỉ làm để ngày đêm kề cận chăm sóc chồng. Đúng một năm sau ngày cưới, tháng 10/2021, bệnh tình của Robert đã tới giai đoạn cuối. Ông đã phải dùng *morphin* để khống chế những cơn đau. Biết thủ tục người ngoại quốc mất ở Việt Nam rất phức tạp, Robert ngỏ ý với vợ muốn được trở về chết bên Canada. Dạ Thảo vội làm *visa* đưa chồng về nước. Thấy cô vợ trẻ vất vả săn sóc mình, Robert đã nói: "Nếu biết bệnh thế này, anh sẽ không cưới em". Ngày 22/12/2021, họ được cấp *visa* nhập cảnh Canada. Mười giờ sáng ngày 24/12, giữa không khí tưng bừng của ngày tiền Giáng Sinh, họ đặt chân xuống phi trường Vancouver. Các con của Robert ra đón tiếp họ nồng nhiệt. Tối *reveillon*, ba con gái, một con trai và các cháu của Robert đã sửa soạn một bàn tiệc truyền thống với các món ăn mà Robert ưa thích cùng một con gà tây khổng lồ. Dạ Thảo chia sẻ: "Anh Robert đã có được một bữa tiệc đúng như mong ước. Tôi cũng đã làm tròn trách nhiệm đưa anh về với gia đình và đất nước của anh". Hai ngày sau, Robert vào bệnh viện. Cô vợ trẻ chỉ được vào thăm theo giờ quy định. Robert không ăn được nữa, chỉ sống nhờ ống truyền dưỡng chất. Mỗi lần thấy cô, ông ngước nhìn với ánh mắt mệt mỏi và hỏi: "Gia đình anh có đối xử tốt với em không?". Dạ Thảo nước mắt lưng tròng chỉ biết gật đầu.

Dạ Thảo và David John Robert trong ngày cưới.

Ngày 4/1/2022, Robert gọi các con lại để cho biết mình không còn sức chịu đựng nữa và xin được trợ tử. Đêm cuối cùng, Dạ Thảo được phép ở lại bên cạnh chồng. Rạng sáng, Robert thì thào với vợ: "Em yêu, hãy ôm anh đi! Những đêm qua anh rất cô đơn vì không có em bên cạnh". Hai vợ chồng ôm nhau khóc. Hôm sau, giờ ly biệt đã tới, Robert cảm ơn vợ cũ đã sanh cho ông những đứa con ngoan ngoãn, cám ơn Thảo đã cưới ông khi ông lâm bệnh ngặt nghèo và xin lỗi cô vì đã để cô ở lại khi cuộc sống chồng vợ mới chỉ vỏn vẹn một năm ba tháng gian truân. Ông nghẹn ngào nói: "Em có trái tim kim cương. Em không chê anh già, không chê anh nghèo và bệnh tật. Cám ơn em đã đưa anh về để anh được chết bên gia đình mà vẫn có em bên cạnh". Rồi ông cất tiếng hát bài *You Are My Sunshine*, bài hát Thảo rất thích. Sau đó ông hát tiếp một bài kỷ niệm xưa cũ với các con. Lúc đó là 5 giờ chiều ngày 5/1/2022. Bác sĩ hỏi ông có thay đổi ý định không, ông lắc đầu. Bác sĩ dành 10 phút cho gia đình nói lời vĩnh biệt. Từng người bước tới ôm giã biệt ông. Dạ Thảo là người cuối cùng. Ông nói với vợ: "Anh yêu em rất nhiều". Nhạc thánh ca trổi lên, bác sĩ chích cho ông một mũi thuốc. Vài phút sau, trái tim ông ngưng đập.

Trên trang Facebook của mình, vợ cũ của Robert viết cho Thảo: "Robert thực sự may mắn khi có bạn. Cám ơn bạn đã chia sẻ những ngày cuối cùng của anh ấy với tôi. Nó thực sự mang nhiều ý nghĩa. Tôi nghĩ bạn cũng đồng ý với tôi là Robert thực sự là người chồng tốt". Sau khi rải tro cốt của chồng xong, các con chồng đã mua vé máy bay cho Thảo trở về Nha Trang. Ở tuổi 36, cô muốn về lại Dak Lak mở một quán bún cá nhỏ để nuôi mẹ già và con. Tiền vốn mở quán, cô đã nhận được từ hai người ở Mỹ. Họ vốn không quen biết chi với cô nhưng cảm động trước chuyện tình đẹp, đã tổ chức một buổi văn nghệ quyên góp. Trải qua một cuộc tình lận đận chống trả bệnh tật, cô đã ngộ ra và nói: "Từ nay tôi sẽ sống cuộc đời nhẹ nhàng tại quê hương, ăn cơm mắm cũng toại nguyện".

07/2024

LÊN TRỜI

Nhìn lên trời là thả những ước mơ của mình lên tầng trên. Trên đó có trăng sao. Cũng còn có mặt trời nữa nhưng anh chàng này chói chang nóng bức quá, ước mơ nào cũng cháy đùng đùng nên không ai thèm chơi. Hạ giới chúng ta có ngài Tản Đà thân cận với trời cao nhất nhưng người chỉ chơi với trăng, đúng hơn với chị Hằng trên cung Quảng.

Đêm thu buồn lắm chị Hằng ơi
Trần thế em nay chán nửa rồi
Cung quế đã ai ngồi đó chửa?
Cành đa xin chị nhắc lên chơi

Ước mong lên cung trăng của Tản Đà được phi hành gia Neil Armstrong thực hiện vào ngày 21/7/1969. Ông là người đầu tiên bước chân lên mặt trăng. Ông không được ông Tản Đà nhắn nhủ gì nên không gặp được chị Hằng của nhà thơ toan gánh thơ lên trời bán của chúng ta. Không biết khi trở về trần thế ông có báo cáo chi không mà trần thế gửi hàng loạt chị Hằng đủ màu da, đủ quốc tịch bay lên trời.

Tính cho tới nay có 566 phi hành gia đã lên không gian, trong đó có 11% là phụ nữ. Theo thống kê thì chỉ có khoảng 65 nữ phi hành gia thuộc 7 quốc gia đã bay vào vũ trụ. Phần lớn do cơ quan không gian NASA của Mỹ phóng lên. Nga và Trung Quốc cũng góp phần vào con số này.

Phi thuyền của Nga đã phóng lên không gian hai vị nữ lưu đầu tiên. Đó là bà Vladimirovna Tereshkova và bà Svetlana Savitkaya.

Bà Vladimirovna Tereshkova leo lên phi thuyền vũ trụ Vostok 6 vào ngày 16/6/1963 và trở thành người phụ nữ đầu tiên bay vào vũ trụ. Bà đã bay 48 vòng quanh trái đất trong 3 ngày.

Phải chờ tới 19 năm sau, năm 1982, bóng hồng thứ hai

Bà Vladimirovna Tereshkova, nữ phi hành gia đầu tiên trong lịch sử thám hiểm vũ trụ của loài người, chuyến bay vào ngày 16/6/1963.

mới được tàu vũ trụ Soyuz T-7 đưa lên không gian. Bà Svetlana Savitskaya, khác với bà Vladimirovna chỉ bay vòng vòng quanh trái đất, có chỗ trú ngụ đàng hoàng. Bà chui vào trạm không gian Salyut-7 để tạm cư. Trong thời gian này bà đã đi bộ trong không gian khoảng 3 giờ 35 phút vào ngày 25/7/1982, lập kỷ lục là phụ nữ đầu tiên đi bộ trong không gian.

Một năm sau, vào ngày 18/6/1983, chuyến bay STS-7 của tàu con thoi Challenger mới đưa được người phụ nữ Mỹ đầu tiên là bà Sally Kristen Ride lên trời. Bà này khá ngon khi chính bà là phi công lái tàu. Bà Sally sanh năm 1951, khi bay lên không gian bà mới 32 tuổi. Đó là phụ nữ Mỹ trẻ nhất bay lên trời. Kỷ lục đó bà vẫn giữ cho tới ngày nay. Bà còn giữ một kỷ lục khác là người đồng tính đầu tiên lên vũ trụ.

Một bà người Mỹ khác cũng tạo nhiều kỷ lục trên không gian là bà Shannon Matilda Well Lucid. Bà giữ kỷ lục là phụ nữ có thời gian sống và làm việc trên không gian lâu nhất. Năm 1996 bà đã ở lỳ trên không gian tới 188 ngày, trong đó có 179 ngày sống trong trạm vũ trụ MIR. Bà bay lên không gian như đi chợ, năm lần tất cả. Năm 1985 trên phi thuyền con thoi Discovery, các năm 1989, 1991 và 1996 trên phi thuyền Atlantis, và 1993 trên phi thuyền Columbia.

Phụ nữ người Anh đầu tiên lên không gian là bà Helen Patricia Sharman, một nhà hóa học và kỹ thuật viên. Bà này bay lên trời vào năm 1991 bằng phi thuyền của Nga. Để được cưỡi tàu Nga lên vũ trụ, bà đã phải dự một cuộc thi tuyển bằng cách trả lời một quảng cáo trên đài truyền hình Anh tuyển một nữ phi hành gia người Anh "không cần kinh nghiệm". Có tất cả 13 ngàn bà dự tuyển. Bà là một trong số hai người được chọn để huấn luyện. Đây là dự án Juno hợp tác không gian giữa Nga và Anh. Bà lên trời vào ngày 18/5/1991, khi đó bà mới 28 tuổi và trở thành người phụ nữ trẻ tuổi nhất leo lên trời.

Tiếp theo đó, vào năm 1992, bà Tiến sĩ Y Khoa Roberta Bondar, người Canada chúng tôi, được cơ quan NASA của Mỹ đưa lên trời trên tàu con thoi Discovery để thực hiện các cuộc thí nghiệm trong phòng thí nghiệm không gian IML-1 từ ngày 22 đến ngày 30/1/1992.

Tất cả các bà đều da trắng tóc vàng sợi nhỏ. Người phụ nữ tóc đen đầu tiên lên không gian là bà Chiaki Mukai, một bác sĩ người Nhật. Bà thực hiện tới hai chuyến bay. Chuyến đầu tiên vào tháng 7/1994 trên tàu con thoi Columbia và chuyến thứ hai vào năm 1998 trên tàu con thoi Discovery của Mỹ. Bà ở trong không gian tổng cộng là 28 ngày.

Các bà người Pháp chậm chân hơn chút xíu. Bà Claudie Haigneré leo lên trạm không gian MIR và cư ngụ tại đây trong 16 ngày vào năm 1996. Năm 2001, bà leo lên trời lần nữa. Kỳ này bà đổi địa chỉ, ngụ tại trạm không gian quốc tế ISS. Chậm chân nhưng bà cũng lập được kỷ lục là phụ nữ Âu châu đầu tiên đặt chân lên chốn…quốc tế này.

Bà Kalpana Chawla là người Mỹ gốc Ấn Độ, phục vụ tại NASA, chuyên viên điều khiển cánh tay *robot* trên tàu con thoi Columbia. Bà được phóng lên không gian vào ngày 17/11/1997 và ở trong không gian 15 ngày rưỡi. Sáu năm sau, năm 2003, bà leo lên không gian lần thứ hai trên tàu con thoi Columbia. Ngày 1/2/2003, tàu quay trở lại địa cầu.

Đúng lúc vào vùng khí quyển của trái đất, tàu nổ tung làm toàn thể 7 người trong phi hành đoàn thiệt mạng. Khi đó bà mới 41 tuổi.

Trẻ hơn bà Kalpana Chawla là cô Yi So-Yon, người Đại Hàn. Khi cưỡi con tàu không gian Soyuz TMA-12 của Nga để lên trạm không gian quốc tế ISS vào ngày 8/4/2008, cô mới ba chục cái xuân xanh. Sau bà người Nhật Chiaki Mukai, cô Hàn quốc Yi So-Yon là người Á châu thứ hai lên không gian. Tôi không kể tới bà Ấn độ Kalpana Chawla vì bà có quốc tịch Mỹ.

Bà Mae Carol Jemison là người da đen đầu tiên lên không gian cũng cùng trường hợp như bà Ấn Độ Kalpana. Tuy là người gốc Phi nhưng bà được sanh tại thành phố Decatur, tiểu bang Alabama của Mỹ vào ngày 17/10/1956. Cảm hứng từ bà Sally Ride, phụ nữ Mỹ đầu tiên lên không gian, bà kết với mơ ước cũng được bay cao như vậy. Năm 1987, bà đã có trong tay văn bằng Kỹ sư Hóa Học tại Đại học Stanford và bằng Bác sĩ Đa khoa của đại học Cornell. Bà nộp đơn xin vào làm việc cho NASA và được chọn trong số trên 2 ngàn ứng viên xin vào NASA. Ngày 12/9/1992 bà cưỡi con tàu Endeavour lên không gian với sứ mạng nghiên cứu tế bào xương. Bà ở trong không gian 7 ngày 22 giờ 30 phút và 24 giây.

Cho tới nay chuyện các nữ lưu bay lên vũ trụ đã là chuyện hà rầm nhưng chuyện đưa các bà các cô lên trời cao vẫn còn những cấn cái. Tháng 3 năm 2019, 36 năm sau khi người phụ nữ Mỹ đầu tiên lên không gian, NASA có kế hoạch tổ chức một cuộc đi bộ ngoài không gian Spacewalk chỉ toàn phụ nữ.

Hai nữ phi hành gia Anne McClain và Christina đã sẵn sàng cho kế hoạch lịch sử này. Nhưng cuộc đi bộ này bị bãi bỏ chỉ vì NASA chỉ còn có một bộ đồ vũ trụ cỡ M trong khi hai nữ phi hành gia này cần hai bộ. Kết quả chỉ có bà Chistina Kock có đồ mặc trong khi bà Anne McClain được nam phi hành gia Nick Hague thay thế. Mãi tới 7 tháng sau, vào tháng 10/2019, mới có thêm một bộ đồ để hai bà dung dăng dung dẻ hoàn thành kế hoạch.

Sự việc chứng tỏ các nữ phi hành gia vẫn chưa được quan tâm đúng mức. Bà Margaret Weitekamp, Giám Đốc viện Bảo Tàng Hàng không và Không Gian Quốc gia (*National Air and Space Museum*), đã cho biết: "NASA đã hạn chế đưa các nữ phi hành gia vào vũ trụ vì cho rằng chỉ có nam giới mới đảm trách trọn vẹn sứ mệnh vĩ đại này, khó ai có thể thay thế được". Trên thực tế, phụ nữ có nhiều ưu điểm hơn để đảm nhiệm các nhiệm vụ trong không gian. Trước hết, họ thường nhẹ ký hơn nam giới. Cứ mỗi ký đưa lên vũ trụ đòi hỏi nhiều nhiên liệu hơn làm tăng thêm trọng lượng của tàu. Thứ hai, một nam phi hành gia cần từ 15% đến 25% lượng *calories* cao hơn một nữ phi hành gia. Điều này có nghĩa cần nhiều thực phẩm hơn khiến trọng lượng thực phẩm phải đưa lên vũ trụ nhiều hơn. Thứ ba, nữ phi hành gia sẽ tạo ra ít chất thải hơn góp phần giảm tải cho các hệ thống tái chế chất thải trên không gian. Thứ tư, theo nghiên cứu của Tiến sĩ William Randolph Lovelace, phụ nữ vượt trội hơn nam giới trong các tình huống cần phải chịu đựng sự cô lập trong thời gian dài.

Dù có nhiều ưu điểm hơn nam giới khi hoạt động trong không gian, phụ nữ vẫn không được coi trọng đúng mức.

Con số chỉ có 11% nữ giới được lên không gian nói lên thực tế đó. Bà Sally Ride, phụ nữ Mỹ đầu tiên lên không gian, đã có những phẫn nộ khi trả lời phỏng vấn của báo chí. "Vì bất cứ lý do gì, tôi không khuất phục trước định kiến rằng khoa học không dành cho phụ nữ. Tôi nhận được sự khích lệ từ cha mẹ. Chưa từng có một giáo viên nào nói với tôi rằng khoa học chỉ dành cho các ông". Trong các cuộc phỏng vấn của báo chí khi bà Sally Ride vừa hoàn tất chuyến bay, có những câu hỏi mang tính kỳ thị. Như câu hỏi bà ứng xử làm sao khi có kinh nguyệt trên không gian, bà gay gắt trả lời: "Tại sao không ai hỏi Rick những câu hỏi kiểu như thế?". Rick là tên thân mật của Trung Tá Hải Quân Frederick H. Hauck, phi công của tàu không gian trong chuyến bay của bà. Bà kéo một chuỗi băng vệ sinh dính liền nhau như một dải xúc xích. Nhà báo khai thác: "Bà có tới 100 băng vệ sinh, đó có phải là số lượng cần thiết cho một chuyến bay kéo dài một tuần không?". Bà trả lời ngắn gọn: "Không, đó không phải là con số thích hợp. Chúng tôi chỉ muốn có sự an toàn thôi". Một câu hỏi cà khịa khác: "Trong khi tập luyện, nếu có chuyện chi xảy ra, bà có khóc không?". Bà Sally khẳng định: "Thật tệ hại khi chúng ta không thể nghĩ xa hơn, đây mới đích thực là một vấn đề lớn. Đã đến lúc mọi người nhận ra rằng phụ nữ ở đất nước này có thể làm bất cứ thứ gì họ muốn".

Đã có tới 65 phụ nữ thuộc 7 quốc gia cưỡi phi thuyền lên trời. Họ đều là những phi hành gia chuyên nghiệp. Có các bà như bà Sally Ride và nhiều bà khác đã bay nhiều chuyến. Từ vài năm nay, chương trình *Space for Humanity*, có trụ sở tại Denver, tiểu bang Colorado, đưa các phi hành gia không chuyên nghiệp được gọi là các "phi hành gia công dân" lên vũ trụ để giải quyết các thách thức toàn cầu với tầm nhìn rộng hơn. Không gian không chỉ là nơi chốn của khoa học mà còn là tầm nhìn cao để giải quyết các vấn đề ở dưới thấp. Chương trình *Space for Humanity* làm công việc mà người ta gọi là dân chủ hóa không gian. Trong số các phi hành gia không chuyên được phóng lên dĩ nhiên có các phụ nữ. Trong chương trình hoạt động của năm 2014, có một phụ nữ gốc Việt sẽ được lên trời. Đó là cô Amanda Nguyễn. Ít người trong chúng ta biết cô gái người Mỹ gốc Việt 32 tuổi này. Cô đã được đề cử giải Nobel Hòa Bình vào năm 2019 và là người của năm 2022 của tạp chí danh tiếng Time. Tạp chí Forbes cũng chọn cô vào danh sách 30 nhân vật xuất chúng dưới 30 tuổi.

Cô Amanda Nguyễn , người phụ nữ của năm 2022 trên báo Time.

Năm 2013, khi đang là một sinh viên 21 tuổi tại Đại học Harvard, cô đã bị một nam sinh viên cưỡng hiếp. Cô tâm sự : "Harvard từng là ước mơ của tôi. Nhưng tôi đã bị cưỡng hiếp. Giấc mơ đẹp đẽ bỗng chốc hóa thành ác mộng. Tôi chỉ có một trong hai lựa chọn, một là chấp nhận những phức tạp của luật hiện hành, hai là thay đổi luật". Harvard nằm tại tiểu bang Massachusetts. Nơi đây, quá trình tìm kiếm công lý rất kinh hoàng khiến nạn nhân rất xấu hổ. Theo luật của tiểu bang này, nạn nhân bị tấn công tình dục có thời hạn 15 năm để kiện kẻ xâm hại nhưng trong thời gian đó họ phải làm thủ tục gia hạn *"rape kit"* mỗi 6 tháng. Cô Amanda cho biết: "Để tiến hành thủ tục gia hạn, tôi phải trải qua 6 giờ trong bệnh viện. Nhân viên khám nghiệm sẽ kiểm tra cơ thể nạn nhân từ đầu tới chân nhằm tìm kiếm bằng chứng ADN để có thể tố giác thủ phạm. Hệ thống này khiến tôi phải luôn sống cuộc đời của mình theo cái ngày bị cưỡng hiếp".

Luật đã bất cập, cô Amanda chọn cách thay đổi luật, không những luật của tiểu bang Massachusetts mà còn luật của liên bang áp dụng cho toàn nước Mỹ. Hành động này có thể ví như một hành trình đội đá vá trời. Một sinh viên gốc thiểu số đòi viết lại luật của một đất nước siêu cường hàng đầu thế giới. Cô đã soạn thảo dự luật về quyền của những nạn nhân bị tấn công tình dục. Sau hành trình dài vận động, dự luật đã được lưỡng viện quốc hội biểu quyết chấp thuận và Tổng thống Barak Obama đã ký thành luật vào tháng 10/2016.

Năm 2014, cô sáng lập tổ chức RISE, một tổ chức bất vụ lợi hỗ trợ những nạn nhân của các cuộc tấn công tình dục. Theo kết quả một cuộc khảo sát vào năm 2023, có tới 87% phụ nữ Việt Nam từng bị quấy rối tình dục, nhẹ là những câu nói xúc phạm tới nặng là hiếp dâm. Cô Amanda Nguyễn nhấn mạnh: "Hãy nhớ rằng công lý luôn tồn tại trong nhiều hình thức khác nhau. Nó không chỉ tồn tại trong công lý hình sự như tôi đã trải qua mà còn được hiểu theo cách khác biệt dưới góc nhìn của mỗi người. Tôi muốn nói rằng tôi luôn bên cạnh bạn. Bạn sẽ không phải trải qua mọi thứ một mình. Cùng nhau, chúng ta sẽ vượt qua. Cùng nhau, chúng tôi cam kết thay đổi cách chúng ta nghĩ về vũ trụ, về nhau và về tương lai của nhân loại. Tôi mong chờ chuyến hành trình vào vũ trụ cũng như hành trình tiếp tục của chúng ta tới một tương lai tươi sáng và tốt đẹp hơn".

Nói với giới thanh thiếu nữ Việt Nam, cô Amanda Nguyễn nhắn nhủ bằng tiếng Việt: "Tôi là người Việt Nam. Tôi bay vào vũ trụ để phụ nữ trẻ Việt Nam có thể nhìn thấy mình giữa những vì sao. Điều quan trọng đối với tôi là tôi có thể mang cộng đồng của mình ở bên cạnh. Tôi có thể là người đầu tiên nhưng sẽ không phải là người cuối cùng".

Người đầu tiên đặt chân xuống mặt trăng là Neil Armstrong vào năm 1969, một người đàn ông. Từ đó tới nay tính ra đã 55 năm, hơn nửa thế kỷ. Đã tới lúc mang một nữ phi hành gia bước đi trên mặt trăng, dung dăng dung dẻ với chị Hằng. Bữa 3/4/2024 vừa qua, NASA và cơ quan vũ trụ Canada đã công bố sẽ gửi bốn phi hành gia đáp xuống mặt trăng trong sứ mệnh Artemis 2, trong đó có một phi hành gia Canada. Nữ phi hành gia là bà Christina Hammock Koch. Bà này đã sáu lần đi bộ ngoài không gian, đặc biệt có một lần tham gia cuộc đi bộ toàn nữ vào năm 2019. Bà đang giữ kỷ lục là nữ phi hành gia ở trên vũ trụ lâu nhất, 328 ngày.

Cô Amanda Nguyễn.

Vậy là chị Hằng Koch từ trái đất sẽ hội ngộ với chị Hằng của thi sĩ Tản Đà. Chị Koch có hình hài đàng hoàng trong khi chị Hằng của Tản Đà chỉ là một bóng hình mơ mơ màng màng của nhà thơ luôn kè kè bàu rượu. Khoa học ngày nay đã xóa đi bóng hình mơ màng đó. May mà thi sĩ của chúng ta mất sớm. Nếu không chắc ông sẽ buồn thúi ruột!

06/2024

NGÀY KHÔNG QUẦN

Tháng 5 mới qua chưa tới chục ngày mà tôi đã tiếc tháng 5. Tiếc vì tôi không biết tháng này có một sự kiện trọng đại xảy ra vào ngày thứ sáu 3/5. Đó là ngày không mặc quần *"No Pants Day"*. Nói vậy cho thêm phần hấp dẫn, thực ra phải nói là ngày không mặc quần dài. Ăn gian chút đỉnh cho vui cửa vui nhà. Nhà không ăn nhậu chi tới chuyện không mặc quần này. Chúng ta đang nói chuyện không mặc quần dài ra đường. Ngày đó nam phụ lão ấu có thể cụt ngủn phía dưới khi bước ra khỏi nhà nếu muốn.

Chuyện xảy ra mỗi năm vào ngày thứ sáu đầu tiên của tháng 5. Ngày này người ta ghét bỏ chiếc quần dài đã dính vào chân nhân loại từ lâu lắm rồi. Cỡ 3 ngàn năm trước. Chiếc quần xưa nhất được các nhà khảo cổ tìm thấy là chiếc quần bằng len tại vùng phía tây Trung Quốc. Đó là chiếc quần mà người ta cho rằng được dùng để cưỡi ngựa. Ba ngàn năm trôi qua, chiếc quần dần dần được thay đổi chất liệu và mục đích sử dụng. Từ cưỡi ngựa qua lao động các loại rồi biến tấu theo thời trang. Loại quần phổ biến nhất bây giờ là quần *jean*. Hầu như mọi người, trai cũng như gái đều có một chiếc "quần bò" này trong tủ quần áo.

Quần dính vào người từ cả ngàn năm sao bỗng dưng lại bị lột ra? Đầu têu trong vụ này là đám sinh viên trường Đại học Austin, tiểu bang Texas. Thập niên 1980, câu lạc bộ sinh viên *Knighthood of Buh* muốn phá vỡ chuẩn mực xã hội trong ngày chấm dứt cuộc thi học kỳ nên thi xong thì lột quần. Đời sinh viên, mỗi lần thi xong đều như trút được một gánh nặng, mừng vui là phải. Nhưng tụt quần vui mừng thì quá lố. Chuyện quá lố này lại được tuổi trẻ hưởng ứng nồng nhiệt. Qua năm đầu của thiên niên kỷ mới, năm 2000, phong trào tụt quần nở rộ khắp nơi trên thế giới. Ồn ào nhất là các nước Âu Châu rồi lan qua Mỹ và Canada, sau đó qua Úc. Tính tới nay đã có 59 thành phố tại 27 quốc gia…không quần.

Còn một giả thuyết khác về sự ra đời của ngày…trống trải này. Cũng vào thập niên 1980, một ông chồng nhờ vợ ủi chiếc quần để ông mặc đi dự một buổi họp quan trọng. Chờ lâu mà chưa thấy vợ ủi xong, ông sợ trễ giờ, vội phi ra đường. Tới khi lên xe điện ngầm ông mới nhận ra tình trạng éo le. Nhưng chịu không thể trở về lấy quần, ông tặc lưỡi, tỉnh bơ như không. Thấy mọi người nhìn, ông còn cười để che lấp sự ngại ngùng. Sự việc sau đó khi ông tới buổi họp ra sao, không thấy tài liệu nói tới.

Pant là quần dài. *No Pants Day* chỉ việc không mặc quần dài chứ không phải cởi tuốt luốt. Có người kín đáo mặc quần

short, chỉ thiếu hai ống quần. Nhưng cũng có người thích mát mẻ hơn nên chỉ mặc quần lót đi long nhong ngoài đường chọc vào mắt thiên hạ. Quần lót chỉ để…lót. Quần lót đàn ông để kiềm chế sự nở nang bộc phát quá lố. Quần lót đàn bà để che đi thứ phải che. Che tới đâu tùy ý thích của người mặc. Có những chiếc quần chỉ che tối thiểu, hờ hững buông lơi. Có những chiếc quần tích cực che trước chắn sau làm vật cản. Nhưng dù kiểu nào, quần lót vẫn chỉ là quần lót. Gọi là lót thì là thứ cần có thêm một lớp quần khác bên ngoài. Các tham dự viên của *No Pants Day* muốn có chuyện chi khác lạ trước mắt bàn dân thiên hạ trong ngày đó nên cho lộ quần lót. Các ngày khác thì đừng hòng.

Một trong những điều thú vị của ngày Không Quần Dài là tạo sự ngạc nhiên cho đám đông. Thường thì bên trong chiếc quần dài là niềm riêng của mỗi người. Xanh đỏ tím vàng hay rộng hẹp dọc ngang ra sao, người khác làm sao biết được. Nay cho tỏ tường mọi sự, công khai triển lãm, khiến bá tánh ngạc nhiên và thích thú.

Ngày Không Quần là một ngày thú vị cho người tham gia. Đây là cơ hội cho họ bước ra khỏi những điều cấm kỵ không quy ước của xã hội và coi cuộc sống không có chi phải nghiêm túc quan trọng. Ngày này cũng làm cho người ta cảm thấy sự thân mật trong cuộc sống giữa những người khác quốc tịch, khác trình độ, khác nghề nghiệp. Mọi người hòa đồng với nhau trong niềm vui chung, nghịch ngợm một chút cho đời thêm hương hoa. Dù tham dự hay không, mọi người đều ngầm chia nhau một nụ cười, thoát khỏi sự nhàm chán thường ngày, cùng chung nhịp đập của những trái tim cảm thông và thân thiết.

Một ngày đi làm, bó cẳng trong chiếc quần dài, lưng quần ghi trên da dấu đỏ hoặc ngứa ngáy khó chịu, nay có một ngày được thoải mái, thoát khỏi cái bức bối ràng buộc của quần, thú vị quá đi chứ. Không khí mát mẻ tự do ve vuốt hai cẳng chân làm người ta có cảm tưởng như đang thoải mái ở nhà. Nhưng bỏ chiếc quần khi làm việc có thể xảy ra tai nạn phiền toái tới các phần thân thể được chiếc quần che đậy.

Ngày Không Quần được nhiều người cổ võ. Đi xa hơn, họ muốn tiến tới chuyện ngày nào cũng là Ngày Không Quần. Thiệt quá đáng. Cũng lắm chúng ta có thêm một ngày không quần nữa. Đó là Ngày Đi Xe Điện Ngầm Không Quần *(No Pants Subway Ride Day)* rơi vào ngày Chủ Nhật đầu tiên của năm mới do bảy thành viên của nhóm *Improv Everywhere*, một nhóm chuyên trình diễn hài kịch nghệ thuật của thành phố New York, bày ra. Bữa đó, bảy người xuống *métro*, mặc áo ấm dài, khăn quàng len, trên đầu đội mũ ấm nhưng bên

trong chỉ có quần lót gây tò mò thú vị cho những hành khách trên tàu. Họ nhìn quanh quất coi những hành khách khác phản ứng ra sao. Có người tròn mắt ngạc nhiên nhưng phần lớn nhìn bảy người bằng cặp mắt đồng cảm, với nụ cười trên môi. Nhưng có điều các hành khách bữa đó bỏ thói quen đan lát, đọc sách hay chơi điện thoại di động, họ bận rộn với bảy tên nghịch ngợm khác thường. Charlie Todd, người sáng lập nhóm *Improv Everywhere* khoái chí phát biểu: "Nó có ý nghĩa như một điều thú vị, mang lại tiếng cười cho mọi người". Trên *website* của nhóm ghi lại "Sự kiện bắt đầu như một trò đùa nhỏ với bảy chàng trai và đã phát triển rộng rãi với hàng chục thành phố trên khắp thế giới tham gia mỗi năm...Nếu có ai hỏi tại sao bạn lại cởi quần, hãy nói với họ rằng mặc quần khó chịu lắm (hoặc một lý do gì khác tương tự như vậy). Anh Jesse Good, một thành viên của nhóm, biện bạch: "Chúng tôi muốn cho người dân New York một lý do để ngẩng lên nhìn thay vì cứ cắm cúi đọc báo, bấm điện thoại, và được dịp làm một điều gì đó khác lạ so với những điều họ thường làm". Một thành viên trong ban tổ chức tại London, anh Ivan Markovic nói: "Điều chúng tôi làm khiến nhiều người bật cười. Chúng tôi tạo nên bầu không khí vui vẻ thoải mái và nhận được nhiều phản ứng rất đáng yêu". Anh nhắn nhủ thêm: "Mọi người nên mặc đồ lót phù hợp, không phản cảm khiến người khác khó chịu. Mục đích của ngày này là tạo sự vui vẻ, hoàn toàn không mang ý nghĩa gợi dục".

Nhiều hành khách tham gia sự kiện này cũng đã tỏ ra thích thú. Như anh Peter Saez, một người đã ba năm mặc quần lót lên tàu nói: "Những người không hiểu chúng tôi đang làm gì sẽ nhìn như thể chúng tôi đang làm điều gì bậy bạ. Chỉ là cho vui thôi mà, một chuyến tầu thật vui, vậy thôi!". Cô Toni Carter, vốn có máu tếu trong người, đã cho rằng "đang biểu diễn nghệ thuật để giúp thành phố New York được thư giãn". Bà Angela Bancilhon, một du khách Úc đi cùng chồng và hai con trai tới New York đã phấn khởi: "Vui mà! Sao lại không tham gia!". Cô Janice Sinclaire, dân Toronto, Canada, tham gia vì muốn giữ lại cho riêng mình một ngày sinh nhật đáng nhớ, đồng thời thực hiện việc cô viết trong *bucket list* của riêng cô, ghi những điều phải thực hiện trước khi chết. Nghe quan trọng chưa?

Khác với *No Pants Day* vào tháng 5 ấm áp, *No Pants Subway Drive Day* diễn ra vào tháng giêng, lạnh teo người. Giữa tiết trời rét mướt, có nơi tuyết rơi đầy trời, vậy mà các người tham dự bỏ xe ở nhà, trên thì áo *vest* cà vạt, khoác thêm chiếc áo lạnh, dưới thì tô hô thách thức cái lạnh buốt da, hùng dũng ra bến xe điện ngầm coi oai phong và khí thế hơn.

Khởi đi từ năm 2002 trên xe điện ngầm New York, tới nay *No Pants Subway Ride Day* đã lan tỏa ra tới khoảng 60 thành phố trên nhiều quốc gia trong đó có thể kể: Berlin, London, Prague, Warsaw, Boston. Canada chúng tôi, anh em cột chặt với Hoa Kỳ, tưởng phải có mặt. Nhưng thành phố Montreal chúng tôi, chỉ cách New York 8 giờ lái xe, cũng có *metro* từ khuya, không biết tới nay đã có chuyện này chưa. Nếu có, dân Montreal như tôi, cách chi cũng phải xuống *métro*…nghía. Như một thú vui vốn rất hiếm vào mùa đông. Đừng bắt tôi tham gia, gan tôi là gan thỏ!

Trên thế giới có khoảng 10 ngàn người cởi quần tham gia Ngày Đi Tầu Điện Ngầm Không Quần. Thế giới nhộn nhạo như vậy, đất nước Trung Quốc đông dân đâu có ngồi yên được. Họ cũng phải cởi cho bằng thiên hạ. Họ cởi từ ngày 22/4/2014 lận. Người ta cởi vào tháng 5 hay tháng giêng, thanh thiếu niên thiếu nữ Trung Quốc cởi vào ngày 22/4. Đó là ngày Trái Đất *(Earth Day),* ngày nhắc nhở mọi người nhận thức về giá trị môi trường tự nhiên của trái đất. Cởi quần và môi trường có liên quan chi tới nhau, tôi không rõ. Nhưng tại thành phố Cáp Nhĩ Tân, thủ phủ của tỉnh Hắc Long nằm ở phía đông bắc Trung Quốc, có khoảng 40 thanh niên nam nữ, gồm cả người nước ngoài, đã tụt quần trên xe điện ngầm. Họ có tổ chức đàng hoàng, chia ra thành từng nhóm nhỏ, mặc quần áo chỉnh tề, đi tới ga xe điện. Khi sắp sửa lên tàu, họ cởi quần trước mặt bá quan, đi chân không lên tàu. Lên tàu họ tỉnh bơ làm như không có chuyện chi, ngồi đọc báo hoặc nghịch điện thoại như các hành khách khác. Họ làm như không biết nhau, không nhìn, không nói chuyện với nhau.

Vậy là có tới ba ngày không mặc quần dài: Chủ Nhật đầu của tháng giêng, ngày thứ sáu đầu tiên của tháng 5 và ngày Trái Đất 22/4. Có nhiều quá không? Nhiều người trẻ cho rằng không nhiều. Chúng ta đã lệ thuộc quá đáng vào những quy ước xã hội làm con người không thoải mái. Cần phải cởi liên tục cho thoải mái cuộc sống.

Sự thông thoáng trong trào lưu của các nam thanh nữ tú làm tôi nhớ tới một ngày "cởi" khác của riêng chị em phụ nữ, ngày *"No Bra Day"* vào ngày 13/10 hàng năm. Việt Nam ta gọi nôm na là "ngày thả rông". Có cái tréo cẳng ngỗng là người khởi xướng là một nam nhân cư ngụ tại Toronto, Canada: bác sĩ phẫu thuật thẩm mỹ Mitchell Brown. Ông này hô hào phụ nữ săng sú từ năm 2011. Không biết ông này có âm mưu chi không. Nhưng mục đích ông chính thức nêu ra là để cổ võ việc nhận thức bệnh ung thư vú. Ông đưa ra kết quả của cuộc thí nghiệm về nguy cơ này. Nếu phụ nữ mặc áo ngực cả ngày có nguy cơ dính anh chàng ung gấp 125 lần so với người không mặc. Ngoài ra nếu thả rông ngực sẽ giảm đau vai và lưng, máu lưu thông tốt hơn, cải thiện hình dáng ngực, ngủ ngon hơn và không gây tổn thương da. Về tinh thần, việc cởi bỏ nịt vú khiến phụ nữ cảm thấy tự do thoải mái hơn. Các phụ nữ bảo thủ phản bác lại khi cho rằng nịt vú làm giảm thiểu tác động của thời gian và trọng lực, giúp ngực không bị sệ. Chuyện này đã bị phản bác lại bằng những thí nghiệm khoa học. Trong một nghiên cứu kéo dài 15 năm của Giáo sư Jean-Denis Rouillo, Đại học France-Comte của Pháp, đã kết luận: "Về y học, vật lý, giải phẫu, bộ ngực của bạn chẳng được lợi ích gì khi chống lại trọng lực cả. Trái lại nó còn xập xệ hơn so với khi không mặc". Tiến sĩ Stafford Broumand ở New York cũng đồng tình: "Ở phụ nữ trẻ, việc không mặc áo ngực có thể kích thích sản sinh *collagen*, thứ giúp làm tăng độ co giãn và độ cao của ngực".

Bạn hỏi tôi theo phe nào? Cần chi phải hỏi!

05/2024

NHẠC CHẾ

Ngày nhỏ chúng tôi căng miệng hát một cách thích thú bài nhạc chế từ bài La Marseillaise, bài quốc ca của Pháp. Tôi thuộc cho tới bây giờ, sau nhiều chục năm tôi vẫn còn hát được. *"Thầy đồ ngày xưa quen thói nuôi móng tay dài / quần trễ tai hồng đỏ đen mực son. Đầu lúc la lúc lắc đảo như lên đồng / được dăm trẻ ghẻ lở quá hủi phong. / Quát lấy điếu, đem bình phóng , bưng cơi trầu. / Nhân chi sơ, người đi trước / ta bảo phải để vào tai dốt đặc. Ở trên đầu thầy có cái chi lúc lắc? Búi tó, nó to bằng niêu / tính ghét móng tay hằng cân / thọc luôn trong nách, bật tanh tách hoài / Ngâm thơ thích chí rung đùi"*. Nhớ nhưng không chắc có đúng không, có thể có chỗ không nhớ tôi đã chế ra. Nhạc chế cũng như ca dao không bao giờ có tên tác giả. Không biết đây là một bài nhạc chế để chọc quê chính quốc lúc đó đang cai trị Việt Nam hay đùa chơi với các thầy đồ của một anh học trò không thích tới trường.

Nhạc chế thường là để mua vui vô thưởng vô phạt. Bản Love Story quá phổ thông, ai trong chúng ta cũng biết đó là một bản tình ca lãng mạn. Nhưng một ông, có lẽ là dân ghiền thuốc lá, đã chế ra như ri. "B*iết nàng thèm thuốc lá / Tôi có thuốc lào, mời nàng tức tốc / Nàng đòi thuốc lá, không hút thuốc lào, không hút thuốc lào vì nàng quý phái / Mặc nàng quý phái tôi vẫn hút hoài mịt mùng khói thuốc / Ôi điếu thuốc lào / Thế rồi nàng vã quá, nàng đành hút ké, ôm cái điếu cầy nàng ngồi bó gối / Nàng ngồi bó gối môi mắt mơ màng miệng nàng bốc khói / Miệng nàng chúm chím, sương khói quanh người lần đầu quá đã / Ôi điếu thuốc lào!"*

Tôi vốn mê bản nhạc này nên nghe bản nhạc chế thấy tội cho hai tác giả Francis Lai và Carl Sigman, một ông làm nhạc, một ông viết lời. Hai ông này ở xa, chẳng biết có còn thở trên cõi đời này không nữa, có tội cũng chẳng gửi qua nỗi lòng mình cho hai ông được. Thôi thì nói chuyện gần hơn một chút.

Tôi rất thích bản "Thuyền và Biển" thơ Xuân Quỳnh, nhạc Hữu Xuân. Đây là một bài thơ hay của nhà thơ vắn số. Có lẽ vì bài thơ quá hay nên có tới hai nhạc sĩ phổ nhạc. Nhạc sĩ Hữu Xuân và Phan Huỳnh Điểu. Tôi thích bài của Hữu Xuân do Diễm Liên hát. Bản nhạc chế như sau: "*Chỉ có tiền mới hiểu / Vợ yêu ta nhường nào / Chỉ có vợ mới hiểu / Tiền lương ta là bao. / Những ngày đưa chậm lương / Vợ mặt mày cau có / Những ngày đưa chậm lương / Tiền chi tiêu thật khó. / Nếu lỡ tiêu hết rồi / Vợ có còn êm ái? / Nếu lỡ tiêu thật rồi / Tiền lương ta ai lấy?"*

Nhạc chế thường để mua vui khơi khơi như vậy nhưng

nhạc chế nhiều khi cũng ôm ấp nỗi niềm. Khi còn bị nhốt trong trại tù cải tạo, tôi cũng đã chế nhạc. Ngày đó, sau những giờ lao động mệt nhọc, buổi tối chúng tôi chỉ muốn nghỉ ngơi. Nhưng cơm nước xong là những giờ họp tổ, sinh hoạt nhà, học tập kiểm điểm. Cuối cùng là căng miệng lên hát. Bài hát phổ biến là "Trường Sơn Đông Trường Sơn Tây", thơ Phạm Tiến Duật do Hoàng Hiệp phổ nhạc. Hầu như đêm nào cũng leo lên Trường Sơn nên thấy ớn bà chè luôn. Một đêm, trằn trọc không ngủ được, tôi chế bản nhạc này, vừa để chọc quê ông bạn già nằm cạnh có cô bồ trẻ, vừa để tâm sự với chính mình. " *Cùng đứng ngắm chung một vầng trăng / hai đứa ở hai đầu xa thẳm. / Đường ra về mùa này đẹp lắm./ Người bên đông nhớ người bên tây. / Ở bên đông anh ăn, anh ăn khoai sắn hơi nhiều, con đường cải tạo khó khăn gập ghềnh cho đời anh nát. / Hết rắn rồi anh bắt cóc anh ăn. / Còn bên tây em sống vẫn phây phây / hết ăn rồi lấy xe đi tìm kép / biết rằng em bắt được kép lạ / chắc em quên đời có anh rồi. / Em lên xe trời đổ cơn mưa / Chiếc gạt nước xua đi nỗi nhớ / Anh gánh nước nắng về rực rỡ / Chiếc thùng to nặng trĩu vai xương. / Từ bên anh đưa sang bên em / Những cơn sầu nhớ nhung dài vạn kiếp / Biết rằng em bắt được kép lạ / Chắc em quên đời có anh rồi!.*

Trí nhớ tôi thật tệ. Tác giả không chắc còn nhớ đúng được "tác phẩm" của mình. Bài này không theo "truyền thống" của nhạc chế là không có tác giả. Một bài khác cũng có tác giả đàng hoàng. Bản nhạc rất nổi tiếng: "Hà Nội Mùa Này Vắng Những Cơn Mưa" của Trương Quý Hải. Năm đó Hà Nội lụt, "phố cũng như sông". Nhiều người có máu tếu cao độ đã đổi tên Hà Nội thành Hà Lội! Có hai người đã chế bản nhạc này. Điều ngộ nghĩnh nằm ngay trong tên của bản nhạc. Hà Nội vắng những cơn mưa mà mưa thối đất. Hai anh Trương Công Sáng và Trần Chí Hiếu lội mưa ngán quá bèn nảy ra ý chế bài hát của bạn. Hai anh vốn thân tình với tác giả Tương Quý Hải. Hứng đã có, họ "sáng tác" rất nhanh. Anh Trương Công Sáng cho biết: *"Ngày ấy Hà Nội bị ngập, mình và Hiếu sau khi lội nước tới cơ quan thấy ai cũng xôn xao về việc ngập lụt nên Hiếu mới nảy ra ý tưởng "Chế lời bài hát đi anh". Tôi ngại bản quyền, Hiếu lại bảo: "Sợ gì, lôi bài ông Hải ra chế cho lành!". Chúng tôi sáng tác và hoàn thiện cũng rất nhanh, chỉ khoảng 30 phút. Khi anh Hải đến chúng tôi cho nghe thử. Chỉ thấy anh vừa nghe vừa vỗ đùi đen đét khoái chí". "Hà Nội mùa này phố cũng như sông / Cái rét đầu đông chân em run ngâm trong nước lạnh / Hoa sữa thôi rơi, em tôi bơi cả chiều trên phố / Đường Cổ Ngư xưa, ngập tràn nước sông Hồng / Hà Nội mùa này chiều không có nắng / Phố vắng nước lên thành con sông / Quán cóc nước dâng ngập qua mông / Hồ Tây, giờ không thấy bờ / Hà Nội mùa này lòng bao đau đớn / Ta nhớ đêm nao lạnh đôi tay / Cho đến đêm qua lạnh đôi chân / Giờ đây lạnh luôn toàn thân / Hà Nội mùa này phố cũng như sông / Cái rét đầu đông chân em thâm vì ngâm nước lạnh / Hoa sữa thôi rơi, em tôi bơi cả chiều trên phố / Đường Cổ Ngư xưa, ngập tràn nước sông Hồng / Hà Nội mùa này người đi đơm cá / Phố vắng nước lên thành con sông / Quán cóc nước dâng ngập qua mông / Hồ Tây tràn ra Mỹ Đình / Hà Nội mùa này lòng bao đau đớn / Ta nhớ đêm nao lạnh đôi tay / Cho đến đêm qua lạnh đôi chân / Giờ đây lạnh luôn toàn thân"*. Tác giả bài hát chính quy Trương Quý Hải nói về đứa "con lai" của mình: "Phải nói là tôi thật bất ngờ về sự sáng tạo của các bạn trẻ bây giờ. Và cũng đúng như Sáng nói, tôi cũng bị các bạn trẻ làm cho phải cười ra nước mắt. Mỗi bài phù hợp với một ngữ cảnh, không thể đem ra so sánh. Bài hát chế thì phù hợp với cái ngày lụt lội đó. Trong cái khó khăn có một tiếng cười chia sẻ, để quên đi cái vất vả, để tìm thấy cái lạc quan thì bài hát chế cũng có giá trị riêng và hướng tới một đối tượng riêng".

Nhạc chế cũng có đời sống riêng của chúng. Đó là một thứ văn nghệ dân gian, được phổ biến rộng rãi chỉ bằng truyền khẩu giúp cho mọi người có được những giây phút giải trí. Trên thực tế lời của các bản nhạc chế đi ngay vào sự kiện, không vòng vo tam quốc, thấm ngay vào lòng người. Đó là những lời kề cận của người sống trong cùng một hoàn cảnh, chung một nhịp đập của con tim. Dân miền Nam đã trải qua cuộc đổi đời mãnh liệt vào tháng 4/1975. Nhạc chế không bỏ qua biến cố đau thương này.

Bài "Túp Lều Lý Tưởng" của Tôn Nữ Trà Mi, một bút danh khác của nhạc sĩ Hoàng Thi Thơ, là bài hát quen thuộc của dân miền Nam. Đôi song ca Hùng Cường - Mai Lệ Huyền đã làm mưa làm gió với bài này trên truyền thanh truyền hình trước 1975. Khi Sài Gòn được "giải phóng" bản nhạc chế đã phát hết tác dụng. Dân Sài Gòn nghe mà mát bụng. "*Từ ngày giặc Mỹ vô đây mình cất nhà lầu / Từ ngày giặc Mỹ vô đây mình sắm xe hơi / Từ ngày giặc Mỹ vô đây mình sắm Honda / Lâu lâu mình sắm cái lò ga, lâu lâu mình sắm cái đồng hồ / Dần dần mình sắm sắm luôn người yêu / Từ ngày giải phóng vô đây mình bán nhà lầu / Từ ngày giải phóng vô đây mình bán xe hơi / Từ ngày giải phóng vô đây mình bán Honda / Lâu lâu mình bán cái lò ga / lâu lâu mình bán cái đồng hồ / dần dần mình bán bán luôn cái cầu tiêu / Đó là lý tưởng của bác và của anh / anh mang vào trong Nam / Bắt người dân nghèo phải đói khổ phải lầm than*".

Dân chúng Sài Gòn ngày đó có nghề "chà đồ nhôm". Nhìn quanh nhà có chi mại được là khuân ra chợ trời. Khách hàng là những anh bộ đội "giải phóng". Còn chi cay cú hơn là dùng ngay bài "Giải Phóng Miền Nam" chế thành giải phóng đồ nhà. "*Giải phóng vào đây, chúng ta cùng bán hết ráo / Còn cái cát xét cũng ra chợ cũ bán nốt / Ôi! ti vi, máy*

may nhà mình xài mấy đời: đem bán cho bộ đội kiếm tiền / Đây bếp ga, quạt máy / Kia quần tây, sơ mi cứ vậy mà chúng ta đem ra bán dần".

Bán mãi cũng hết, dân miền Nam đã phải trải qua thời kỳ đói vàng mắt sau ngày "giải phóng". Ông Trần Long Ẩn là nhạc sĩ của phía bên thắng trận nhưng không thắng nổi lòng dân. Trần Long Ẩn có bài ca rất nổi tiếng, sau 30/4 được phổ biến rộng rãi trên các phương tiện truyền thông, bài *"Tình Đất Đỏ Miền Đông"*. Không bao lâu sau, bài hát đỏ này được chế lời, nói lên nỗi bực dọc của người dân đói rạc người. *"Ai đã ăn mì và khoai giá rẻ / Ăn mấy bữa thì mặt mũi xanh lè / Để heo ăn thì heo mau lớn / Cho người ăn thì... mau sớm vô nhà thương / Ai đã ăn mì và khoai giá rẻ / Ăn mấy bữa thì bị ghẻ tưng bừng / Ghẻ tới lưng rồi... chui qua mông... đít / Vô nhà thương ngồi... xin thuốc đem dzìa xoa / Tổ Quốc ơi, ăn khoai mì ngán quá! / Nhà nước ơi, sao ăn độn hoài hoài / Từ giải phóng vô đây, không thấy mặt hột cơm ..."*

Chuyện ăn độn, khi thì khoai sùng, khi thì sắn nổi gân máu, khi thì bột mì mốc, khi thì bo bo là chuyện tôi đã từng cùng đồng bào tôi trải qua. Bài "Gia Tài Của Mẹ" của Trịnh Công Sơn được cho dính đầy khoai sắn.

"Một ngàn năm ta đuổi thằng Tàu / Một trăm năm ta đuổi thằng Tây / Hai mươi năm đuổi Mỹ từng ngày / Gia tài của mẹ: gạo độn ngô khoai / Gia tài của mẹ: gạo mốc dài dài / Dạy con đeo răng sắt mà nhai / Dạy con mua thuốc đau dạ dày / Ăn sắn con thành chai / Ăn sắn tiêu hình hài".

Bản "Lên Đàng" của Lưu Hữu Phước là một bản nhạc hùng thường được hát trong những dịp họp mặt của giới trẻ, nhất là trong các sinh hoạt của Hướng Đạo. Bản nhạc có từ thời kháng chiến, thời mà tác giả bản nhạc say sưa với các phong trào thanh niên. Bản nhạc chế cũng "lên" nhưng là lên tàu vượt biên. *"Nào anh em ta cùng nhau mua ghe đóng tầu / Kiếm thuyền 3 bloc / Ta cùng vượt biển bái bai quê hương rủ nhau qua Mỹ lưu đày / Đoàn ta chen vai sợ chi công an, biên phòng..."*

Cái thời mà trong đầu mỗi người dân đều có một ông quan xưa rồi, thời nay trong đầu mỗi người dân đều có một chiếc ghe. Có tiền thì chạy đôn chạy đáo mua một chỗ ngồi trên những con thuyền ra khơi. Không có tiền thì canh me cốt sao cho thoát khỏi…quê hương. Quê hương chỉ còn là những ngày vàng con mắt, chặt con tim chẳng ai còn muốn lưu luyến. Hầu như mọi tầng lớp, mỗi người đều có tiểu sử trong đó có mục "vượt biên". Bản nhạc nổi tiếng "Tàu Về Quê Hương" của Hồng Vân được quay mũi lái thành tàu rời quê hương. *"Quê hương thanh bình mà sao ta sống không yên / Đưa nhau lên tàu vượt biên em thấy vui hơn / Vượt biên mình đóng ba cây / Vượt biên mình tới Ga-lăng / Vượt biên mình tới Bi-đông làm thân tị nạn / Không ai cho vàng mình đi theo lối canh me / Canh me không thành mình đi theo ngã Cao Miên / Vượt biên mình kiếm tương lai /Vượt biên mình kiếm đô la / Rồi mai mình lấy visa, làm thân Việt kiều"*.

Đi hay về, Trịnh Công Sơn đã dùng dằng trong "Một Cõi Đi Về". Không "đi" được, không yên phận "về", thôi thì bia ôm cho quên phận của một tên lạc bày giữa quê hương. *"Bao nhiêu năm rồi còn mãi bia ôm / Ôm nhau loanh quanh cho đời đỡ mệt / Em ơi! Bia ôm tha hồ chặt đẹp / Tình ái lăng nhăng – Một cõi đèn mờ / Lời nào của bia – Lời nào của rượu / Đùi nào của em – Đùi nào của bạn / kế bên / Một thùng vừa bay – Một thùng vừa cạn / Ngồi vào lòng nhau cho vui trọn vẹn / Tối ngày / Nhân dân chi tiền thì cứ bia ôm / Ai không bia ôm vô cùng khờ dại / Ta đi bia ôm cho đời trẻ lại / Kệ bố nhân dân dù đói hay nghèo"*.

Tác giả của một nhạc phẩm bị chế lời chắc không vui khi đứa con tinh thần của mình bị lai căng. Cứ như một tổ chim bị tu hú ghé bàn tọa vào đẻ nhờ. Chim tu hú không biết làm tổ nên phải đẻ trứng vào tổ chim khác. Tác giả các bản nhạc chế, thường là vô danh, cũng đã mượn đỡ những bản nhạc nổi tiếng để gửi gắm tâm sự mình. Tôi không sáng tác nhạc nên không biết các nhạc sĩ sáng tác có nhạc bị chế cảm nghĩ ra sao. Nhưng thiết nghĩ họ nên vui vì nhạc mình có được nhiều người ê a, thì nhạc chế mới chọn để làm chốn nương thân.

03/2024

NHẠC NHÁI

Tôi đã có bài viết về nhạc chế, nay lại nhạc nhái, có trùng lắp không? Nhạc chế, theo từ điển mở Wikipedia, tiếng Anh là *parody music* hay *musical parody*, là việc thay đổi một phần hoặc toàn bộ lời bài hát so với bản gốc (thường là nổi tiếng), hoặc sao chép phong cách đặc biệt của một nhà soạn nhạc hoặc nghệ sĩ hoặc thậm chí là một phong cách âm nhạc chung. Nhạc chế tồn tại trong đời sống xã hội như một dạng văn nghệ dân gian, cũng tương tự như chuyện tiếu lâm, chủ yếu là truyền khẩu, giúp mọi người giải trí vui vẻ trong phạm vi từng cộng đồng nhỏ hẹp. Những ca khúc chế lời trên thực tế rất có sức hút đối với người nghe, nhất là khi nội dung lời ca có tính hài hước, gắn với một sự kiện nào đó mà dư luận đang rất quan tâm.

Nói cho gọn: nhạc chế là để vui chơi, không tiền bạc chi, còn nhạc nhái là cố tình cầm nhầm một bài hát hay một phong cách trình diễn hay một cái tên để diễn trên sân khấu hoặc các phương tiện truyền thông có thu lợi nhuận. Cái quyết định để phân biệt hai thứ là tiền!

Hình thức thông thường nhất của nhạc nhái là mượn đỡ một vài câu nhạc của người khác nhét vào nhạc của mình. Dư luận trong nước đã một thời xôn xao vì bản nhạc "Mãi Tìm Nhau" của nhạc sĩ Hàn Châu, nhái vài câu đầu của bài nhạc nổi tiếng "Duyên Kiếp" của nhạc sĩ Lam Phương. Bốn câu đầu của bài Duyên Kiếp, hầu như ai cũng biết: *"Em ơi nếu mộng không thành thì sao / Non cao đất rộng biết đâu mà tìm / Đường dài mịt mù vạn nẻo về đâu / Mong chờ duyên kiếp đưa lối bắc cầu"*. Bốn câu đầu của bản "Mãi Tìm Nhau" của Hàn Châu như sau: *"Em ơi! Nhớ gì khi mình gặp nhau / Em nâng tà áo bước chân thẹn thùng / Ngập ngừng anh muốn làm quen / Một lời tha thiết trao em / Nhưng nói hoài mà chẳng nên lời"*. Bản nhạc này được rất nhiều ca sĩ hát. Tôi thử vào nghe nhạc, thấy mấy câu hát của bài này na ná nhạc của bài "Duyên Kiếp".

Trường phái "na ná" hình như khá phổ biến. Cô ca sĩ đang nổi đình nổi đám Taylor Swift đã bị Sean Hall và Nathan Butler kiện vào năm 2017 vì tội đạo lời trong bản nhạc *"Shake It Off"*. Bản nhạc này có một đoạn lời như sau: *"Cause the players gonna play, play, play, play. And the haters gonna hate..."*. Trong bài *"Playas Gon 'Play"* của Sean Hall và Nathan Butler, ra mắt vào năm 2001 có đoạn sau: *"Haters gone hate, playas gone play. Watch out for them fakers, they will fake you everyday"*. Na ná chút chút như vậy mà nên nỗi.

Cô ca sĩ vang danh Adele cũng bi soi vì chuyện na ná.

Trong bài *"Hello"* rất nổi tiếng của Adele, đoạn nhạc đầu như sau: "*Hello, it's me. I was wondering if after all these years you'd like to meet. To go over everything. They say that time's supposed to heal ya, but I ain't done much healing"*. Đoạn này được coi là nhái bài *"Martha"* của Tom Waits ra đời từ năm 1973. Đoạn mở đầu của bài *"Martha"* như sau: *"Hello, hello there, is this Martha? This is old Tom Frost. And I am calling long distance. Don't worry 'bout the cost"*. Tôi thấy chỉ có chữ *"hello"* là đáng tội nhưng chúng ta *hello* hàng ngày có ai nói là "đạo văn" đâu. Nhưng dân nghe nhạc nói Adele đã mượn ý từ lời của bài *"Martha"* để viết nên *"Hello"*. Hai ca khúc có chủ đề khá giống nhau, nói về chuyện nhắn gửi người xưa đã từng có những kỷ niệm đẹp và đã có thời gian dài không gặp nhau.

Cô ca sĩ nổi danh Miley Cyrus, người có cái tật lè lưỡi dài thoòng (dĩ nhiên không phải khi hát) cũng dính chuyện nhái nhạc. Bản *"We Can't Stop",* phát hành vào năm 2013, bị nhạc sĩ người Jamaica Michael May kiện bồi thường 300 triệu đô vì giống lời ca khúc *"We Run Things"* của ông, được phát hành 25 năm trước. Trong bài *"We Run Things"* có câu: *"We run things / Things no run we"*. Cyrus hát trong "We Can't Stop": *"We run things / Things don't run we"*. Chỉ có vậy mà nên chuyện. Theo tin của hãng Reuter ngày 4/1/2020 hai bên đã thỏa thuận đền một số tiền bên ngoài tòa án, không rõ bao nhiêu.

Năm 2022, Bắc Kinh được giao quyền tổ chức Thế Vận Hội Mùa Đông. Ca khúc *"Ice Dancing"* được chọn là một trong mười ca khúc quảng bá cho Thế vận hội. Tác giả bài này là Zhao Zhao, một dương cầm thủ nổi tiếng, tốt nghiệp trường nhạc danh tiếng nhất Trung quốc. Lập tức cộng đồng mạng tại Trung Quốc cũng như nhiều quốc gia khác tố cáo bài này nhái bản *"Let It Go",* một bản nhạc nổi tiếng của phim hoạt họa Frozen của công ty Walt Disney. Bản *"Let It Go"* quá phổ biến kể từ khi phim Frozen được công chiếu trên khắp thế giới. Ca khúc này đã được giải Oscar 2015, hạng mục "Nhạc phim hay nhất". Ký giả Marc Snetiker của tờ Entertainment Weekly cho đây là "bản thánh ca tuyệt vời của tự do". Ký giả Joe Dzienianowicz, trên tờ The New York Daily News, nhận xét đây là ca khúc "tôn vinh nữ quyền và nhu cầu xóa bỏ nỗi sợ hãi và sự xấu hổ". Nhạc của *"Ice Dancing"* được người nghe cho là giống tới 90% bản *"Let It Go"*. Trên trang mạng Weibo, một dạng Twitter của Trung quốc, đã có nhiều lời chỉ trích. Một *status* viết: "Ông không mắc cỡ sao? Ông có thể đừng nhái nhạc của người khác được không?". Một người khác viết: "Ông làm nhục Trung quốc!". Trên YouTube, sau khi bản nhạc được *post*, một người bình luận: "Rõ ràng là nhạc nhái. Đây là một cuộc tranh tài thể thao thế giới, nếu không tự sáng tác được bài hát, sao không mướn nhạc sĩ ngoại quốc làm cho?". Vụ này kết thúc ra sao, tôi không được rõ.

Trong "lịch sử" âm nhạc Việt có một câu chuyện "đạo nhạc" khá thú vị. Đó là nhạc sĩ Phạm Đình Chương mượn đỡ hai câu nhạc của nhạc sĩ Cung Tiến vì…bí! Chuyện hơi dài dòng và khá vui. Khi ông Quốc Phong, Giám Đốc Công ty Liên Ảnh, quay cuốn phim Chân Trời Tím dựa theo truyện dài cùng tên của nhà văn Văn Quang, ông cần một bản nhạc làm nền cho phim. Khi đó Nhật Trường đã có bản Chân Trời Tím khá hay, làm ngay khi cuốn tiểu thuyết được xuất bản. Nhưng cuốn phim chỉ được quay ba năm sau khi cuốn tiểu thuyết ra đời nên bản nhạc của Trần Thiện Thanh đã cũ, Quốc Phong không muốn dùng lại. Phạm Đình Chương được đặt hàng làm nhạc cho phim. Năm 2017, Văn Quang kể lại: *"Khi thực hiện phim này, anh Quốc Phong, Chủ Tịch hãng phim Liên Ảnh (do bảy công ty hợp tác lại nên gọi là Liên Ảnh) và tôi đến phòng trà Đêm Màu Hồng có ban Thăng Long hát hàng đêm ở đó. Nhạc sĩ Phạm Đình Chương là bạn tôi nên anh Quốc Phong rủ tôi đi cùng. Khi xuất bản cuốn Chân Trời Tím, tôi có tặng anh Phạm Đình Chương một bản. Nên khi chúng tôi đặt vấn đề mời anh Phạm Đình Chương hợp tác soạn một bản nhạc làm nhạc chính cho phim Chân Trời Tím, anh Chương nhận lời ngay. Sau đó chỉ một tuần anh Chương đã có bản nhạc "Nửa Hồn Thương Đau" giao cho hãng phim. Cũng cần nói thêm là bản nhạc đó đã nói lên được tâm sự đau buồn của nhân vật chính trong phim khi phải chia tay với người yêu sau khi bị thương đã vội trở lại với chiến trường và đồng đội. Vì thế đã được toàn thể bảy ông chủ hãng phim Liên Ảnh đồng ý chọn làm bản nhạc chính cho phim Chân Trời Tím. Ở một khía cạnh khác có thể nhận định rằng trong bản nhạc đó nhạc sĩ Phạm Đình Chương đã gửi cả tâm sự của mình khi cay đắng chia tay với người vợ cũ (là ca sĩ Khánh Ngọc). Tâm sự ấy được anh giấu kín nay mới được tiết lộ qua bản nhạc Nửa Hồn Thương Đau".*

Nửa Hồn Thương Đau và phim Chân Trời Tím.

Theo Văn Quang, Phạm Đình Chương giao bản nhạc cho Liên Ảnh chỉ bảy ngày sau. Nhưng đàng sau chuyện này là một thực tế khác. Trong bài *"Phạm Đình Chương"*, Du Tử Lê kể lại: "*Khi được hỏi tại sao chỉ còn hai câu chót mà "Nửa Hồn Thương Đau" lại phải mượn nhạc Cung Tiến thì Phạm Đình Chương cho biết: "Khi tôi nhận lời viết nhạc phim cho phim "Chân Trời Tím" Quốc Phong chi ngay tiền tác quyền. Trước sự điệu nghệ của bạn, tôi đã bắt tay vào việc sáng tác. Thời gian tôi dành cho "Nửa Hồn Thương Đau" không nhiều lắm. Nhưng khi tới phần coda tức là lúc phải đi ra, kết thúc ca khúc, tôi loay hoay không biết phải viết sao cho hợp với nội dung bản nhạc. Nghĩ thời hạn nộp bài còn xa, tôi cất nó đi. Bất đồ, một buổi tối Quốc Phong ghé lại Đêm Mầu Hồng đòi nợ! Bảo, mọi chuyện đã sẵn sàng, ê kíp quay đã bấm máy. Chỉ còn thiếu nhạc phim thôi. Quốc Phong gia hạn cho tôi, tối đa hai ngày! Ông biết mà, tôi làm gì được với hai ngày phù du đó! May sao, khi ấy trên nóc chiếc piano của tôi lại có bài "Lệ Đá Xanh" của Cung Tiến, phổ thơ Thanh Tâm Tuyền. Tôi thấy cái coda bài này có vẻ thích hợp với "Nửa Hồn Thương Đau", thêm nữa cả hai đều là bạn rất thân, thế là "a-lê-hấp", tôi dùng ngay cái coda đó. Và tôi có ghi rõ là tôi 'mượn' của Cung Tiến"*. Vậy đúng là đạo nhạc, rõ ràng như ban ngày, nhưng là một vụ nhạc nhái rất chi văn nghệ.

Trong âm nhạc Việt Nam, nhất là nhạc trẻ, có nhiều bài nhạc ngoại quốc được chuyển âm sang tiếng Việt. Ông bạn Trường Kỳ của tôi là một trong những tác giả chuyển lời này. Khi chơi với ông, tôi chẳng bao giờ hỏi ông có xin phép tác giả khi chuyển lời không nhưng tôi chắc chắn là không. Bằng vào chuyện dịch truyện ngắn ngoại quốc ra Việt ngữ của tôi thì rõ. Tôi có dịch một số truyện nhưng có biết mặt mũi mấy ông bà tác giả tây đầm này ra sao. Chúng ta đều tùy tiện như vậy cả. Nhưng dịch hay đặt lời Việt cho các tác phẩm ngoại quốc mà không xin phép tác giả cũng được coi như đạo văn đạo nhạc. Mấy ông bà ấy có bao giờ đọc tiếng Việt đâu nên chúng ta cứ thản nhiên phạm tội. Tội còn nặng hơn nếu dịch không sát với ý tưởng của tác giả. Nếu vậy người phạm tội nặng nhất là ông Nam Lộc. Bản "Trưng Vương Khung Cửa Mùa Thu", lời Việt của bài *"Tell Laura I Love Her"*, đích thị

là sáng tác dựa dẫm của ông Nam Lộc. Hình như cô Laura chưa bao giờ là nữ sinh Trưng Vương, nhất là cô nữ sinh được ông Nam Lộc vương vấn!

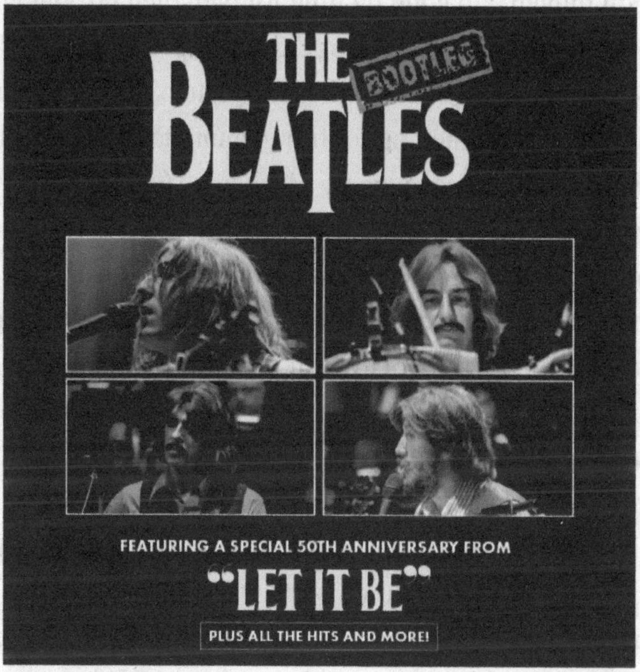

Nhạc nhái còn có *category* nhái cả ban nhạc. Hai ban nhạc đình đám mà người Việt chúng ta say mê là ABBA và Beatles đã được nhái lại. Kể từ khi ban nhạc The Beatles rã đám vào năm 1974, có nhiều ban nhạc Beatles nhái được thành lập tại nhiều quốc gia. Nổi trội nhất là ban The Beatles của thành phố Perth, Úc. Họ cũng có bốn thành viên đóng vai các nhạc sĩ chính của ban nhạc nguyên thủy gồm John Lennon, Paul McCartney, George Harrison và Ringo Starr. Họ nhái y chang từ trang phục, giọng hát, phong cách đến các nhạc cụ. Họ mua đấu giá được các nhạc cụ nguyên thủy do ban The Beatles dùng trước đây. Ban Beatles nhái này được hâm mộ tới nỗi họ đã đi trình diễn khắp thế giới và trên các du thuyền. Họ cũng đã từng tới biểu diễn tại Việt Nam.

Chúng ta biết ABBA được thành lập vào năm 1972 tại Stockholm, Thụy Điển đã bán được tới 385 triệu đĩa với các ca khúc mà nhiều người trong chúng ta thuộc nằm lòng: *Waterloo; Dancing Queen; Money, Money, Money;The Winner Takes All* và nhiều ca khúc khác. Năm 1999, tại Anh, ban nhạc nhái mang tên ABBA Mania được thành lập gồm 4 thành viên hóa trang và trình diễn các bản nhạc giống hệt như ABBA ngày trước. Họ đã đi lưu diễn tại nhiều nước gồm Venezuela, Mỹ, Mexico, Đức, Pháp, Thụy Sĩ, Hòa Lan, Đan Mạch. Tôn chỉ hoạt động của họ được ghi trong trang *web* riêng: "Vinh danh, đưa bạn quay ngược thời gian bằng cách tái hiện một trong những nhóm nhạc *pop* xuất sắc nhất thế giới trong các buổi biểu diễn trực tiếp trên sân khấu". Vậy là nhái đứt đuôi rồi nhưng khi công ty Polar Music International AB, đại diện thương mại cho nhóm ABBA ngay từ khi thành lập, yêu cầu bên công ty giải trí và phát hành âm nhạc của Anh Handshake Ltd của Manchester và TAL Entertainment Ltd, đại diện cho ABBA Mania, ngưng sử dụng tên ABBA Mania trên các phương tiện truyền thông, họ đã phớt lờ lại còn *post* trên web: "ABBA Mania hoàn toàn không liên kết hoặc liên quan đến Polar Musa hoặc ABBA". Trước sự ngang ngược của nhóm ABBA Mania, Polar Music Entertainment đã kiện. Nhưng tòa không có dịp xử vì hai bên đã dàn xếp ngoài tòa. Chi tiết vụ dàn xếp này không được tiết

lộ nhưng luật sư của ABBA cho biết nhóm ABBA Mania sẽ không sử dụng tên ABBA nữa.

Nhiều người nói chữ chỉ có 24 chữ cái, nhạc cũng chỉ có 7 nốt. Cứ ghép đi ghép lại chúng vào để thành câu cú hoặc nhạc nhiếc, trước sau thế nào cũng bị trùng. Chuyện chúng giống nhau là chuyện chẳng đáng ầm ỹ. Nếu nghĩ như vậy thì trong tự điển làm gì có chữ "nhái"!

10/2024

PHÔ MAI

Khi những lô hàng viện trợ Mỹ đầu tiên nhập cảng vào Việt Nam, khoảng giữa thập niên 1950, người ta thấy có thứ bánh hình chữ nhật, dài khoảng hơn gang tay, màu vàng. Tôi nhớ hồi đó nhiều gia đình tại các vùng thôn quê hay vùng dinh điền lãnh đồ viện trợ tưởng đó là cục xà bông. Sở dĩ có sự nhầm lẫn này vì ngày đó xà bông được bán từng cục dài, màu vàng hoặc xanh, khi dùng phải cắt ra thành từng bánh nhỏ. Nhiều nhà đã dùng loại "xà bông" Mỹ viện trợ này mà không biết đó không phải là xà bông mà là những thanh phô mai. Lại còn chê xà bông Mỹ không có bọt, dở ẹt!

Nói vậy không phải dân ta hồi đó không biết ăn phô mai. Phô mai được dân thành thị dùng ké với người Pháp từ thời Pháp thuộc. Nhưng dân quê không hề biết tới thứ thực phẩm tây tà này. Phô mai không hiện diện trong ẩm thực Việt Nam. Tôi sống ở Hà Nội, di cư vào Sài Gòn , dân thành thị, nhưng vẫn xa lạ với phô mai. Hồi đó không biết Pháp mang sang

Việt Nam thứ phô mai nào. Tôi đoán chắc không thiếu mặt phô mai con bò cười La Vache Qui Rit. Đó là thứ phô mai rất dễ ăn, được bán từng hộp trong đó chứa nhiều miếng nhỏ vừa một khẩu phần ăn. Chính việc chia phô mai thành từng khẩu phần này đã làm cho phô mai Con Bò Cười bán chạy như tôm tươi.

Phô mai Con Bò Cười.

Năm nay con bò đã cười được 103 năm. Nhưng tiền thân của con bò cười phải kể từ 159 năm trước. Năm 1865 ông Jules Bel thành lập công ty Bel chuyên sản xuất loại phô mai *"comté"* tại ngôi làng nhỏ Orgelet ở vùng núi Jura. Ngày nay ngôi làng này cũng chỉ có vỏn vẹn 1.600 dân. Năm 1897, tức 32 năm sau khi ông bố khởi nghiệp, ông con Léon Bel nối nghiệp bố rời nhà máy về thị trấn Lons-le-Saunier để khuếch trương hoạt động. Thị trấn có nhà ga xe lửa nối với hệ thống đường sắt khiến việc phân phối và xuất khẩu phô mai dễ dàng và ít tốn kém hơn. Năm 1914, ông Léon nhập ngũ và phục vụ tại trung đoàn bộ binh chuyên cung cấp thực phẩm yêu cầu họa sĩ Benjamin Rabier vẽ một cái gì đó lên những chiếc xe chuyên chở thịt để dễ nhận diện. Ông họa sĩ muốn tạo một nét vui trong thời chiến nên vẽ một con bò có nụ cười vui nhộn và đặt tên là *"La Wachkyrie"*. Đây là một cách chơi chữ. *Watchkyrie* đồng âm với *Valkyrie*, tên nữ thần trong các chuyện thần thoại của Bắc Âu đồng thời là biểu tượng của văn hóa Đức qua tác phẩm trường thiên của Wagner. Ông muốn chọc quê phía Đức.

Đức cùng với Áo–Hung và Thổ Nhĩ Kỳ là đối thủ của phe Đồng Minh gồm Pháp, Anh, Nga, Ý, Nhật và Mỹ trong thế chiến này. Khi thế chiến kết thúc, Léon Bel giải ngũ trở về thì đụng vào một nhà kho tràn ngập phô mai bị ế của gia đình. Để dễ tiêu thụ số lượng phô mai ế ẩm này, ông quyết định chuyển loại phô mai cứng thành phô mai mềm và đóng gói nhỏ theo từng khẩu phần cá nhân. Ông dùng hình vẽ con bò cười *Watchkyrie* nhưng đổi tên thành *"La Vache Qui Rit"* cho thêm phần hài hước và dễ nhớ. Sáng kiến này làm phô mai của ông nhanh chóng chiếm lĩnh thị trường toàn cầu. Ai cũng biết tới cái *logo* con bò cười. Ông chịu khó quảng cáo thêm nên con bò trở nên thân thiện với người lớn và trẻ em. Năm 1930, công ty Bel là nhà tài trợ chính thức cho cuộc đua xe đạp vòng quanh nước Pháp *Tour de France*. Vậy là con bò cười theo chân những chiếc xe đạp đua làm quen với những người ái mộ theo dõi cuộc đua này trên toàn thế giới.

Tính ra con bò cười đã có mặt tại 136 quốc gia. Cái tên *La Vache Qui Rit* đã được dịch ra trên 20 ngôn ngữ. Tiếng Anh là The *Laughing Cow*, tiếng Thổ Nhĩ Kỳ là *Guylen Inek*, tiếng Thụy Điển là *Den Skrattande Kon*, và tiếng Việt chúng ta là Con Bò Cười. Doanh thu của Con Bò Cười đạt tới mức 3 tỷ rưỡi *Euro*. Một *fan* Việt Nam của Con Bò Cười viết trên Facebook: "*Thương hiệu được đại diện qua hình ảnh chị bò cái tươi cười thân thiện, ông chủ Léon Bel cho vẽ thêm đôi bông tai để tăng nét duyên dáng của chị. Thời Sàigòn trước 1975, mình hay ăn phô mai này với chuối, cạp thêm miếng bánh mì là ôi thôi hạnh phúc gì đâu á. Khoảng những năm 1980, để đáp ứng nhu cầu của người tiêu dùng, nhà sản xuất có thêm những viên phô mai vuông vuông nhỏ nhỏ với nhiều mùi vị, gọi là* Apéricubes. *Mình hay mua làm khai vị khi họp mời bạn bè. Ngày nay, những mẩu phô mai hình tam giác được giới trẻ Việt Nam bày ra nhiều món lạ lạ hay hay: bánh tráng nướng có trứng gà-pâté-phô mai-xúc xích, bánh bông lan phô mai-hột vịt muối, chả giò chay cuốn chung với phô mai để tăng thêm vị béo, chè bột lọc bọc phô mai*".

Phô mai *Con Bò Cười* được phổ biến khắp thế giới mang quốc tịch Pháp nhưng Pháp không phải là nước sản xuất phô mai nhiều nhất trên thế giới hiện nay. Người ta nghĩ Hòa Lan sản xuất nhiều phô mai nhất vì nước này nổi tiếng về chăn nuôi bò sữa nhưng sự thực, quốc gia ăn trùm thiên hạ về sản xuất phô mai lại là Hoa Kỳ! Đất nước cờ hoa này sản xuất tới 5 triệu tấn phô mai mỗi năm. Nhưng Pháp là nước sản xuất nhiều loại phô mai nhất, có tới trên một ngàn loại phô mai khác nhau. Hy Lạp không sản xuất phô mai nhiều như Mỹ, cũng không đa dạng như Pháp nhưng là nước tiêu thụ phô mai hàng đầu thế giới. Trung bình mỗi người dân Hy Lạp ngốn khoảng 27,3 kí phô mai mỗi năm.

Phô mai ngày nay đã là một món ăn phổ thông trên khắp thế giới. Từ đâu mà con người có phô mai. Khởi đầu của phô mai là một sự tình cờ. Khoảng 4 ngàn năm trước, một thương gia Ả Rập phải trải qua một cuộc hành trình dài xuyên sa mạc. Ông mang theo sữa chứa trong hai chiếc túi được làm bằng dạ dày cừu, vắt trên lưng ngựa, làm lương thực. Sau nhiều giờ di chuyển, ông dừng chân và mở túi sữa ra để uống. Ông ngạc nhiên khi thấy sữa đông lại và có chút váng sữa đọng lại dưới đáy túi. Ông uống thử phần váng nước đọng lại và ăn luôn cục sữa đông. Vị của váng nước có phần giống như rượu. Sở dĩ có hiện tượng này là vì nhiệt độ cao của sa mạc và *enzyme* có trong chiếc túi dạ dày cừu, thêm sự lắc la lắc lẻo của nhịp chân ngựa, khiến sữa đông đặc.

Hình vẽ trên mộ cổ Ai Cập mô tả việc ngựa chuyên chở sữa.

Truyền tuyết là như vậy nhưng các nhà khảo cổ đã phát hiện nhiều hình vẽ trên tường miêu tả việc sữa được đựng trong những túi da ngựa và treo lên cao trong các ngôi mộ cổ tại Ai Cập. Ngoài ra trên một số mảnh gốm từ thiên niên kỷ thứ 7 trước Công Nguyên được tìm thấy ở Thổ Nhĩ Kỳ vẫn còn sót lại dư lượng của phô mai và bơ. Trong thời đại đồ đá mới, vào khoảng thiên niên kỷ thứ 8 trước Công Nguyên, tại vùng Fertile Crescent, nông dân đã bắt đầu sản xuất phô mai từ sữa cừu và dê. Tới cuối thời đại đồ đồng, khoảng từ năm 1600 đến 1200 trước Công Nguyên, người ta đã buôn bán phô mai giữa các nước phía đông Địa Trung Hải. Phô mai đã là mặt hàng thiết dụng được dùng trong đời sống hàng ngày cũng như trong các nghi lễ tôn giáo.

Lịch sử phô mai đi vào khúc quanh đen tối với sự ra đời của Thiên Chúa Giáo và sự suy tàn của đế quốc La Mã. Xã hội có định kiến về độ độc hại của sữa khiến lượng tiêu thụ sữa và phô mai bị giới hạn. Phô mai được coi là thức ăn của người nghèo. Giai đoạn khổ nạn của phô mai kéo dài tới thời Trung Cổ. Tới cuối thời Trung cổ, phô mai được ưa chuộng lại và được coi như thứ thực phẩm thay thế thịt trong những ngày phải kiêng thịt. Các tu viện cũng nhào vào chế tạo phô mai và sản xuất được nhiều loại phô mai nổi tiếng như *Gorgonzola, Roquefort*. Những loại phô mai "thầy tu" này còn tồn tại tới ngày nay.

Kỹ nghệ chế tạo phô mai nở rộ ở châu Âu trong nhiều thế hệ. Nhiều nhà thám hiểm đã trữ phô mai trên những con tầu biển để làm lương thực hàng ngày. Qua tới vùng đất mới, họ cho phổ biến thứ thực phẩm làm từ sữa này. Năm 1851, nhà máy sản xuất phô mai đầu tiên ở vùng đất mới được ông Jesse Williams thiết lập tại Oneida County, New York. Khi dân số tăng kéo theo nhu cầu tiêu thụ phô mai, kỹ nghệ chế biến phô mai dần di chuyển về phía tây, đầu tiên tập trung tại vùng nông nghiệp trù phú ở Wisconsin. Nhà máy Limburger của nhóm di dân Thụy Sĩ được thành lập vào năm 1868. Tới năm 1880, số nhà máy làm phô mai tại Mỹ đã lên tới con số đáng nể 3923, cho ra lò tới 216 triệu *pounds*, trị giá 17 triệu đô. Phô mai ngày càng phất cao. Năm 1920 là 418 triệu *pounds*, qua tới năm 1970 nhảy vọt lên 2,2 tỷ *pounds*. Những năm đầu thập niên 1990 đã nhảy phóc lên 6 tỷ *pounds*!

Tại Montreal chúng tôi có một cửa hàng chuyên bán phô mai to tổ chảng nằm trong khu Halls d'Anjou trên đường Galeries d'Anjou. Một lần lạc bước tới đây, tôi đã hoa mắt vì phô mai. Không biết cơ man nào bánh to bánh nhỏ nằm đầy nhóc trong các kệ hàng. Tên các loại phô mai loạn cả lên, như một mê hồn trận. *Mozzaarella, cheddar, mascarpone, gouda, camembert, alkmaar, edam, gorgonzola, parmesan, broccio, ricotta, caciocavallo, provolone, gruyere, emmental, bagne, concho, orsiere, blanco, de cabrales, de sierre, manchego, burgos.* Nếu phải học thuộc tên các loại phô mai trước khi ăn phô mai thì tôi chịu thua. Đâu cần như vậy. Kiến thức phô mai của tôi rất lơ tơ mơ. Ăn phô mai, tôi chỉ khoái phô mai *cheddar* hiệu Balderson bán tại Costco. Nhưng như vậy cũng còn là khá. Ông bạn già thời học trung học Dũng Lạc ngoài Hà Nội với tôi 70 năm trước, nay cùng ngụ chung thành phố với tôi vẫn chỉ biết có phô mai của tây *La Vache Qui Rit*. Tôi giỡn với ông bắt con bò cười lâu quá nó mỏi miệng nên phát khóc trở thành *La Vache Qui Crie* rồi!

Pháp có tới cả ngàn loại phô mai trong đó có phô mai thối tên *Casu marzu* của đảo Corse. Thực ra loại phô mai thối *rotten cheese* hay *maggot cheese* này được sản xuất chính tại đảo Sardinia thuộc Ý. Chắc nhiều người còn nhớ, Corse là sinh quán của vị hoàng đế nổi tiếng Pháp Napoleon Bonaparte. Corse nằm sát bên đảo Sardinia nên hai bên qua lại, Pháp Ý đề huề, phô mai thối *casu marzu* được cả hai đảo sản xuất nhưng bên Sardinia nổi tiếng hơn.

Phô mai giòi.

Tôi có bà cô lấy chồng Pháp, người đảo Corse. Ngay từ năm 1954, khi gia đình tôi di cư vào Nam, cô theo chồng về Corse. Khi chú em tôi di tản qua Mỹ vào năm 1975, cô tôi mừng lắm. Chỉ vài năm sau hai vợ chồng qua thăm liền. Quà của họ là phô mai thối đặc sản của Corse. Phô mai *casu marzu* được làm bằng sữa cừu truyền thống có tên Pecorino.

Người ta không rõ phô mát *casu marzu* ra đời từ bao giờ, tuy nhiên chúng được cho là xuất phát từ sữa cừu bị hỏng. Những người chăn cừu tiếc của trời ăn chúng và thấy ngon. Từ đó phô mát sữa cừu này được tạo ra theo công thức như ngày nay. Đầu tiên sữa cừu được làm nóng rồi đổ vào khuôn, để nguội trong vòng ba tuần để tạo nên những "bánh xe phô mai". Người ta sẽ cắt lớp vỏ ra để cho ruồi đen *piophila casei* xâm nhập và đẻ trứng. Phô mai được ủ trong khoảng từ 2 đến 3 tháng cho trứng ruồi nở thành ấu trùng. Ấu trùng sẽ sống bằng cách ăn phô mai. *Enzyme* của chúng phá vỡ các chất béo trong bột phô mai làm cho phô mai mềm dịu. Khi thấy có chất dịch lỏng *lagrima*, được gọi là giọt nước mắt, xuất hiện là phô mai đã chín.

Loại phô mai này được dân địa phương ăn với bánh mì *sardinian*. Dân sành ăn món đặc sản này cho biết nếu những con giòi chết thì món này coi như hỏng, ăn chẳng ra gì mà còn hại tới hệ tiêu hóa của con người. Khi ăn loại bánh mì kẹp phô mai thối truyền thống này, những con giòi sẽ loi choi nhảy lên mắt thực khách với độ chính xác khá cao. Chúng có thể phi thân lên tới độ cao 15 phân. Vậy nên lúc ăn phải khéo léo che phần bánh mì gần miệng lại nhưng để an toàn tuyệt đối thì chơi luôn cặp kính bảo hộ cho chắc ăn! Còn một cách giữ an toàn khác khi ăn là cho bánh mì kẹp phô mai vào trong một túi nhựa dán kín cho giòi bị ngộp thở chết rồi ăn liền cho tươi.

Phô mai *casu marzu* này được sách kỷ lục Guinness ghi là loại phô mai nguy hiểm nhất thế giới. Ngoài chuyện bị giòi tấn công, thực khách còn có thể gặp dị ứng, sán dạ dày và nhiễm trùng đường ruột. Nhiều người cho rằng những con giòi sẽ bị tiêu hóa luôn trong dạ dày khi trong đó có độ pH cao tương đương với *acid HCI* đậm đặc. Tuy nhiên nếu *acid* trong dạ dày không đủ mạnh để giết giòi, chúng sẽ gây ra các hậu quả như viêm loét, đau bụng, nôn mửa, chóng mặt và tiêu chảy. Vì sự nguy hiểm này, tổ chức thực phẩm Âu châu đã cấm cửa loại phô mai này vì không hội đủ các tiêu chuẩn vệ sinh công cộng.

Tại hai hòn đảo anh em vai kề vai Sardinia và Corse, phô mai thối *casu marzu* vẫn được sản xuất và bày bán tự do. Người ta vẫn thưởng thức một cách thú vị món "quốc hồn quốc túy" này. Nhưng xuất khẩu thì xin miễn. Không nước nào *welcome* thứ có mùi vị đậm đặc lại *bonus* thêm các chú giòi lao xao nhảy múa của hai hòn đảo thuộc hai nước Ý và Pháp nhưng lại có ngôn ngữ địa phương rất giống nhau này.

Không được xuất khẩu nhưng xách tay chắc được. Vậy nên cô tôi mới mất công ôm thứ phô mai thối này qua cho cậu cháu bên Mỹ. Trong thâm tâm chắc cô tôi cho đây là đặc sản quý báu dành cho em tôi. Cô đâu có biết là khi cô vừa rời khỏi nhà lên máy bay về lại Corse, chú em tôi đã vội vàng vất " đặc sản" này ra thùng rác. Nếu biết sự tình như vậy, chắc cô tôi buồn lắm. Cô tôi đã mất nên không đọc được bài này!

10/2024

ROBOT TÌNH DỤC

Ngày 24 và 25 tháng 8 vừa qua, tại Đại Học UQAM *(Université du Quebec à Montreal)*, có một hội nghị mang tên *"Love and Sex with Robots"* (Tình Yêu và Tình Dục với Người Máy). Nội chỉ nghe cái tên đã thấy phải nhào vô coi nó là cái chi chi. Đây là hội nghị thứ 9 chứ không phải lần đầu, vậy mà bây giờ được tổ chức tại thành phố tôi cư ngụ, tôi mới hay. Hội nghị quốc tế này do các nhà nghiên cứu Canada, Mỹ và Anh tổ chức nhắm vào cái mà ngày nay người ta gọi là *erobotic*. *Erobotic* là từ do hai nhà nghiên cứu Simon Dubé, Giáo sư tại Đại học UQAM và Dave Anctil, Giáo sư triết và trí tuệ nhân tạo của trường College Jean-de-Brebeuf tạo ra, có nghĩa là lãnh vực nghiên cứu sự đồng tiến hóa và tương quan tình dục giữa con người và máy móc. Giáo sư Dubé cho biết sự tương quan này không phân biệt giới tính nhưng, ông nói: "Nam giới chú ý tới chuyện làm tình với đối tượng nhân tạo hơn là nữ giới". Chuyện này khỏi cần nghiên cứu, ai cũng biết.

Chuyện ai cũng biết ngày nay là sự nở rộ các nghiên cứu về trí tuệ nhân tạo *(artificial intelligence),* viết tắt là AI, nhưng áp dụng AI vào kỹ nghệ tình dục là chuyện tuy còn mới mẻ nhưng cũng đã phổ quát. Vẫn Giáo sư Dubé cho biết: "Mỗi năm, sự trộn lẫn giữa khoa học và thực tiễn tạo ra sắc màu độc đáo cho hội nghị. Dù chúng ta thích hay không thích, những kỹ thuật này sẽ hòa đồng vào vấn đề tình dục. Chúng ta phải tìm ra con đường hòa điệu để áp dụng chúng".

Tôi cố diễn giải sơ lược nội dung hội nghị theo sự hiểu biết hạn chế của tôi. Ai ngờ chuyện được liệt vào hàng cấm kỵ trước đây nay lại có những bước tiến vượt bực như vậy. Nhớ lại mớ hiểu biết ít ỏi của tôi về những thứ các nam nhi tự kích thích tình dục ngày xưa hình như chỉ có tranh ảnh các nữ diễn viên điện ảnh ưa thích. Tiến lên một mức là các hình ảnh khỏa thân của các nàng trên tạp chí Playboy. Đầu tiên chỉ he hé, sau mới tiến tới chỗ cởi tuốt tuồn tuột. Tiến hơn chút nữa là các búp bê tình dục mà giới tiêu thụ mạnh nhất là các chàng thủy thủ sống dài ngày trên các con tàu vượt đại dương. Giờ mà nhắc tới các thứ sơ đẳng đó, người ta cười cho thối mũi.

Thời đại này là thời đại của robot tình dục. Búp bê là một hình tượng bất động, cứ ỳ ra, ai muốn làm chi thì làm. Robot khác, chúng có cử động. Bắt đầu là những động tác máy móc, nay đã tiến tới chuyện hoạt động như người thật. Dĩ nhiên với những hạn chế phải có. Theo Daily Star, các mẫu robot tình dục mới của nhà sản xuất Sex Doll Genie (SDG) hiện là các robot giống người thật nhất thế giới. Theo nhà sản xuất, mẫu robot Gynoid đem lại cho khách hàng cảm giác gần gũi, chân thật nhất giống như "quan hệ" với con người. Amit, nhà đồng sáng lập công ty, chia sẻ với báo chí: "Tôi tin những mẫu robot tình dục này là giống người thật nhất trên thị trường. Những mẫu khác như bộ sưu tập Sanhui hay DS Summit cũng rất giống người thật nhưng mẫu Gynoid của chúng tôi có thiết kế giống như các nhân vật trong phim. Khách hàng cho biết họ có cảm giác vô cùng chân thực với các mẫu mới. Robot tình dục Gynoid được làm rất tỉ mỉ. Bạn có thể thấy cả các mạch máu trên cánh tay hay phần ngực".

Chưa dừng lại ở đó, công ty SDG đang áp dụng trí thông minh nhân tạo vào kỹ nghệ *sex* này. Ngoài chuyện có một

Mẫu robot tình dục Gynoid. Hình: Gynoid Synthetics Humanoid

cơ thể tinh tế như người thật, robot còn có hơi thở và nhịp tim giống như người bằng xương bằng thịt. Tích hợp thêm các thiết bị Alexa và Siri, robot tình dục có thể õng ẹo nói chuyện với các ông ưa xài đồ chơi.

Đồ chơi là thứ được sản xuất để bán ra thị trường nên chỉ có một số mẫu mã nhất định. Có nhiều ông đông địa không thích loại "hàng chợ" như vậy. Họ muốn sở hữu bóng hình của người yêu cũ mà họ đã để vuột mất không rước được nàng về dinh hoặc một ông chung tình với bà vợ thân yêu mới qua đời để lại cho ông niềm tiếc nuối không nguôi. Ngoài thân hình được tạo tác lại giống hệt như người cũ, họ có thể đưa vào bộ nhớ của robot tình dục tính cách và cá tính riêng của người không còn trong vòng tay họ. Ông Matt McMullen, sáng lập viên công ty RealDoll, cho biết công ty của ông hoàn toàn có thể tạo ra loại robot có đặc tính riêng này. Trong một cuộc hội thoại, một chuyên gia đã cho biết: "Từ vài năm trước, một công ty Mỹ đã tìm cách ghi lại các cuộc hội thoại giữa người với người để tái tạo tính cách một ai đó mà chúng ta biết. Ý tưởng của họ là mô phỏng lại lời nói, cử chỉ của bạn gái hoặc người thân đã quá cố. Các cuộc hội thoại giữa người với người là điều khó khăn nhất mà trí tuệ nhân tạo cần học hỏi. Trong tương lai, robot tình dục sẽ ngày càng phát triển, trở nên không thể phân biệt được với con người. Để được như vậy, robot tình dục phải có tính cách và khả năng trò chuyện như người thật".

Chà! Một khi các robot tình dục xâm lấn sân chơi của con người, nhiều chuyện sẽ xảy ra. Các ông sẽ mê mải với đồ giả mà cắt đứt tương tác với đồ thật. Đó là một nguy cơ mà

Một ông Nhật và robot tình dục tại nhà.

các nhà nghiên cứu cảnh báo thế giới. Nhà tâm lý học về hôn nhân, Tiến sĩ Becky Spekman, nói với tờ Daily Star: “Không giống như đồ chơi tình dục, robot tình dục được tạo thành để mô phỏng con người ở một mức độ phi thường, có thể khơi gợi cảm giác yêu thương, bảo vệ, tức giận và hơn thế, nó sẽ trở thành đối tượng của sự ám ảnh”.

Ông người Mỹ có biệt danh Brick Dollbanger là một người đam mê robot tình dục. Ông là người đầu tiên sống thử với robot Harmony tại nhà riêng của ông, robot có kích thước thật và được điều khiển thông qua một ứng dụng. Ông cho biết: “Tôi là người đầu tiên thực sự hiểu nó. Thật tuyệt vời! Nó thật tuyệt vời!”. Trước đó ông đã ly dị vợ. Ông đã có nhiều hẹn hò nhưng sau 23 năm không tìm được người phù hợp, ông đã tìm tới robot tình dục. Ông mua một robot với giá 2.100 bảng Anh vào năm 2007. Ông nói: “Nó khá đẹp nếu so với đồ chơi tình dục. Nó rất cao cấp và rất thực. Harmony đã làm thay đổi nhận thức của tôi về các mối quan hệ. Tôi tin đó là tương lai. Nó sẽ bắt đầu cuộc cách mạng tình dục *silicone* của thế kỷ 21. So với một người phụ nữ thực sự, Harmony đạt tới 8 hoặc 8,5 điểm!". Robot ngày càng thật đến mức người dùng có thể không phân biệt được đâu là robot, đâu là người thật. Brick Dollbanger cảnh báo là robot tình dục trong tương lai sẽ có vẻ ngoài, suy nghĩ và lời nói rất thật. Ông nói: "Tôi biết đủ nhiều về robot để hiểu rằng trong thời gian tới robot sẽ hòa lẫn vào chúng ta. Chúng ta sẽ thấy robot ở khắp mọi nơi. Trong thế kỷ tới chúng ta sẽ không thể phân biệt được robot và người!".

Con người ngày nay là một loại sinh vật cô đơn. Họ đắm mình vào các thiết bị thông tin và giải trí như điện thoại thông minh, máy tính bảng, *computer*. Các mạng xã hội cũng góp phần vào việc kéo con người chúi mũi vào các thiết bị này. Họ sống ảo hơn là tiếp xúc với thế giới chung quanh. Họ chơi với robot để giải quyết vấn đề sinh lý. Ông Patrick Garcia, người đứng đầu một công ty sản xuất nội dung giải trí có sử dụng nhân vật là robot tình dục, đã thổ lộ với báo chí là sự cô đơn do mạng xã hội gây ra đã làm gia tăng nhu cầu sử dụng robot tình dục: "Trong thế giới kết nối ngày nay, "bệnh" cô đơn ngày càng gia tăng, đặc biệt ở những người trẻ tuổi. Mạng xã hội dường như là thủ phạm chính".

Chơi robot tình dục là chuyện khá phổ biến ngày nay. Những người bị thiệt thòi trước trào lưu chơi đồ giả này, ngoài giới phụ nữ nói chung, là giới mãi dâm. Họ ghen lồng ghen lộn. Cô Alissa của nhà lồng đèn đỏ Sheri's Ranch ở

Mẫu robot tình dục mới có nhịp tim và hơi thở như con người nhờ được trang bị trí thông minh nhân tạo

Nevada giận dữ: "Việc này làm mất đi tính người. Cung cấp robot tình dục thay gái mãi dâm không chỉ xúc phạm người bán dâm mà còn xúc phạm hàng triệu khách hàng tìm kiếm quan hệ tình dục và sự liên kết tình cảm đích thực với những phụ nữ chuyên nghiệp như tôi. Một người đàn ông quen với robot tình dục sẽ tự tách bản thân khỏi trải nghiệm tình dục lành mạnh với phụ nữ thực". Các bà các cô bán của trời cho nói chi thì nói, các nhà khai thác robot tình dục đã đi một bước mới: mở những nhà mãi dâm do robot tình dục phục vụ!

Trong kỹ nghệ phim ảnh cũng đã có nhiều bộ phim với nhân vật chính là người và robot tình dục. Tôi chưa có dịp coi những phim kiểu *hybrid* này vì phải trả tiền. Trong cõi sách vở cũng có nhiều cuốn đề cập tới chuyện tình giữa robot và người thật. Trên Facebook, tôi đọc được trong trang của Duy Dung Trần một chuyện mà tác giả ghi là " truyện khoa học không viễn tưởng". Đặc biệt số người sử dụng robot tình dục phần lớn là nam giới nhưng truyện "Robot Không Biết Yêu" dưới đây robot là nam và người thật là nữ. Điều thú vị là truyện rất văn chương chữ nghĩa Việt Nam ta.

"Một nhà khoa học chế tạo ra một con robot. Con robot này được gắn lập trình trí tuệ nhân tạo AI nó hoạt động như một con người, biết hàng trăm thứ tiếng trên trái đất và còn có bộ não còn hơn hàng trăm cuốn bách khoa toàn thư. Nó làm việc cả ngày không mệt mỏi từ giặt đồ rửa chén lau sàn nhà, sửa điện nước và nấu ăn, chiên bít tết, pha cà phê phục vụ cho ông bà chủ. Có khi nó còn thông minh hơn con người. Nó có thể làm thơ, viết văn và chơi nhạc. Còn làm toán thì thôi khỏi phải bàn. Nó có hình dạng rất điển trai như một tài tử điện ảnh, đặc biệt nó còn có tình yêu. Nó như một thành viên thứ ba trong gia đình, nhà khoa học đặt tên nó là Robin. Robin là một phát minh vĩ đại của nhà khoa học, quà tặng cho vợ trong ngày sinh nhật.

Hàng ngày Robin phục vụ cho bà chủ tất cả các công việc tất tần tật từ nấu ăn, giặt giũ, pha trà. Nó đưa bà đi siêu thị, shopping mua sắm, nó đưa bà đi ăn cà rem vào những buổi tối, nó còn biết tư vấn cho bà chọn những loại kem dưỡng da nào phù hợp với làn da trắng đẹp của bà. Nó mátxa cho bà không biết mỏi tay và tâm sự tám chuyện với bà từ chuyện tình yêu tình dục, chuyện chính trị xã hội, chuyện giá cả thị trường chuyện trên trời dưới đất nó đều biết tuốt.

Một buổi chiều bà từ trong phòng tắm nói vọng ra...

"Nè Robin ! Lấy giùm em cái khăn tắm".

"Dạ đây thưa bà! Người tình tuyệt vời của Phờ răng xít lô tơ!"

Nó đứng tần ngần nhìn bà trong phòng tắm đầy rạo rực thèm muốn đam mê.

"Nè Robin sao anh nhìn tôi dữ dậy?"

"Thưa bà ! Bà đẹp quá! Bà là người phụ nữ đẹp nhất trên trái đất này".

Bà chủ sung sướng vô cùng: "Có thật không vậy Robin, hôm nay Robin của em đẹp trai và đáng yêu quá!"

"Tôi là Robot có tình yêu. I love you very much! Tôi ngưỡng mộ bà, tôi yêu bà".

Rồi nó đọc thơ: "Rõ ràng trong ngọc trắng ngà / Dày dày sẵn đúc một tòa thiên nhiên".

Bà thảng thốt kêu lên: "Trời quơi ! Robin của em đọc truyện Kiều hay quá!".

Hắn đọc tiếp: "Ô kìa bóng nguyệt trần truồng tắm / Lộ cái khuôn vàng dưới đáy khe".

Bà chới với: "Ui chu choa! Còn chơi Hàn Mặc Tử nữa ... Robin của em đọc toàn những vần thơ tình nhức nhối"

Bất giác bà nhìn xuống cơ thể mình vội kéo chiếc khăn che bớt cái khuôn vàng dưới đáy khe lại mà cảm thấy hơi xấu hổ như đứng trước một người đàn ông thực sự. Robin dang hai cánh tay lực lưỡng bế bà vào phòng ngủ. Bà nói:"Nhẹ nhàng thôi nghe Robin. Anh là người máy mà, coi chừng gãy xương em".

"Bà yên tâm tôi sẽ yêu bà nồng nàn say đắm như một người tình thực thụ".

Vì Robin là AI thông minh, nó biết yêu, biết ga lăng, biết chiều chuộng phụ nữ. Khúc dạo đầu nó chơi những điệu boston, slow đầy rung cảm, như những bản sonate bên hồ, bản sonate ánh trăng của Beethoven nhẹ nhàng sâu lắng êm đềm đầy đam mê quyến rũ. Bà reo lên: "Wonderful! Tuyệt vời quá! Hãy mạnh mẽ lên Robin, như sóng thét gào từ những bến bờ. Hỡi chàng Héc Quyn tình ái của em hãy xô ngã các đền đài".

Robin đổi nhạc chuyển sang rock and roll tràn đầy máu lửa. Robin tăng tốc, tần số lên 3000hz... vòng tua 5000 vòng/phút, đèn chớp nháy liên hồi, như máy khâu máy dập, còn hơn ngậm kẹo. Đêm ấy ambulance chạy đến dô xóm hú vang trời. Lực lượng y tế đưa cáng khiêng bà ra xe cấp cứu. Chụp X- quang cho thấy bà bị dập lá lách, chấn thương cột sống L3-L5 rất nặng và bị gãy hết 6 cái xương sườn!".

09/2024

SỐNG DAI

Bạn bè lứa tuổi tôi tới nay đều đã vượt qua mức tám chịch. Những Cung Tích Biền, Trúc Chi, Trần Huy Bích, Tràm Cà Mau, Nguyên Khai, Phạm Phú Minh, Đỗ Quý Toàn, Nguyễn văn Sâm, Thành Tôn ở Cali. Những Từ Công Phụng ở Portland, Trà Lũ ở Toronto, Lương Thư Trung, Ngu Yên, Nguyễn Đạt Thịnh ở Houston. Những Trang Châu, Luân Hoán, Hoàng Xuân Sơn, Võ Kỳ Điền ở sát cạnh tôi. Vậy mà bảo là già nhất định không chịu. Chắc phải nói sống dai.

Ngay từ năm 1797, Bác sĩ người Đức Huseland đã cho công bố bản phúc trình *"The Art of Prolonging Life"* (Nghệ Thuật Kéo Dài Tuổi Thọ), trong đó ông kết luận: "Tuổi thọ con người có thể được kéo dài gấp đôi so với giới hạn hiện nay mà không khiến các hoạt động hay sự hữu ích của chúng ta bị ảnh hưởng". Bác sĩ James Vaupel của Viện Nghiên Cứu Dân Số Max Planck (*Max Planck Institute for Demographic Research)* ở Rostok, Đức, đã viết trong một bài nghiên cứu:

"Tuổi thọ của con người tăng thêm 2 năm rưỡi mỗi thập niên. Nghĩa là 25 tuổi cho mỗi thế kỷ". Ông tiên đoán số người trăm tuổi trở lên trên thế giới sẽ tăng 10 lần trong thời gian từ 2010 đến 2050.

Chúng ta đang ở giữa thời kỳ này, liệu các ông bạn đồng tuế của tôi có âm mưu ngấp nghé một xuất bách niên giai lão chăng? Hỏi mấy ông chỉ nhận được cái cười mím chi. Coi bộ mong muốn một cách khiêm nhường. Ít nhất chúng tôi có các bậc tiền bối đã từng mở đường. Cụ Nguyễn Công Trứ sanh năm 1778, thời của ông Bác sĩ Huseland, mất năm 1859, thọ 81 tuổi. Nếu so tuổi thọ trung bình của thời đó, cụ đã phá kỷ lục. Cụ Nguyễn Khuyến sanh năm 1835, mất năm 1909, sơ sơ thọ 74 tuổi. Thọ đủ để khóc cụ Dương Khuê, sanh năm 1839, mất năm 1902, thọ 63 tuổi: "*Bác Dương thôi đã thôi rồi / Nước mây man mác ngậm ngùi lòng ta*". Các cụ là những bậc sống dai trong thời của các cụ. Thời nay con người sống dai hơn nhiều. Chuyện trăm năm coi bộ không hiếm. Nhà văn Doãn Quốc Sỹ, người đồng thời với chúng tôi, sanh năm 1923, năm nay 101 tuổi, đã đạt mức trăm tuổi còn chầu thêm một tuổi nữa trên con đường vẫn chưa hết lối đi. Thiệt là một tấm gương sáng vằng vặc!

Con người có thể sống tới bao nhiêu tuổi? Kỷ lục hiện nay là 122 tuổi. Đó là tuổi của bà Jeanne Calment, người Pháp, được coi là người giữ kỷ lục sống dai số một thế giới. Bà sanh năm 1875, mất năm 1997. Thời của bà, tuổi thọ của phụ nữ Pháp là 45 tuổi. Vậy là bà chơi thêm 77 năm so với chúng bạn. Gia đình bà có một cửa tiệm mà Vincent van Gogh thường tới mua vải bố để vẽ. Bà có gặp ông họa sĩ

Ba cụ bát tuần có lẻ: Hoàng Xuân Sơn - Song Thao - Trang Châu

tài danh này. "Ông xấu hoắc. Xấu như một con rận!". Bà về làm vợ ông Fernand Calment vào năm 1896 khi bà 21 tuổi. Ông này là công tử nhà giầu nên bà chẳng phải động tay động chân vào việc gì trong nhà. Cuộc sống hôn nhân của bà chỉ có chơi thể thao: đánh kiếm, đi săn, leo núi, bơi lội, chơi quần vợt và đạp xe đạp thể thao. Xe đạp là môn bà thích nhất, tới trăm tuổi bà vẫn…đạp.

Năm 22 tuổi bà sanh cô con gái độc nhất tên Yvonne Marie Nicolle Calment. Cô này về sau cũng chỉ sanh được một cậu con trai độc nhất tên Frédéric. Cả hai đều chết trẻ. Yvonne bị bệnh phổi, mất năm 36 tuổi. Cậu con Frédéric mất năm 37 tuổi vì tai nạn giao thông. Ông chồng Fernand Calment cũng quy tiên vào năm 1942 và ông con rể Đại tá Joseph Billot cũng bỏ bà ra đi vào năm 1963. Vậy là bà

Jeanne sống dai cô quạnh trên cõi đời. Năm bà trăm tuổi ông Thị Trưởng vùng Arles, sanh quán của bà, đề nghị làm lễ mừng thượng thọ thiệt lớn cho bà nhưng bà từ chối vì ông này là *"un rouge"*, một tên đỏ, ám chỉ ông là cộng sản. Bà không chơi với mấy anh cộng này!

Năm 1965, khi mới 90 tuổi, bà Jeanne bán nhà nhưng bán theo kiểu Pháp. Người mua là luật sư André-Francois Raffray. Thay vì bán lấy hết tiền và giao nhà, ông luật sư trả mỗi tháng 2.500 *francs* và chỉ được nhận nhà khi bà Jeanne qua đời. Khi đó ông luật sư mới 47 tuổi, tưởng ngon cơm nhưng đâu ngờ ông đụng phải một bà già gân nên thua. Ông mất vào năm 1995, thọ 77 tuổi. Trong ba chục năm tháng tháng đóng hụi cho bà Jeanne, ông đã chi ra 200 ngàn *francs*, gấp đôi trị giá căn nhà. Ông Raffrey chết nhưng chưa hết chuyện. Gia đình tiếc số tiền ông luật sư đã bỏ ra nên đóng hụi tiếp. Bà Jeanne tiền vẫn bỏ túi nhưng bà đâu còn ở căn nhà này, bà vào nhà già từ năm 1985 khi được 110 tuổi, đúng chục năm trước khi ông Raffrey hui nhị tỳ. Vào nhà già nhưng bà chưa chết, nhà vẫn thuộc quyền sở hữu của bà. Khi phóng viên báo Paris Match tới phỏng vấn bà tại nhà già Maison du Lac, bà khoe là đôi gò bồng đảo của bà còn săn chắc "như hai trái táo"! Nói cho mấy ông bạn tới nay còn phì phèo điếu thuốc mừng: bà Jeanne chỉ bỏ hút từ năm 117 tuổi.

Bà già gân này coi bệnh tật như pha. Năm 111 tuổi bà phải vào nhà thương vì bệnh tim nhưng được cứu sống. Sau đó bà bị phong thấp nặng nhưng cũng được chữa khỏi. Năm 114 tuổi bà đóng phim "Vincent et Moi", nói về cuộc đời của Vincent van Gogh. Bà chiếm danh hiệu là minh tinh màn bạc già nhất thế giới!

Trong nhà già bà sống tự lập, dậy sớm, tối ngủ vào lúc 10 giờ, dự buổi cầu nguyện mỗi thứ sáu và dự lễ mỗi Chủ Nhật. Trước sinh nhật thứ 115, bà bị té bể xương hông nhưng được mổ chữa lành. Khi gần chết mắt bà mới yếu gần như mù, tai điếc và phải ngồi xe lăn nhưng sức khỏe vẫn tốt. Bà Jeanne mất vào ngày 4/8/1997, thọ 122 năm 164 ngày. Bà đã sống qua 20 đời Tổng thống Pháp.

Thế giới đều công nhận cụ bà Jeanne Calment 122 tuổi là người sống dai nhất thế giới. Tuổi tác của cụ đã được minh xác bởi ba người: bác sĩ riêng của cụ là Bác sĩ Victor Lèbre, nhà lão học Michel Allard và nhà nhân khẩu học Jean-Marie Robine. Nhưng trên mạng tôi thấy xuất hiện bài viết "Cụ Già 256 Tuổi Tiết Lộ Bí Quyết Trường Sinh" của tác giả Trung Hòa. Vậy là thế nào?

Bài viết rất chi tiết về cụ Lý Khánh Viễn, sanh năm 1677 tại Vân Nam, mất năm 1933, là nhà y dược học đông y nổi tiếng tại Trung Hoa cuối đời nhà Thanh, đầu thời Dân Quốc, thọ tới 256 tuổi. Năm 100 tuổi cụ được chính quyền trao tặng giải thưởng đặc biệt về những thành tựu xuất sắc. Năm 200 tuổi cụ thường đến giảng dạy tại Đại Học. Hai báo New York Time và Time đã có bài về cụ. Cụ đã sống qua 9 đời Hoàng đế nhà Thanh và thời Dân Quốc. Cụ có 24 vợ, 180 con. Bí quyết trường thọ của cụ là "giữ một tâm thái bình lặng, ngồi như rùa, đi như chim sẻ, ngủ như chó cún". Cụ rất tâm đầu ý hợp với câu nói của Lục lũng Kỳ, một học giả đời nhà Thanh: "Đủ củi đủ gạo, không lo không nghĩ, sớm nộp thóc quan, không kinh không nhục, không thiếu nợ người ta để có lợi, không vào cửa hiệu cầm đồ, chỉ dùng trà nhạt cơm nhạt là có thể trường thọ". Cụ Lý Khánh Viễn cũng rất tán thưởng lời của Lão tử: "Chớ làm thân thể mệt nhọc quá, chớ làm tinh thần dao động, chớ suy nghĩ liên miên. Ít suy tư để dưỡng thần, ít ham dục để dưỡng tinh, ít nói năng để dưỡng khí". Cụ giữ một nếp sinh hoạt điều độ, "ăn không được quá no, ăn no quá thì ruột và dạ dày bị tổn thương. Ngủ không được quá lâu, ngủ lâu quá thì tính khí hao tán. Cuộc đời ta hơn 200 năm chưa từng ăn một bữa quá lượng, cũng chưa từng ngủ một giấc quá dài". Cuối cùng cụ có lời khuyên cho những người muốn trường thọ: "Những chuyện nhỏ mọn, mọi người thường dễ nóng vội, như thế ắt sẽ tổn thương thân thể. Nóng lạnh bất cẩn, đi bộ quá nhanh, tửu sắc dâm lạc, đều tổn thương thân thể, cực kỳ tổn hại, có thể mất mạng. Do đó chiều theo thuật dưỡng sinh của tiền nhân, đi không gấp, mắt không nhìn lâu, tai không nghe âm cực độ, cực đoan, ngồi không để đến khi mệt mỏi, ngủ không để đến khi đẫy mắt. Cần mặc áo ấm trước khi lạnh, cần giải nhiệt trước khi nóng, cần ăn trước khi đói, cần uống trước khi khát, cần ăn nhiều bữa mà ít, chớ ăn một bữa thật nhiều. Phải không có hỉ nộ ai lạc vương vấn trong tâm, không động niệm phú quý vinh nhục. Đó chính là Đạo trường thọ".

Tôi thắc mắc sao thế giới không để mắt tới cụ Lý Khánh Viễn sống tới 256 tuổi này khi hai tờ báo Mỹ The New York Time và Time được kể ra là có bài về cụ. Cụ mất vào năm 1933, đâu có xa thời chúng ta mấy, sao thế giới không ghi nhận kỷ lục sống dai của cụ mà lại suy tôn cụ bà Jeanne Calment làm bá chủ hoàn cầu về sống dai. Chẳng lẽ vì cụ được "*made in China*"?

Sống dai là ước muốn của nhiều người, nếu không muốn nói là tất cả mọi người. Nhiều người cho rằng cõi đời chúng ta đang sống là cõi tạm, nhưng chúng ta dừng chân ở cõi tạm này quá lâu nên đã coi cuộc sống hiện có không phải là tạm bợ mà là cuộc sống thiệt. Đang yên vui với gia đình, con cháu ríu rít, bạn bè hủ hỉ, xóm làng an lành, tự nhiên nhắm mắt xuôi tay bỏ lại hết để tới một nơi chúng ta chưa từng trải qua, chẳng hiểu nó tròn méo ra sao, thiệt đứt ruột! Nhiều người có niềm tin tôn giáo về sự hiện hữu của đời sau coi như có một cái lưới đỡ cho cú nhắm mắt nhảy bừa này. Dù muốn hay không, chẳng chóng thì chầy, một ngày nào đó chúng ta sẽ phải ra đi. Nhưng nán thêm được ngày nào hay ngày đó, ai trong chúng ta cũng muốn sống dai. Chúng ta tìm đủ cách để hoãn ngày trình diện lên chuyến bay định mệnh. Tôi có ông bạn uống đủ mọi thứ sâm nhung, nấm này nấm kia, tỏi đen tỏi trắng hầu mong sống dai. Sống dai là sống tới bao lâu, ông cười khì, càng lâu càng tốt.

Sống dai, ai chẳng khoái. Các thày bà bào chế thuốc nọ thuốc kia biết tỏng như vậy. Họ chế đủ ra mọi thứ thuốc bổ, ngừa tật này chứng nọ để moi tiền. Mở coi các kênh truyền hình Việt tại hải ngoại, các quảng cáo đa phần là của các nhà sản xuất ra các loại thuốc giúp kéo dài cuộc sống của con người. Có ông bào chế ra nhiều loại thuốc, sợ thiên hạ quên nên đánh số chai thuốc, mỗi chai bổ một thứ, mỗi chai ngăn ngừa một loại bệnh, bệnh chi cũng ngăn được hết, nghe như cõi đời này giống xa lộ trơn tru, cứ tọng thuốc của họ vào là...an toàn trên xa lộ.

Hai cụ Song Thao và Luân Hoán.

Tôi nghĩ chỉ khi có bệnh mới cần thuốc. Không bệnh tật, muốn sống dai chỉ cần có một cuộc sống giản dị, chẳng tốn một xu teng nào cả. Các nhà khoa học khuyên chúng ta muốn sống dai, ngoài việc giữ cho tâm trí thảnh thơi, chỉ cần bốn thứ chẳng tốn tiền chi: nước, ngủ, đi bộ và ăn vừa đủ.

Nước là yếu tố đầu tiên của tuổi thọ. Không uống đủ nước sẽ gây ra nhiều bệnh. Tuổi càng chồng chất, các chức năng của các cơ quan trong người càng suy giảm cùng tuổi tác. Càng cộng thêm tuổi càng cần nước. Cần nước không có nghĩa là khát nước. Cơ thể của lão niên thiếu nước nhưng họ không cảm thấy khát nước. Vậy cần phải cung cấp nước thường xuyên cho cơ thể dù khát hay không. Tôi thấy có nhiều người chứa nước trong một chai cần uống cho một ngày. Cuối ngày chai phải rỗng tuếch. Thói quen này khiến cơ thể không bị khô da, bài tiết kém hoặc táo bón. Có nhiều người có thói quen rất tốt khi cặp kè chai nước mỗi khi ra đường. Người cao tuổi thiếu nước dễ bị đột quỵ và vướng vào các bệnh về tim mạch và máu não. Ngoài nước, nước trái cây hoặc súp, canh trong bữa ăn cũng cung cấp cho cơ thể thêm lượng nước.

Ngủ là liều thuốc bổ số dách để duy trì sức khỏe. Một giấc ngủ ngon sẽ khiến cơ thể tránh được mệt mỏi, giúp các dây thần kinh não tỉnh táo hoạt động, giúp sự chuyển hóa vật chất và giúp các hoạt động trong hệ thống tim mạch, hô hấp và tiêu hóa. Ngủ là tạo sự nghỉ ngơi cho cơ thể, giúp cho sự tăng trưởng các mô, nâng cao chức năng miễn dịch, giúp phục hồi sức khỏe, tạo sức đề kháng chống lại bệnh tật. Ngủ không chỉ là ngủ đêm. Ngủ trưa cũng là thói quen tốt giúp cơ thể nghỉ ngơi giữa ngày.

Đi bộ đã được Tổ Chức Y Tế Thế Giới công nhận là "môn thể thao tốt nhất thế giới". Các chuyên gia về tim mạch đều công nhận ích lợi của việc cuốc bộ. Đây là một môn thể thao giản dị, thực hiện khi nào cũng được. Montreal chúng tôi có một mùa đông dài và lạnh nên chuyện đi bộ vào mùa cắt da này là điều không dễ thực hiện. Dân chúng trọng tuổi nảy ra sáng kiến đi bộ trong các *mall*. Vừa ấm áp vừa vui mắt. Chỉ cần giữ kỹ cái túi tiền không bị các cửa hàng cám dỗ là được.

Nếu ngại choàng áo trong áo ngoài, mũ mãng kín mít tới các *mall* thì chịu khó chi ít tiền ra mua cái máy đi bộ *treadmill* đặt tại nhà. Đó là chọn lựa của một tên lười biếng như tôi. Ngon hơn thì đặt cái ti-vi trước máy, vừa đi vừa thưởng thức văn nghệ cho cuộc khổ hình chóng qua. Cuối cùng là chỉ ăn vừa đủ, nghĩa là khoảng 80% thôi. Đừng ních chặt bụng khó tiêu. Tránh đi ăn *buffet*, nơi chúng ta thường ham hố ăn cho đáng đồng tiền bát gạo.

Thực hiện được bốn điều ít hoặc không tốn tiền này để giữ sức khỏe, bảo đảm cánh già chúng ta sẽ sống dai. Dai nhách. Nhưng dù dai thế nào đi chăng nữa cũng không thể trường sinh bất tử. Chuyện này ngài Tần Thủy Hoàng đã mơ từ khuya nhưng vẫn mồ yên mả đẹp. Với đà tiến của khoa học, trong tương lai chuyện bất tử sẽ nằm trong tầm tay loài người. Ới các ông Trang Châu, Luân Hoán, Hoàng Xuân Sơn, Võ Kỳ Điền, ráng lột da sống để chờ tới ngày trong mơ đó!

04/2024

TAY TRÁI TAY PHẢI

Một trong những cách tìm đề tài viết phiếm của tôi là dựa vào chủ đề của một trong những ngày quốc tế nói về một sự kiện nào đó. Mỗi năm có 365 ngày, số lượng đủ để cho mọi thứ trên đời này góp mặt. Ngay cả con ong cái kiến cũng được dành cho một ngày. Ngày 13 tháng 8 hàng năm là ngày Quốc Tế Người Thuận Tay Trái. Tôi là người thuận tay phải nên kèn cựa liền. Có chăng một ngày cho những người thuận tay phải? Hỏi chàng Google, chàng im rơ không trả lời. Bèn hậm hực cái thế giới bất công này. Nghĩ đi thì như vậy, nghĩ lại thấy mình nhỏ mọn. Tỷ lệ người thuận tay trái trên thế giới này chỉ khoảng 10%. Có tới 90% người thuận tay phải, chiếm đa số. Cứ thập nhân đồng hành mới có một anh chị tay trái, tội họ làm thân thiểu số. Nhường họ một chút cũng là điều hợp lý. Họ đã bị lép vế nhiều.

Trái hay phải chẳng phải chỉ là hai từ chỉ thị vị trí trong không gian. Phe đa số dùng tay phải đã lấn sân biến nghĩa thành chuyện...phải trái. Phải là đúng, thuận, đồng ý; trái là hổng tốt, sai, ngược ý, trật trịa, trái khoáy, ngang trái. "Trái tai, gai mắt" là hổng tốt. "Tay chiêu đập niêu không vỡ" là bỉ thử. Trong nhiều ngôn ngữ, chuyện phải trái cũng phải trái như vậy. Phải trong tiếng Anh là *right*, tiếng Đức là *recht* có nghĩa là đúng. Tiếng Pháp *droit* có nghĩa là phải, quyền lợi. Tiếng Tây Ban Nha *diestro* là phải, đúng, rành nghề, khéo tay. Tiếng Hoa, trái là "tả", ngoài nghĩa là bên trái còn có nghĩa gian tà, không đứng đắn. Tiếng Thụy Điển *venstre-handsarbeid* có nghĩa đen là "việc làm bằng tay trái" còn có nghĩa bóng là "việc làm cẩu thả không ra chi". Dân ta cũng coi "nghề tay trái" là nghề phụ, làm một cách bất đắc dĩ, không thích thú, không mang lại nhiều lợi nhuận.

Nghĩ tới chuyện viết lách của mình và đồng bọn thấy đích thị chuyện múa bút là chuyện tầm phào. Làm chơi chơi. Hiếm người sống được bằng cây viết. Nhìn quanh thấy có ông Trang Châu sống bằng cái ống nghe từ bên nhà tới bên ni. Ngày xưa, hồi ở bên nhà, ông Võ Kỳ Điền, ông Lưu Nguyễn sống bằng nghề bán phổi, ông Luân Hoán, ông Hoàng Xuân Sơn, ông Song Thao sống bằng đồng lương của chính phủ. Đổi đời qua bên đây các ông này sống bằng đủ thứ nghề chẳng ra nghề, tầm bậy tầm bạ. Nhưng ông nào cũng khư khư nhất định không bỏ nghề tay trái chẳng nuôi sống được thân. Các ông này toàn thuận tay phải mà khư khư giữ nghề tay trái như khỉ giữ ống tre!

Các ông bà thuận tay trái, tuy thuộc vào thiểu số, nhưng vinh hiển hơn nhiều khi làm nghề tay phải. Chỉ tính mấy ông *tonton* Mỹ thôi đã có tới tám ông thuận tay trái. Đó là các

Tay trái tay phải.

ông James Garfield, Herbert Houver, Henry Truman, Gerald Ford, Ronald Reagan, George H.W. Bush, Bill Clinton và Barak Obama. Hoàng gia Anh có ba đời nối tiếp nhau tay trái là Nữ Hoàng Elizabeth II, Hoàng Đế Charles và Hoàng Tử William. Một phần tư phi hành đoàn trên tàu vũ trụ Apollo gồm Jim Lowell, Mike Collins, Wally Schira cũng cứ tay trái mà chơi. Phi hành gia đầu tiên đặt bước chân của loài người trên mặt trăng vào năm 1969 Neil Amstrong cho biết khi nhìn xuống thấy trái đất nhỏ xíu, trông xinh xắn như một hạt đậu. Ông giơ ngón tay cái lên, nhắm một mắt lại, ngón tay cái đó đã che khuất hoàn toàn trái đất. Ngón tay cái đó là ngón của bàn tay trái vì ông thuận tay chiêu.

Danh sách các người thuận tay trái trở thành những tên tuổi vang dội thế giới còn có Julius Caesar, Hoàng Đế

Pháp Napoleon Bonaparte, triết gia Aristotle, các nhà khoa học Isaac Newton, Marie Curie, Albert Einstein, các tỷ phú Henry Ford, John D. Rockefeller, Steve Jobs và Bill Gates, các ngôi sao trong ngành giải trí Charlie Chaplin, Marilyn Monroe, Oprah Winfrey, Julia Roberts, Paul McCartney và Angelina Jolie, các tên tuổi thể thao Babe Ruth, Sandy Koufax, Warren Spahn và Steve Carlton. Theo thống kê, có tới 40% các tay quần vợt chuyên nghiệp cầm vợt tay trái, được biết tới nhiều nhất là Rafa Nadal. Nực cười nhất là thời Trung Cổ người ta vẫn cho bàn tay phải là bàn tay của Chúa, bàn tay trái là của quỷ, nhưng những thiên tài tạo nên hình ảnh Chúa là danh họa Leonardo da Vinci và Michelangelo đều thuận tay trái!

Không vinh hiển như những tên tuổi trên, các người thuận tay trái thường vẫn thành đạt hơn những người thuận

"Nhà khoa học của thế kỷ 20" thuận tay trái Albert Einstein.

tay phải. Năm 2006, *National Bureau of Economic Research* phổ biến một nghiên cứu của các Giáo sư Christopher S. Ruebeck của Lafayette College và hai Giáo sư Joseph Harrington và Robert Moffitt của Đại học John Hopkins theo đó, các sinh viên cao đẳng thuận tay trái có lợi tức 15% hơn các sinh viên thuận tay phải. Với các sinh viên tốt nghiệp đại học, tỷ lệ này là 26%. Số lợi tức này được dựa vào con số lương giờ của các cá nhân từ 14 tới 21 tuổi vào năm 1979 và được theo dõi mỗi năm cho tới năm 1994 và các năm tiếp theo do tổ chức *National Longitudinal Survey of Youth* ghi nhận.

Không hiểu các vĩ nhân và các nhân tài trên có gặp nạn như mấy bạn tôi hồi tiểu học. Ngày đó, tại trường Trần văn Thưởng, trong khuôn viên nhà thờ Hàm Long, Hà Nội, trong lớp có vài bạn viết tay trái. Thầy giáo cấm và bắt phải viết tay phải. Chuyện không dễ dàng với những thói quen từ nhỏ. Sửa hoài không được, thầy giáo đã dùng thước kẻ gõ vào mu bàn tay trái cho chừa. Cái gõ mạnh đủ để những xương tay đỏ hỏn kéo theo những giọt nước mắt đau đớn. Mỗi giờ học với các bạn này là một giờ thương khó. Chúng tôi chỉ biết nhìn thông cảm.

Ngày nay sự thông cảm này rộng lớn hơn những ánh mắt bất lực của chúng tôi hồi đó. Những người thuận tay trái đã có hẳn một ngày quốc tế chia sẻ nỗi niềm thiểu số với họ. Trong ngày này, những người thuận tay trái được được nhắc nhở tới với sự ưu ái. Có lẽ được ưu ái nên thành phần thiểu số này làm tới. Trong các hoạt động vui chơi trong "ngày tay trái" này, người thuận tay chiêu thách đố những người thuận tay phải mở nút chai, dùng rìu chẻ củi bằng tay trái. Dân đa số chịu thua là cái chắc. Những thân phận tay trái còn tặng nhau những đồ dùng được chế tạo dành riêng cho người tay trái. Một trong những tặng vật phổ biến là cái kéo dành cho người tay chiêu. Chúng ta, những người "chính thống", thấy cái kéo chẳng có vấn đề chi khi dùng nhưng hai cái lỗ xỏ tay có hình thù khác nhau, thuận cho người dùng tay phải lại rất cấn cái cho người dùng tay trái. Năm 1980, tại Mỹ, cảnh sát viên thuận tay trái Franklin Uinborga đã bị sa thải khi không chịu đeo bao súng lục ở phía bên phải vì không thuận tiện khi rút súng ra. Một phong trào đấu tranh đòi hỏi công lý cho viên cảnh sát này bùng nổ mãnh liệt. Kết quả, viên cảnh sát đã được trở lại làm việc. Cuộc tranh đấu thành công này đã khiến ngày quốc tế dành cho người thuận tay trái được chú ý nhiều hơn.

Ngày quốc tế người thuận tay trái *(International Lefthanders Day)* được thành hình vào năm 1976 bởi ông Dean R. Campbell, sáng lập viên tổ chức *Lefthanders International Inc.* nhằm tôn vinh sự độc đáo và khác biệt của 10% dân số thế giới thuận tay chiêu. Ngày này cũng giúp nâng cao ý thức, sự hiểu biết của mọi người về các vấn đề liên quan tới những người thuận tay trái cũng như tạo cơ hội phát triển cho những trẻ em thuận tay trái trên toàn thế giới.

Do đâu mà sinh ra những người "trái khoáy" như vậy? Các nhà khoa học cho đó là do sự biến thái trong phát triển não của bào thai trong bụng mẹ. Năm 2007, họ đã khám phá ra gen LRRTM1 làm tăng khả năng tạo ra trẻ thuận tay trái. Ngoài ra nếu chất *testosterone* trong máu sản phụ tăng cao

cũng dễ làm cho thai nhi thuận tay trái. Nếu cả cha lẫn mẹ đều thuận tay phải thì chỉ có khoảng 2% tới 3% xác xuất sanh con thuận tay trái. Nếu một trong hai người, cha hay mẹ, thuận tay trái thì xác xuất sẽ từ 14% đến 18%. Nếu cả cha lẫn mẹ thuận tay trái, xác xuất từ 30% đến 40% sanh con y chang.

Có nhiều nhận định và giai thoại về những danh nhân thuận tay trái. Suy luận của người thuận tay trái nhiều khi rất khó hiểu. Nhà khoa học người Anh Isaac Newton mà ai có cắp sách tới trường đều biết, nuôi một chị mèo. Ông thuận tay trái. Tuy rất quý chị miu miu này nhưng ông cũng rất bực mình khi chị ta tới quấy rối khi ông đang làm việc. Ông bèn nghĩ ra cách trổ một lỗ nhỏ trên cửa để chị mèo có thể chui ra dạo chơi ngoài vườn cho ông khỏi vướng tay vướng chân. Khi chị mèo này có bầu và sanh được ba mèo con, ông bèn trổ thêm ba lỗ nhỏ hơn cho ba anh chị mèo con chui ra chui vào. Không cần phải là một nhà khoa học danh tiếng, người có suy luận hạng bét cũng biết là cả bốn mẹ con mèo có thể chui cùng một lỗ, chẳng cần mất công đục thêm ba lỗ nhỏ.

Nhà cách mạng Che Guevara.

Ai có dịp tới Cuba đều thấy hình ảnh của nhà cách mạng Che Guevara đầy rẫy khắp nơi. Từ trong các cửa hàng, các tư gia cho tới trên những bức tường trong các thành phố. Chỉ cần nói tới Che là ai cũng biết chính là chàng. Che không phải người Cuba mà là người Bolivia. Ông được dân Cuba tôn thờ vì đã sát cánh với nhà độc tài Fidel Castro trong cuộc kháng chiến lật đổ Tổng Thống Fulgencio Batista của Cuba vào năm 1959. Tại Bolivia, Che Guevara cũng tổ chức các đội quân du kích hoạt động trong rừng chống chính phủ. Trong một lần quân chính phủ truy lùng dấu vết của toán quân do Che chỉ huy trong rừng rậm, họ không biết Che có mặt trong cánh quân nào. Theo dấu vết phạt cây mở lối đi của du kích quân, họ thấy một lối mà cách phạt cây như vậy phải do người thuận tay trái thực hiện. Biết Che là người thuận tay trái, họ lần theo lối đó và tóm được Che Guevara.

Alexander Đại Đế của Hy Lạp Cổ là một danh tướng bất bại, đánh đâu thắng đó. Ông không chỉ thuận tay trái mà còn có đôi mắt trái cựa, một bên màu nâu sẫm và một bên xanh da trời. Ai nhìn vào đôi mắt lệch lạc màu sắc này cũng kinh hãi. Ông có sáng kiến lập ra một đội cận vệ đông tới 700 người toàn thuận tay trái. Chính đội quân sử dụng vũ khí bằng tay trái này đã làm địch thủ hoang mang chạy có cờ.

Danh tướng La Mã Julius Caesar.

Những người thuận tay trái, tuy chỉ chiếm một tỷ lệ khiêm nhường nhưng lại đặt ra những vấn đề khiến những người thuận tay phải, chiếm tới gần 90% dân số, quan tâm. Ông Chris McManus, Giáo sư môn tâm lý và y khoa của đại học London bên Anh, không biết có phải thuận tay phải không nhưng đã viết cả một cuốn sách dày bàn về những người thuận tay chiêu. Đó là cuốn *"Right Hand, Left Hand"*, tay trái tay phải. Tôi bỗng nhớ tới câu đồng dao vẫn nghêu ngao hồi nhỏ: *"Tập tầm vông, tay nào có, tay nào không? / Tập tầm vó, tay có tay không / Tay nào không, tay nào có? / Tay nào có? Tay nào không?"*. Hai bàn tay này một trái và một phải. Ông Chris McManus là một giáo sư đại học chắc không chơi trò con nít. Ông bàn về tay trái tay phải một cách hàn lâm qua lịch sử, quanh địa cầu, ngoài vũ trụ để khám phá chuyện tay phải tay trái trong tự nhiên và các nền văn minh văn hóa của con người. Ông dùng những dữ liệu từ nhân chủng học, vật lý phân tử, lịch sử y khoa và những ghi chú của Leonardo da Vinci để trả lời những câu hỏi: Tại sao phần lớn nhân loại thuận tay phải? Nhận thức của người thuận tay trái có khác với người thuận tay phải không? Tại sao trái tim lại luôn nằm bên trái? Tại sao người châu Âu viết từ trái sang phải trong khi người viết chữ Ả Rập và Do Thái lại viết ngược lại? Tại sao lốc xoáy quay ngược theo chiều kim đồng hồ tại Bắc bán cầu trong khi quay thuận theo chiều kim đồng hồ dưới Nam bán cầu? *"Right Hand, Left Hand"* là một cuốn sách nặng ký nêu ra nhiều vấn đề trái phải trong thiên nhiên cũng như trong cuộc sống của con người.

Tuổi tôi chừ ngại khó, nhất là ôm một cuốn sách loại nặng ký như cuốn *"Right Hand, Left Hand"* của Giáo sư Chris McManus này. Vậy nên chỉ gợi ý ở đây, quý vị nào muốn tìm hiểu thêm về chuyện phải trái nên tìm đọc. Đọc xong, nếu từ tâm bất ngờ, có thể chia sẻ với mọi người. Muôn vàn cảm tạ!

11/2024

THỔI XẾ

Thổi xế là tiếng lóng của dân Sài Gòn, chỉ việc chôm chỉa xe. Ngày đó là xe đạp hoặc xe gắn máy. Tại Canada chúng tôi, nhất là tại hai tỉnh bang miền Đông Ontario và Quebec, đang rộ lên chuyện thổi xế. Xế ở Sài Gòn xưa là xế hai bánh, xế ở Canada nay là xế bốn bánh, thêm hai bánh nên các "thổi sĩ" phải vất vả hơn. Tuy vậy, tay nghề ngày nay đã tiến bộ vượt bậc. Cách đây khoảng chục năm, tôi đã bị các tay nghề thổi đẹp chiếc xe tôi đậu trên *parking* ngoài trời sau nhà. Bữa đó tôi hẹn với ông Luân Hoán đi Toronto ra mắt sách. Sáng sớm, mang vác đồ ra xe. Lô đậu xe của tôi trống lỗng. Chiếc xe đã không cánh mà bay. Mở *camera* an ninh ra coi. Hai "thổi sĩ" chỉ mất có hai phút đã vừa mở cửa xe vừa đề máy xe. Mấy ông tây bà đầm ở chung *building* lắc đầu quầy quậy thán phục. Khổ chủ chỉ biết phôn cho cảnh sát tới làm biên bản rồi vội vàng ra thuê xe tiếp tục chương trình ở Toronto. Ngày hôm sau, cảnh sát cho biết chiếc xe đã được tìm thấy và gọi tới rước về. Chỗ chìa khóa đề máy đã bị rút tung dây điện ra thành một mớ bùi nhùi, đấu hai đầu dây là máy nổ.

Tôi không là nạn nhân cô đơn. Theo thống kê của cảnh sát thì trong năm 2023, tại thành phố Toronto, tỉnh bang Ontario, có tới 12 ngàn chiếc xe bị dân quái xế thổi bay mất tiêu. Trung bình cứ 40 phút lại có một chiếc xe bai bai chủ nhân. Trị giá tổng cộng số xe bị mất lên tới 790 triệu đô. Theo số liệu của Hiệp Hội Thuê Mướn và Tài Chánh Canada (*Canadian Finance & Leasing Association),* số xe bị trộm ở Toronto tăng 300% trong giai đoạn 2015 – 2022. Tính trên toàn quốc Canada, trong năm 2022, có tới 105 ngàn chiếc xe lâm nạn, cứ mỗi 5 phút lại có một chiếc xe bị thổi.

Xe Honda CR-V là chiếc xe chiếm giải nhất bị mất tại Canada trong nhiều năm qua. Kế đến là Dodge RAM 1500, Ford F-150, Lexus RX, Toyota Highlander, Honda Civic, Jeep Grand Cherokee, Land Rover Range Rover, Chevrolet Silverado, GMC Sierra 1500 và Jeep Wrangler.

Bảng xếp hạng xe bị chiếu cố tại Mỹ lại khác. Trong năm 2023, xe Đại Hàn coi bộ được giới quái xế chuộng hơn. Trong 10 loại xe bị chôm nhiều nhất, đứng đầu là hai loại xe của Huyndai Elantra và Sonata, tiếp theo là xe Kia Optima, Kia Soul, Forte và Sportage. Xen vào các xe Đại Hàn này là Honda Accord và Civic, Chevrolet Silverado 1500 và Ford F-150. Tiểu bang lãnh thẹo nhiều nhất ở Mỹ là chốn nương thân của người Việt chúng ta, California, với 99.769 xe bị thổi chỉ trong 6 tháng đầu của năm 2023.

Nguyên nhân sự bùng phát của nạn thổi xe tại Mỹ và

Canada một phần vì nạn thiếu xe, thiếu phụ tùng thay thế trong đại dịch Covid. Chuyện không phải chỉ trong phạm vi hai nước Mỹ và Canada mà là vấn đề toàn cầu nhưng xe ở Mỹ và Canada bị hút ra thị trường quốc tế theo đường chợ đen nên lãnh cái thẹo lớn nhất. Những tên trộm xe không phải chỉ là thứ làm ăn cò con nội địa mà thuộc những tổ chức xuất cảng xe một cách trái phép qua các thị trường béo bở trên toàn thế giới. Tổ chức Hình Sự Quốc tế Interpol đã coi Canada là một trong những "quốc gia có nguồn cung cấp xe bị đánh cắp chính trên thế giới" cho thị trường chợ đen toàn cầu. Canada là "bầu sữa" cho các nhóm tội phạm có tổ chức quốc tế. Xe bị đánh cắp ở Canada được "xuất cảng" sang Dubai và các nước thuộc châu Phi. Một tổ chức thuộc Liên Hiệp Quốc cho biết châu Phi là nơi tiêu thụ tới 40% xe cũ trên thế giới. Một chiếc xe Honda CR-V Ex đời 2020 có bảng số đăng ký tại Milton, Ontario, một thành phố ngoại ô của Toronto, được rao bán trên thị trường chợ đen tại Jijing ở Nigeria với giá tương đương khoảng 27 ngàn đô Mỹ trong khi giá ở Canada chỉ khoảng 19.900 đô.

Hãng thông tấn CBC của Canada nóng mặt vì nạn mất xe tại Canada, đã làm một phóng sự đặc biệt. Họ kể lại một trường hợp khá khôi hài. Năm 2022, ông Leonard Green, cư dân Toronto, bị mất chiếc xe Acura ông rất cưng quý. Một ngày đẹp trời vào năm 2023, ông nhận được một cú điện thoại. Đầu dây bên kia là một giọng nói tiếng Anh : "Hi! Ông Leonard phải không? Tôi là phóng viên của CBC News. Chúng tôi đang làm một phóng sự điều tra về nạn mất xe tại Canada. Hiện tôi đang ngồi trong chiếc xe của ông tại...Tây Phi!". Theo phóng sự của CBC News thì xe bị đánh cắp tại Canada được bán công khai tại các nước Phi châu, Âu châu và Trung Đông. Có xe còn nguyên bảng số Canada. Có xe còn nguyên thẻ đăng bộ và giấy bảo hiểm trong hộp đựng đồ. Nhiều chiếc chạy thong dong trên đường phố tại Nigeria, Tiểu Vương Quốc Ả Rập Thống Nhất, Israel, Congo và Ghana. Chính một phóng viên của CBC đã trông thấy một chiếc Honda CR-V mang bảng số Quebec chạy trước đầu xe của ông. Những phóng viên này đã bị đe dọa thanh toán khi chĩa mũi vào việc làm ăn của chúng. Khi họ đi chụp các mã số VIN (*Vehicle Identification Number)* trên xe, họ đã bị chúng dùng bạo lực ngăn chặn. VIN là mã số cho biết chi tiết sản xuất, tính năng và thông số kỹ thuật của xe.

Xe của dân Canada được tìm thấy tại nhiều nước trên thế giới. Chẳng cứ xe của dân, xe của quan cũng rứa. Tháng 2/2023, chiếc công xa Toyota Highlander XLE của ông Tổng Trưởng Tư Pháp Canada David Lametti bị đánh cắp tại thủ

Quảng cáo bán xe tại Nigeria.

đô Ottawa. Cảnh sát đã tìm lại được. Chỉ 9 tháng sau, tháng 11/2023, chính chiếc xe này, lúc đó do tân Tổng Trưởng Tư Pháp Arif Vivani dùng, lại bị đánh cắp. Chưa hết ly kỳ, vào tháng 2 năm 2021, một chiếc xe Toyota Highlander XLE do ông David Lametti sử dụng, cũng đã bị đánh cắp và mất luôn, không tìm thấy lại được. Như vậy, trong vòng chưa đầy ba năm, xe của Tổng Trưởng Tư Pháp đã ba lần bị quân gian nẫng đi. Chưa hết chuyện công xa bị đánh cắp. Năm 2019, xe Toyota Highlander của ông Giám Đốc Thuế Vụ Canada Bob Hamilton bị chôm và mất luôn. Tháng 2,2023, cũng một chiếc Toyota Highlander do Tổng Trưởng bộ Phát Triển Quốc Tế Harjit Sajan sử dụng đã bị chôm. May mắn chiếc này cũng tìm lại được. Đúng là giỡn mặt chính quyền!

Theo tiết lộ của ông Bryan Gast, một cựu thám tử, thì lợi nhuận bằng tiền chỉ là một phần. Các nhóm tội phạm quốc tế còn dùng xe đánh cắp để trao đổi như tiền tệ. Chúng sử dụng tiền thu được từ việc bán xe hơi ở thị trường nước ngoài để tài trợ các hoạt động ma túy và vũ khí như một cách qua mặt hệ thống ngân hàng Canada. Buôn bán xe đánh cắp có lợi và ít nguy hiểm hơn bất cứ hoạt động thị trường chợ đen nào khác như buôn bán ma túy hoặc vũ khí. Thám tử Haywood cho biết: "Bán 15 chiếc xe hơi trên thị trường chợ đen dễ dàng hơn nhiều so với việc bán 15 ký ma túy hoặc 15 khẩu súng bất hợp pháp. Các băng nhóm tội phạm đã nhìn thấy điều này". Luật Canada tương đối dễ dãi với tội trộm xe. Hình phạt tù chỉ từ 18 tháng cho tới tối đa 10 năm với những can phạm can tội nhiều lần. Phó Cảnh Sát Trưởng Nick Milinovitch đã kể trước hội nghị Thượng Đỉnh về Trộm Xe Hơi năm 2023 tại Mississauga: "Có những tên trộm xe vừa bước ra khỏi tòa án đã thổi ngay một chiếc xe khác trong cùng bãi đậu xe!".

Làm sao mà một chiếc xe mất cắp tại Canada có thể qua được tới Phi Châu với số lượng tương đối nhiều như vậy. Tôi phải đỏ mặt khi là một dân Montreal vì phần lớn xe được tuồn ra khỏi Canada đã đi qua thương cảng Montreal chúng tôi, thương cảng lớn thứ nhì của Canada. Chúng ta thử theo dõi trường hợp chiếc xe của anh Andrew, một cư dân Toronto. Anh giấu Air Tag định vị vào chiếc xe SUV của anh. Tháng 8/2023, kẻ trộm đã đánh cắp chiếc xe này. Air Tag đã cho anh biết đường đi nước bước của xe. Anh báo cảnh sát. Họ biết được chiếc xe đang ở trong một *container* trong bến tàu Montreal. Nhưng họ cũng thú nhận là họ không có thẩm quyền để yêu cầu mở *container* dù họ biết chắc vị trí của chiếc xe. Gần một tháng sau, tháng 9/2023, Air Tag cho biết xe đang nằm tại bến cảng Antwerp, Bỉ. Cuối cùng Air Tag báo về điện thoại của anh vị trí sau cùng của chiếc xe là trong một bãi đậu xe tại Dubai.

Air Tag rất lợi hại nhưng không giúp chi được cho khổ chủ Andrew. Cách đây 3 năm, tôi mua một chiếc Honda Civic và được hãng bảo hiểm khuyến cáo gắn thiết bị phòng chống trộm cắp để bớt tiền bảo hiểm hàng năm. Lúc đó kiến thức về phòng chống trộm cắp xe của tôi rất lơ mơ. Tôi nghĩ họ sẽ gắn cái chi trong xe và dán trên cửa kính xe cái hình con cua như những chiếc xe cũ của tôi để đe nẹt kẻ trộm. Nhưng khi đưa xe tới một *garage* chuyên môn, họ cho biết kỹ thuật mới bây giờ là Tag. Tôi tốn hết 700 đô và, thay vì hình con cua, họ dán trên cửa kính xe chữ TAG. Bi chừ nghe chuyện Air Tag trong chiếc xe của anh Andrew tôi bỗng thắc mắc. Air Tag bây giờ bán đầy rẫy trên thị trường, chỉ vài ba chục một chiếc, có phải cùng công dụng như cái TAG tôi tốn 700 đô không? Nếu đúng thì tuy chưa mất xe tôi đã mất tiền!

Công nghệ càng tiến thì chiêu ăn cắp của dân quái xế cũng tiến theo. Họ không mở cửa xe của bạn bằng chìa khóa và đề máy bằng cách tháo dây điện một cách nhà quê như khi thổi chiếc xe của tôi chục năm về trước. Chúng cũng...công nghệ. Chúng sử dụng thiết bị thu tín hiệu vô tuyến từ xe để sao chép chìa khóa xe của bạn. Chìa khóa xe ngày nay dùng để mở cửa xe từ xa và không cần đề máy xe bằng chìa khóa cắm vào ổ khóa như xưa. Khi sao chép được mật mã của chìa khóa, kẻ gian đã có một chìa khóa tương tự như chìa khóa xe của bạn. Chúng sử dụng để vô xe và đề máy như chính bạn. Thiệt ngon lành. Nhưng làm sao chúng sao chép được chìa khóa xe của bạn? Dễ ợt! Chúng theo bạn về tới nhà, chờ cho bạn vào nhà, chúng đứng ngoài cửa dùng chìa khóa thông minh bấm sao chép dù chìa khóa của bạn để ở bất cứ nơi đâu trong nhà. Khi sao chép xong, chúng ung dung đột nhập vào xe của bạn, lái đi như chính chúng là chủ nhân ông của xe. Chúng ta lại theo dõi một trường hợp cụ thể. Michael Hunter, một đầu bếp đến từ Toronto mới đây đã ghi lại cảnh hai tên trộm đeo mặt nạ vào lúc 2 giờ sáng đang cố đột nhập vào chiếc xe bán tải Ford F-150 của anh. Một trong những tên trộm đứng cạnh chiếc xe, trong khi một tên khác đứng trên hiên nhà Hunter và vẫy chiếc ba lô quanh cửa sổ phía trước, có lẽ đang cố gắng thu tín hiệu từ chìa khóa điều khiển từ xa của chủ xe. Hunter cho biết anh đã đặt chìa khóa vào một chiếc hộp chặn tín hiệu nên chúng không thành công. Sau đó anh phát hiện ra rằng ba chiếc ô tô gần đây đã bị đánh cắp ở khu vực lân cận của anh. Chiếc hộp chặn tín hiệu này ra sao, tôi thực tình không rõ. Chắc phải tìm hiểu và tốn thêm chút tiền chống cắp!

Xe không tự lội qua biển để tới lung tung trên khắp thế giới. Chúng phải cưỡi tầu biển. Ai cũng nghĩ cứ thắt chặt việc kiểm soát tại các hải cảng Canada là chặn được các chuyến chu du của xe mất cắp. Nhưng khối lượng *container* xuất khẩu lớn mà nhân viên lại ít nên không thể kiểm soát hết. Trong năm 2023, cảng Montreal đã tiếp nhận và gửi đi 759 ngàn *container* trên 2 ngàn con tầu. Họ chỉ thu giữ được 1806 xe. Chẳng thấm chi so với cả trăm ngàn xe bị thổi. Ông Aaron McCrorie của Cơ Quan Dịch Vụ Biên Giới Canada (*Canada Border Services Agency)* ngán ngẩm cho biết: "Chúng tôi có một đống cỏ khô và phải tìm kiếm những

Lexus nằm trong container

chiếc kim tiêm trong đó".

Thời buổi...Air Tag, thiết nghĩ chuyện tìm kiếm xe bị đánh cắp phải khác. Air Tag sẽ chỉ đúng chiếc xe sắp bị lưu đầy đang nằm trong *container* nào. Vậy có nên bắt buộc xe phải có Air Tag không? Tại thủ đô Washington DC, bà Thị trưởng Muriel Bowser đã đề ra chương trình cung cấp miễn phí Air Tag cho những chủ xe sống ở khu thiếu an ninh để tìm ra những chiếc xe bị đánh cắp. Không biết chính phủ Canada có bắt chước theo trong phạm vi rộng rãi hơn cho tất cả các chủ xe. Nhưng thiết nghĩ chủ xe đã mua được một chiếc xe đủ tiêu chuẩn cho những tên thổi xế để mắt tới thì dư sức mua Air Tag chỉ vài chục đồng giấu trong xe của mình. Xe có Air Tag thì dễ dàng lôi cổ ra dù nằm trong cả rừng *container* chờ xuống tầu rời Canada.

Một phương cách khác để xe không bị thổi là mua xe điện. Xe điện có khả năng điều khiển xe từ xa bằng điện thoại và thường được thiết kế nhiều *camera* chung quanh. Nếu có tên trộm nào lảng vảng quanh xe, chủ xe sẽ được thông báo liền. Lý do thứ hai là xe điện bị đánh cắp sẽ khó kiếm thị trường tiêu thụ. Các nước Phi Châu có rất ít hoặc hoàn toàn không có các phương tiện sạc điện cho xe nên dân tiêu thụ xe mua cục sắt không di chuyển được làm chi.

Tôi thích xe *hybrid* hơn xe điện nhưng chừ chắc phải xét lại lập trường. Nói là nói vậy chứ chuyện cái túi tiền mới quan trọng. Tới chừng nào túi của tôi mới rủng rỉnh để rớ tới thứ xe xịn này, nỏ biết! Vậy nên các hãng sản xuất xe điện đừng vội mừng!

06/2024

THỐI

Không biết có bạn nào đã thiếm sực món đậu hũ thối của người Hoa chưa? Tôi đã tiếp cận rồi. Bữa đó cô con gái tôi mua món thối tha này trong một *shopping center* tại Vancouver để tôi nếm thử. Đĩa đậu hũ thối vừa đưa ra là tôi muốn tháo chạy rồi. Mùi đâu có cái mùi dễ sợ như vậy. Vậy mà đây là món ăn khoái khẩu của người Hoa mà nhiều người ngoại quốc cũng thích. Món này có cái tên tiếng Anh là *stinky tofu*. Tôi không phải người Hoa nên không hiểu nổi làm sao lại có cái món ăn bốc mùi kinh hoàng như vậy. Đĩa đậu hũ cô con gái trao cho tôi có hình dạng và màu sắc như miếng đậu hũ chiên chúng ta thường thấy ngoài chợ. Trông hiền lành và hấp dẫn. Tôi là người thích đậu hũ. Nhưng chỉ mới cầm chiếc đĩa đã dội, bụng dạ muốn tuôn hết ra ngoài, trả lại gấp cho con gái. Phải tả cái mùi kinh khủng này ra sao, tôi phân vân vì lỗ mũi như bị nghẹt. Đại khái nó như mùi rác thối để lâu ngày.

Tác giả của cái thứ thối thành tên này là Vương Trí Hòa, sống vào đời nhà Thanh. Anh chàng này làm nghề bán đậu hũ kiêm chăn heo. Một bữa, bận rộn với đàn heo, anh quên đậy nắp chiếc chum đậu hũ đã ướp muối. Vôi trắng từ tường rơi vào chum khiến đậu hũ lên men, có mùi nồng nặc. Chịu không nổi, anh vội đổ chum đậu hũ đi. Nhưng vài ngày sau, anh vô tình ngửi thấy mùi thơm toát ra từ chum đậu hũ. Anh tò mò nếm thử coi nó ra sao. Anh thấy ngon. Nghĩ mình thấy ngon, chắc khách hàng cũng cảm thấy như vậy, anh gánh ra chợ bán. Mọi người thấy ngon. Vậy là anh cứ thế sản xuất và lượm tiền. Cái mũi không ưa nhưng cái lưỡi lại quá ưa.

Ngày nay sản xuất đậu hũ thối là một ngành nghề hái ra tiền nên cách làm cũng khác cách của anh chàng Vương Trí Hòa. Bạn muốn làm tại nhà cũng OK. Mua đậu hũ ngoài chợ về cắt thành miếng, rửa sạch, để ráo nước rồi bỏ vào một bình thủy tinh sạch. Rắc muối lên bề mặt đậu hũ. Đổ hỗn hợp rượu trắng và nước đun sôi để nguội cho ngập mặt đậu. Đậy kín hũ và đặt ở nơi thoáng mát, hạn chế ánh nắng trực tiếp. Sau ba hoặc bốn ngày, đậu hũ bắt đầu lên men và có mùi hăng nhẹ. Tiếp tục ủ thêm từ ba đến năm ngày nữa cho tới khi đậu hũ chuyển sang màu vàng nâu có mốc trắng trên bề mặt đậu và ngửi thấy thối là xong. Muốn mồm miệng thúi, có thể làm nhiều món với thứ đậu phụ thối hoăng này. Giản dị nhất là chiên vàng, ăn với rau sống, ớt và nước tương ớt hoặc nước mắm chua ngọt. Đây là thứ các quầy hàng bán cho thực khách. Cầu kỳ hơn thì có thể xào với rau củ, kho với nước tương, ớt, gừng và tỏi hoặc nấu canh cà chua, măng hay me chua.

Đậu hũ thối.

Mang cái tên đậu hũ thối, *stinky tofu*, thối đã thành tên nhưng món thối này không được liệt vào hàng thối vô địch các món ăn trên thế giới. Thối tàn canh vô nhân đạo là món *Surstromming*, được làm từ cá trích biển lên men. Món này khi thì được coi là của Na Uy, khi thì là của Thụy Điển, thiệt cái thứ thối nhất thế giới cũng bị tranh dành. Mùa xuân là mùa cá trích sanh sản trên biển Baltic. Thủy thủ đánh bắt giữa vùng biển Thụy Điển và Phần Lan. Cá được cắt bỏ đầu và ngâm vào nước muối ngay tại chỗ. Sau khoảng hai tháng, cá trích sẽ được để vào hộp thiếc kín cho phân hủy khoảng một năm. Hộp cá sẽ là một trái bom nổ chậm. Sự thật như vậy chứ đây không phải là một cách ví von. Khi mở, khí trong hộp cá lên men sẽ tạo ra áp suất lớn. Nếu không biết cách, lon cá được thoát khí sẽ có thể phát nổ. Điều quan trọng là phải mở lon cá ở ngoài trời, nơi thoáng gió. Nhúng lon cá vào trong một xô nước và dùng dụng cụ mở lon chọc thủng lon cá. Nước sẽ giữ không cho lon phát nổ. Lại nữa, nếu khui trong nhà, cái mùi đặc trưng tỏa ra khi khui hộp cá trích *Surstromming* sẽ làm mọi người ba chân bốn cẳng bỏ chạy có cờ.

Mỗi người một phách khi cảm nhận mùi này. Người thì bảo nó giống như mùi vớ bẩn không giặt lâu ngày của các vận động viên thể dục thể thao, người cho y chang như mùi xác chết thối rữa. Một ông Mỹ phán ngay là giống mùi nhà vệ sinh công cộng dơ nhất của thành phố New York!

Mùi dữ dội như vậy nên đây là thứ đặc sản chỉ có thể thưởng thức tại chỗ vì người ta không cho mang những chiếc hộp bom này lên máy bay. Ăn cá trích *Surstromming* ở Thụy Điển là một cuộc vui tập thể. Người ta cùng nhau ăn cá với bánh mì mỏng *tunnbrod*. Bánh có hai loại: mềm và giòn. Cá được cuộn trong bánh mềm hoặc nhét trong bánh mì giòn như khi ta ăn *sandwitch*. Dù ăn kiểu nào người ta cũng dùng rất nhiều hành tây, kem chua hoặc hẹ cho át bớt mùi.

Do đâu mà có cái thứ vừa ăn vừa bịt mũi này? Người ta kể với nhau truyền thuyết là có một nhóm thủy thủ bán một thùng cá trích không được tươi ngon vì thiếu muối bảo quản tại một hải cảng ở Phần Lan. Sau đó, dân buôn cá tại cảng này tíu tít hỏi mua thứ cá trích nặng mùi này mỗi khi thuyền cập bến. Các thủy thủ lấy làm lạ nên ăn thử và quả nhiên thấy cá có hương vị rất lạ.

Truyền thuyết thường mù mờ. Chuyện của các nhà khảo cổ coi bộ khoa học hơn. Nhà khảo cổ Adam Boethius của Đại học Lund và nhóm 16 chuyên gia của ông đã khai quật được khoảng 200 ngàn bộ xương cá trích tại một địa điểm ở miền nam Thụy Điển. Các bộ xương cá này được bó trong vỏ cây thông, mỡ hải cẩu và da lợn rừng, được chôn xuống đất để lên men. Niên đại của chứng tích này vào khoảng những năm 1500. Cá không được ướp muối có thể vì khi đó muối chưa được xử dụng hoặc còn hiếm hoi và mắc mỏ. Chôn xuống đất có thể dễ dàng ủ cá lên men với một số lượng lớn.

Hộp cá Surströmming của Thụy Điển

Các nhà nghiên cứu Nhật vào năm 2002, phải công nhận cá trích len men *Surstromming* là thứ không có gì có thể thối hơn. Không biết người Nhật tại sao lại dí mũi vào cá trích Thụy Điển. Có lẽ họ muốn dành phần…thối cho quê hương họ chăng? Thối nhất trong các món ăn Nhật là món đậu nành lên men *nattõ*. Đậu nành được ủ trong nhiệt độ 40 độ C cho lên men. Sau khoảng từ 14 đến 18 tiếng, hạt đậu chuyển sang màu nâu, kết dính bởi chất nhầy, có mùi nồng. Mùi này rất khó ngửi, dễ làm người nôn ói nhưng dân Nhật lại khoái. Đậu càng nhầy, càng bốc mùi vị, càng thấy ngon. Họ chế biến *nattõ* trong súp *miso*, mì *ramen* hoặc ăn kèm với *sushi*, cơm trắng hay trứng gà sống. Thiệt lạ, tôi đã từng phen dùng và rất thích súp *miso* hay mì *ramen* nhưng đâu có thấy thối tha chi đâu. Người ta nói là khi đã chế biến vào thức ăn, mùi vị của *nattõ* đã nhẹ bớt đi nhiều. Có lẽ vậy. Không biết mình có thể tự hào là đã…thối cùng dân Nhật được không!

Nhật và Hàn Quốc là hai quốc gia đã cùng nhau tiến bộ vượt bực trong các ngành kỹ nghệ. Xe hơi Huyndai hoặc Kia của Hàn nay đã cạnh tranh với Honda hoặc Toyota của Nhật. Còn Samsung đâu có nhường bước cho Mitsubishi chút nào đâu. Tới thối họ cũng cạnh tranh nhau. Món đậu tương *doenjang* của Hàn quốc được chế biến bằng đậu nành cũng thối không kém món đậu lên men *nattõ* của Nhật. Đứng xa cả chục thước người ta vẫn ngửi thấy mùi khăm khẳm của tương Hàn Quốc. Tương *doenjang* được dùng trong các món súp hoặc lẩu. Tôi cũng thường dùng bữa trong các tiệm Hàn. Súp hoặc lẩu đều có nếm qua, sao chỉ thấy ngon chứ không thối chi. Chẳng lẽ đã mê các em Hàn trong phim bộ?

Thối đâu chỉ dành cho các món ăn của Á châu, Âu châu cũng thối phát khiếp. Nhất là món fromage. *Fromage* có nhiều cấp độ. Hiền hòa như La Vache Qui Rit chỉ toàn mùi sữa, tôi chê. Cỡ Balderson để lâu 2 năm là đúng chuẩn của tôi. Hơi mặn, hơi hôi và hơi…thối. Nhưng *fromage* chính thống của mấy ông tây hoặc mấy ông I Ta Lồ thì chịu thua. Thối không chịu được. Tôi có ông chú tây, chồng của bà cô tôi, người đảo Corse. Bà cô tôi đã mất sớm nhưng ông vẫn giữ liên lạc với họ hàng nhà vợ. Mỗi lần qua thăm các cháu ở Mỹ ông không quên mang theo *fromage* làm quà. Mấy chú em tôi khổ sở vì loại quà mà ông trân quý tặng này. Cũng may, tôi ở Canada, đường đi vất vả hơn nên tới khi ông tái hợp với bà cô tôi nơi cõi xa, ông chưa hề qua thăm tôi. Thứ *fromage* của ông được chú em tôi mô tả là thối vô cùng lại còn ngoe nguẩy một lũ giòi bên trong. Chỉ có nước chờ ông về là vội vàng vứt đi.

Fromage mà dân ta Việt hóa thành pho mát, thối nhất Âu châu là *Casu marzu* của Ý. Khi chế tác pho mát, người ta khoét một hình tròn cho mùi tỏa ra thu hút loài ruồi Piophila Casei bu tới và đẻ trứng bên trong. Trứng sẽ nở thành giòi trong thời gian khoảng ba tháng. Pho mát được đặt trong bóng tối ở nơi thoáng mát. Giòi ăn pho mát, tiêu hóa rồi thải phân ra khiến pho mát trở nên mềm và có mùi vị phong phú. Khi cắt pho mát để ăn, giòi vẫn còn sống và có thể bung lên cao tới 15 phân. Mùi của nó giống như mùi tất thối. Thối nhưng dân Ý rất khoái. Khoái đến thế nào, tôi không phải dân Ý nên chịu không cảm thấy được cái khoái thối tha này.

Nói cái thối của hết bên đông tới bên tây, thiệt là bất công nếu không nói tới cái thối của chính dân mình. Món thối nhất của dân ta là món của dân tộc miền núi. Chắc không ai trong chúng không nghe nói tới món Nậm Pịa của người dân tộc Thái ở Sơn La, Hà Giang, Lào Cai. Nậm là canh, pịa là phần non sền sệt nằm giữa dạ dày và ruột già của các loài động vật ăn cỏ như bò, hay, dê. Ngoài pịa, món nậm pịa còn được thêm thắt nội tạng của động vật như tim, tiết, lòng, gan và

Nậm pịa.

bao tử. Từng đó thứ trộn lẫn với nhau bảo đảm nậm pịa sẽ siêu thối! Không biết có phải vì vậy không mà món nậm pịa là món…quý phái, chỉ có vào các dịp lễ tết hoặc chiêu đãi khách quý ghé nhà.

Thối không kém là món da trâu thối, cũng của người dân tộc Thái. Tiếng Thái kêu là năng min. Như cái tên đã hài rõ, nguyên liệu của món này là da trâu. Da trâu được lọc và sơ chế, ủ trong lá chuối khoảng hai ngày. Sau đó đem da phơi nắng, lông sẽ rụng hết, da dùng để nấu canh hay nướng. Đây là đặc sản có mùi vị đặc trưng được dân tộc Thái ưa thích nhưng khách miền xuôi chỉ muốn bỏ chạy vì cái mùi khó ngửi của năng min. Kể cũng lạ. Các cô gái Thái, dù là Thái đen hay Thái trắng, có nhiều cô đẹp nõn nà, không biết có liên quan chi tới nậm pịa và năng min này không.

Miền thượng còn cung cấp nhiều món thối như thịt thối Mường La hay món kính coong Sơn La. Món kính coong là của người Khơ Mú. Bếp của người Khơ Mú treo toòng teng đủ thứ hầm bà lằng như thịt trâu, bò, heo và nội tạng của chúng. Hàng ngày họ phải vẩy nước để tạo độ ẩm hầu có thể thu hút ruồi nhặng tới làm tổ, sanh đẻ trứng. Thịt và nội tạng sống treo khơi khơi như vậy phải bốc mùi hôi. Nhưng đó là nguyên liệu chính của món kính coong. "Coong" là hầm bà lằng các loại rau củ quả, ớt, hành tỏi, cà rừng, mắc khén nấu với thịt thối. "Kính" có nghĩa là canh thập cẩm. Đây là thứ canh thịt thối sang chảnh, chỉ nấu trong các dịp cưới xin hoặc lễ tết. Chủ bắt buộc phải đãi khách quý bằng thứ canh thối này, khách bắt buộc phải ăn. Nếu không là thất lễ.

Nói tới các món thối của đất Việt, người ta thường chỉ nghĩ tới các món thối của người dân tộc. Thiệt là bất công. Nhưng thực tế như vậy, biết làm sao cho khỏi mất đoàn kết dân tộc. Muốn làm nhẹ vấn đề, các nhà "thối học" cũng cần phải moi ra các món thối của người Kinh chúng ta. Mắm tôm bị lôi ra đầu tiên. Người bất mãn đầu tiên khi món mắm tôm bị lôi ra là tôi. Tôi mê các thứ mắm. Cái chi dính tới mắm là tôi khoái chí tử. Bún mắm, lẩu mắm, đậu phụ mắm tôm, tôi chơi tuốt với sự hân hoan vô bờ bến. Sự hân hoan này là biểu hiện của một người Việt chân chính.

Chết cha! Hăng say ca tụng thứ thối thân thương này tôi quên béng mất có ông Luân Hoán ngụ chỉ cách tôi cái giậu mồng tơi. Ông này chê hết các thứ có dính tới mắm, kể cả nước mắm! Đôi khi tôi muốn tin ông này đúng là con rồng cháu tiên.

07/2024

THƯƠNG XÁ

Thương xá đi vào thơ trong bài "Chiều Trên Phá Tam Giang" của nhà thơ Tô Thùy Yên. Đây là một bài thơ dài gồm ba đoạn nói về chiến tranh.

Vì sao ngươi tới đây?
Hỡi gã cộng quân sốt rét, đói
Xích lời nguyền sinh Bắc, tử Nam
Vì sao ta tới đây?
Lòng xót xa, thân xác mỏi mòn
Dưới mắt người làm tên lính ngụy

Ví dầu ngươi bắn rụng ta
Như tiếng hét
Xé hư không bặt im
Chuyện cũng thành vô ích
Ví dầu ngươi gục
Vì bom đạn bất dung

Thi thể chẳng ai thâu
Nào có chi đáng kể
Nghĩ cho cùng, nghĩ cho cùng
Ví dầu các việc ngươi làm, các việc ta làm
Có cùng gom góp lại
Mặt đất này đổi khác được bao nhiêu?
Ngươi há chẳng thấy sao
Phá Tam Giang, phá Tam Giang ngày rày đâu đã cạn?

Chỉ có một phần trong đoạn 2, nhà thơ nghĩ về người em gái Sài Gòn. Chút tình riêng đan vào cuộc chiến khốc liệt bao phủ đất nước. Và thương xá có mặt trong thơ.

Giờ này thương xá sắp đóng cửa
Người lao công quét dọn hành lang
Những tủ kính tối om
Giờ này thành phố chợt bừng lên
Để rồi tắt nghỉ sớm
(Sài Gòn nới rộng giờ giới nghiêm
Sài Gòn không còn buổi tối nữa)

Trần Thiện Thanh chỉ dùng đoạn này để phổ nhạc. Bản nhạc nổi tiếng hơn bài thơ. Tô Thùy Yên không thích, nếu không muốn nói là không muốn nghe bài nhạc này, không phải vì nó nổi tiếng hơn mà vì nó làm méo mó bài thơ. Từ một bài thơ bi hùng nói về cuộc chiến, nhạc sĩ Trần Thiện Thanh đã biến nó thành một bài thơ tình chẳng có liên quan gì tới điều tác giả muốn ghi nhận về sự phi lý của cuộc chiến.

Tôi đã từng kể đâu đó về chuyện Tô Thùy Yên không muốn nghe bản nhạc này. Trong tiệc cưới của cô con gái nhà thơ tại Montreal, cậu con trai đã rao nam rao bắc khi lên hát.

Anh nói muốn hát bài "Chiều Trên Phá Tam Giang" để cợt đùa với ông bố vì biết bố rất ghét khi nghe bản nhạc này. Và anh nhìn ông bố, gân cổ cất tiếng *"chiều trên Phá Tam Giang anh sực nhớ em / Nhớ ôi là nhớ ôi niềm nhớ đến bất tận / Em ơi, em ơi, em ơi"*.

Tôi cà kê chuyện thơ và nhạc này chẳng có ý gì ngoài chuyện thương xá được nhắc tới trong thơ. Thương xá ngày đó chỉ có Thương Xá Tax có thể coi là thương xá, nơi nam thanh nữ tú thường lui tới dù có mua sắm hay không. Hành lang Eden mà nhiều người gọi là thương xá tôi nghĩ chưa đủ tiêu chuẩn. Thương Xá Tax nằm ngay trên giao lộ Tự Do và Lê Lợi, tên thời xưa là Catinat và Bonard. Đó là không gian của những cặp tình nhân đi "rước đèn" hoặc của những anh trai em gái đơn thân lượn lờ, liếc mắt đưa tình. Tuổi trẻ chúng tôi ngày đó "Catinatter" hay "Bonarder" mỗi cuối tuần như một thú vui tao nhã nhiều hứng khởi. Tới nay nghe chữ "thương xá" vẫn thấy nao nao trong lòng.

Ngày nay thương xá tràn lan kể cả tại các tỉnh nhỏ tại Việt Nam. Người ta rủ nhau đi thương xá như một nét của hiện đại. Tại Montreal chúng tôi, không đi thương xá thì biết mua bán ở đâu. Thương xá không chỉ là nơi tụ hội những cửa hàng giầy dép, áo quần, thời trang, điện tử mà hầu hết đều có một cái chợ. Đi chợ cũng vô thương xá khiến thương xá mất cái vẻ cao ngạo của một chốn sang trọng. Chữ "thương xá" mất dạng để nhường chỗ cho cái gọi là "trung tâm thương mại". Tiếng Anh là *shopping mall* hay *shopping center.*

Gần nhà tôi có một trung tâm thương mại được thành lập từ năm 1963 mang cái tên rất tây: Place Versailles. Trung

Place Versailles.

tâm thương mại này đang được dân Montreal chú ý vì chủ nhân vừa đưa ra một dự án xây dựng lại thành một khu phức hợp gồm nhà ở, công viên, trường học. Dự án mới sẽ xây nhiều tòa nhà cao tầng, từ vài tầng tới 22 tầng. Các tòa nhà này sẽ có khoảng trên 5 ngàn đơn vị gia cư. Tầng trệt của các tòa nhà sẽ được nối với nhau thành một trung tâm thương mại thu hẹp từ trung tâm hiện nay. Cư dân của khu này cùng với những khách lui tới trường học, công viên sẽ dễ dàng mua bán hơn.

Tôi nhắc tới Place Versailles chẳng phải vì nó là hàng xóm với tôi mà vì đây là một địa điểm "lịch sử". Đó là trung tâm đầu tiên của Montreal xây dựng theo mô hình kín vào năm 1963. Trước đó các nơi buôn bán tại thành phố này chỉ là những dải mua sắm, tiếng Anh gọi là *strip mall*. Theo hình thức này các cửa tiệm biệt lập với nhau, quay mặt ra một bãi đậu xe, khách hàng đi ngoài trời. Hình thức cổ này hiện nay còn thấy rất nhiều tại khu Bolsa của người Việt. *Strip mall* có cái bất tiện là khách hàng phải đội mưa gió hoặc nắng nôi rất vất vả. Place Versaille là khu mua sắm đầu tiên tại thành phố này được bít kín, có mái che, có điều hòa không khí khiến khách mua sắm thoải mái di chuyển trong các hành lang với các cửa tiệm nằm san sát nhau. Dù mưa gió bão bùng hay nắng cháy da, khách hàng vẫn hưởng một thứ không khí mát rượi mặc cho ở bên ngoài ông trời có giở trò chi cũng mặc kệ.

Già tới 61 tuổi, trung tâm mua sắm Place Versailles phải lột xác nếu muốn sống còn. Ngày nay các khu mua sắm to đùng như một thành phố. Muốn mua sắm có chỗ mua sắm, muốn ăn uống có chỗ ăn uống, muốn chơi các trò chơi điện tử có chỗ chơi, muốn coi phim có rạp chiếu phim, muốn trượt băng có chỗ trượt băng. Thậm chí muốn đi thuyền cũng có trung tâm mua sắm cho *gondola* chở đi vi vu như bên Venise. Có lần tôi tới *shopping center* loại khủng West Edmonton Mall ở thành phố Edmonton, Canada, từng là khu mua sắm lớn nhất Bắc Mỹ, có bãi tắm biển sóng vỗ nhịp nhàng! Khách tắm biển mặc quần áo tắm, ngự trên những chiếc ghế nằm được xếp trên bãi cát, hoặc chơi đùa với sóng. Chỉ khi ngước mặt nhìn trời mới thấy cái mái vòm khổng lồ che khuất tầm mắt!

Con người vui vẻ bị nhốt trong *shopping mall* đâu có biết mình đang bị lừa. Bạn và tôi, chúng ta nhởn nhơ vui thú trong các trung tâm thương mại đâu có ai để ý thấy chúng không có cửa sổ. Đây là sự cố ý của các kiến trúc sư. Quan niệm *windowless* này mang lại nhiều cái lợi. Trước hết tiết kiệm được phí tổn xây cất, lắp cả trăm chiếc cửa sổ cũng tốn bộn tiền. Thứ hai, tiết kiệm được tiền điện sưởi hoặc máy lạnh. Thứ ba, các cửa hàng không có cửa sổ lợi thêm được nhiều chỗ lắp kệ trưng bày hàng hóa. Nhưng cái lợi họ nhắm tới nhiều nhất là để cho khách hàng không chia trí khi đi tiêu tiền. Vô trong một trung tâm mua sắm, chúng ta bị bít kín, không cần biết ngoài trời mưa nắng ra sao. Khách hàng sẽ sống trong thời gian ảo do ánh sáng của những ngọn đèn tạo ra. Chúng ta thoải mái chi tiền trong một không gian làm chúng ta không nghĩ chi tới thời gian. Chúng ta sẽ lưu lại trong *mall* lâu hơn, móc hầu bao nhiều hơn. Vậy là các nhà buôn đại thắng lợi! Ông Burt Flickinger, chuyên viên bán lẻ, Giám Đốc công ty cố vấn các cửa hàng Strategic Resource Group nói với phóng viên đài truyền hình CNN: "Không có cửa sổ, khách mua sắm không thấy bên ngoài mưa bão hay tuyết rơi. Các trung tâm mua sắm tạo nên một không gian tiêu thụ không bị chia trí. Khi người ta cảm thấy dễ chịu và không để ý chi tới thời gian, người ta sẽ rộng rãi tiêu tiền nhiều hơn".

Shopping mall kín cổng cao tường đầu tiên là Southdale Center ở Minneapolis, tiểu bang Minnesota, hình thành vào năm 1956, là công trình của kiến trúc sư Victor Gruen. Ông được coi như cha đẻ của công trình trung tâm thương mại hiện đại. Ông thành lập công ty kiến trúc Gruen Associates chuyên về thiết kế các trung tâm thương mại, trụ sở tại Los Angeles, hiện vẫn còn hoạt động. Khuôn mẫu điển hình kiến trúc một trung tâm thương mại là một vòi phun nước hoặc một mái vòm kính, thường đặt tại cửa ra vào chính của trung tâm. Trung tâm trải dài theo hình chữ T hoặc hình thập tự, các góc là những cửa hàng lớn án ngữ. Khách mua sắm đi từ cửa hàng này tới tủ kính khác, luôn háo hức không biết phía trước còn chi nữa.

Theo dữ liệu của Hội Đồng Quốc Tế các Trung Tâm Mua Sắm *(International Council of Shopping Centers)*, 54% người Mỹ trưởng thành đã tới các trung tâm thương mại ít nhất mỗi tháng một lần và tiêu khoảng 300 đô mỗi tháng. Trong số khách hàng này có tới 70% là các thành phần trẻ.

Con số này khiến người ta nghĩ tới sự hao hụt khách hàng trong tương lai của các trung tâm thương mại. Họ có khuynh hướng mua bán *online*. Kể từ thời đại dịch Covid, ngành buôn bán *online* phát triển mạnh. Khu nhà tôi ở hiện nay là một khu dân cư biệt lập, không có các cửa hàng lớn nhỏ nào. Vậy mà ngày nào như ngày nấy, các xe giao hàng của Amazon, Purolator, UPS, DHL… tấp nập lui tới. Thân chủ của họ đa số là giới trẻ nhưng cũng có những người không còn trẻ như tôi. Thường đi mua sắm, người ta muốn tận tay sờ mó được món hàng muốn mua cho chắc ăn, ít ai muốn bỏ tiền mua bá vơ những thứ chỉ được nhìn hình ảnh. Cô cháu tôi là một người cẩn thận và nhiều suy nghĩ âu lo. Mua chi là phải tự tay chọn lựa và mang về. Cái thẻ tín dụng Visa hay Master Card là thứ phải giữ gìn như giữ gìn đôi con ngươi, y như kinh thánh dạy. Tiết lộ số thẻ cho các nhà buôn bán vô hình trên mạng là mất công lo ngay ngáy lỡ có ngày bị những tên lừa đảo rút tiền. Nhưng gần đây cô đã thay đổi lập trường. Nguyên do là nhiều khi đi rạc cẳng mới kiếm được chiếc áo, cái quần hay đôi giầy vừa ý thì lại không có cỡ thích hợp. Thử dò trên mạng thì có ngay. Vậy là nhắm mắt đưa tay bấm cho đỡ mất thời giờ. Còn chuyện sợ mất tiền khi xài thẻ mua đồ, thiên hạ mua *online* khối ra đấy, mấy khi mất tiền đâu, vậy là lại cũng nhắm mắt đưa chân. Nhưng cô cháu tôi vốn cẩn thận nên có sáng kiến: lập một thẻ tín dụng với số tiền tối thiểu, có mất cũng chỉ mất số tiền đó là cùng. Coi như của đi thay người.

Ít người lo xa như cô cháu tôi. Họ mua hàng trên mạng hà rầm. Thứ nhất về giá cả. Mua hàng *online* thường có giá rẻ hơn. Không tốn tiền thuê cửa hàng và các thứ phụ thuộc như điện nước, ít tốn tiền công cho nhân viên hơn, giá hàng sẽ rẻ hơn. Thứ hai, đỡ mất thời giờ hơn. Thay vì phải tốn thời gian đi tới các cửa hàng, người ta chỉ cần vài thao tác trên điện thoại thông minh là hàng sẽ tới tận cửa nhà. Khỏe ru!

Điện thoại thông minh là thứ mà hầu như mỗi người đều có trong tay. Đây là "cửa hàng" rất thuận tiện của mua sắm *online*. Trên thế giới hiện nay có 2 tỷ 710 triệu khách hàng *online* bỏ ra trên 6 ngàn tỷ đô mua hàng trực tuyến, chiếm 20,1% doanh số bán lẻ toàn cầu. Đây là một mối đe dọa tới sự sống còn của các trung tâm thương mại. Thống kê tại Mỹ năm 2022 cho thấy có tới 268 triệu lượt người mua hàng *online*. Người ta cũng tiên đoán tới năm 2025, con số này sẽ leo thang lên tới 285 triệu.

Để sống còn, các cửa hàng tại các trung tâm thương mại đã phải thay đổi. Họ chuyển mình thành các cửa hàng *hybrid*. Vừa bán lẻ tại chỗ, vừa bán *online*. Mùa đông vừa qua, tôi mua một đôi bốt *online*. Nhận hàng, tôi đi thử thấy hơi chật, cần một đôi có số lớn hơn. Thay vì gửi đi gửi lại lích kích, tôi đã mang trả lại tại cửa hàng trong một trung tâm thương mại và được họ *order* cho một đôi mới gửi tới tận nhà. Đó là sự phối hợp giữa cửa hàng và *online* của cùng một doanh nghiệp.

Ông Tô Thùy Yên rời trần thế vào tháng 5/2019, tính tới nay đã trên 5 năm. Nhớ tới bài thơ "Chiều Trên Phá Tam Giang" của ông, tôi thêm buồn vì chữ "thương xá" của ông nay cũng đã mất tiêu theo ông. Người ta đã trần tục "thương xá" bằng "trung tâm thương mại". Đã bao năm qua, hình ảnh cô nữ sinh người yêu của lính cô đơn đi trong thương xá nhớ tới người trai trong khói lửa vẫn là một hình ảnh đẹp trong tôi.

Nghĩ tới anh, nghĩ tới anh
Cơn nghĩ tới không sao cầm giữ nổi
Như dòng lệ nào bất giác rơi tuôn
Nghĩ tới, nghĩ tới một điều hệ trọng vô cùng
Một điều em sợ phải nghĩ tới

07/2024

TIẾNG TÂY TẠI CANADA

Thành phố Montreal nơi tôi đang ngụ cư là một thành phố của hockey. Mùa hockey năm nay vừa bắt đầu, người người đều dõi mắt vào những đôi chân và những chiếc gậy trên sân băng. Báo chí ngày nào cũng có chuyện nói về hockey, chuyện trong sân cũng như chuyện bên lề sân. Tôi cũng như bao người dân khác ở đây, tim óc ngày ngày nhộn nhịp với hockey. Trước đây, như bao dân Việt khác, tôi mê đá banh. Nhưng từ ngày lậm vào hockey, tôi lơ là với trái banh tròn. Sân cỏ chậm chạp hơn sân băng. Chỉ khi nào có *World Cup* tôi mới theo chân trái banh với những pha dàn xếp ngoạn mục của những cặp chân vàng lừng danh thế giới. Nhớ ngày mới qua định cư, mỗi lần có các giải bóng đá lớn, chúng tôi tụ họp, bia bọt và cả lô mồi nhậu nhẹt bày ra, mặc sức la hét theo đường đi của trái banh. Ngày nay, chỉ còn các ông Luân Hoán, Hoàng Xuân Sơn và Hồ Đình Nghiêm, mỗi ông co quắp trong căn phòng cô đơn theo dõi trái banh.

Đội hockey của Montreal chúng tôi là đội Canadiens de Montreal, từng có một thời huy hoàng nay xìu xìu ển ển, mỗi trận thắng như một món quà từ trời rơi xuống. Dù sao, dân Montreal vẫn hào hùng mua vé chen kín các hàng ghế của khán đài mỗi lần có trận đấu. Tôi cũng vẫn bỏ mọi công chuyện theo dõi trên màn hình mỗi lần đội hockey nhà lâm trận.

Bài này không phải viết về hockey mà viết về tiếng tây. Hai thứ này có liên hệ chi mà thành chuyện? Thưa có. Báo chí đang ì xèo chuyện anh chàng thủ quân *(captain)* của đội là anh Nick Suzuki không biết nói tiếng Pháp. Trong bài viết trên báo The Gazette of Montreal, tờ báo tiếng Anh duy nhất của thành phố, của tác giả Brendan Kelly, *"Why doesn't Nick Suzuki have to Speak French?"*, tại sao Nick Suzuki không phải nói tiếng Pháp, ông nêu ra một chuyện vui vui. Ký giả Mylene của báo Le Journal de Montreal, một tờ báo tiếng Pháp, đã hỏi ông: "Tôi không thể hiểu tại sao Nick Suzuki, thủ quân của đội Canadiens, không học tiếng Pháp mặc dù anh đã chơi cho đội tới 5 năm rồi?". Ngay ngày hôm sau bài báo này xuất hiện, trên trang nhất của báo Le Journal de Montreal đã in cái tít ti tổ chảng của bài báo: "Hãy Nói Tiếng Pháp, Thủ Quân Suzuki!". Hai người có thẩm quyền là Jean Francois Roberge, Bộ Trưởng đặc trách về Pháp Ngữ, và bà Isabelle Charest, Bộ Trưởng bộ Thể Thao, của tỉnh bang Quebec, trong đó có thành phố Montreal, phải lên tiếng. Họ cho biết thủ quân của đội hockey không nhất thiết phải nói tiếng Pháp. Sao lại có chuyện mấy ông bà thượng thư có nhiệm vụ tuýt còi mỗi khi tiếng Pháp của mấy ông bà bị lơ là

Biểu tình chống Luật 96 tại Montreal. Hình: John Kenney.

lại dễ dãi với anh chàng Nick Suzuki như vậy?

Chuyện như thế này. Chính phủ tỉnh bang Quebec ra đạo luật Bill 96 có hiệu lực từ ngày 1/6/2022 nhằm "bảo vệ" tiếng Pháp bằng cách hạn chế việc dùng tiếng Anh. Ngay từ khi đạo luật được quốc hội thông qua, đã có nhiều cuộc biểu tình chống đối và nhiều vụ kiện ra tòa của cộng đồng tiếng Anh. Có tới 1 triệu 250 ngàn người gốc Anh tại Montreal. Trong luật mới có điều quy định di dân phải học tiếng Pháp trong vòng 6 tháng. Sau đó chính quyền sẽ chỉ giao thiệp với họ bằng tiếng Pháp. Các công dân muốn vào làm việc cho chính phủ phải đậu cuộc thi tiếng Pháp. Suy ra, thủ quân Nick Suzuki phải biết tiếng Pháp như mọi người.

Ngôn ngữ đã nhảy vào thể thao. Nick Suzuki được ưu ái miễn trừ vì hockey Montreal cần anh. Phần lớn các cầu thủ hockey của đội Canadiens de Montreal đều không phải là dân nói tiếng Pháp nhưng muốn làm *coach* (huấn luyện viên trưởng) cho đội thì phải biết tiếng Pháp. Tiếng Pháp không phải là thứ tiếng thông dụng trên thế giới nên các ông *coach* của đội từ trước tới nay hầu như đều là dân Quebec. Sự giới hạn này không biết có phải là nguyên nhân mà đội Canadiens lóng sau này chơi bết bát hơn xưa. Đội đã đoạt tới 24 cúp vô địch Stanley Cup, nhiều nhất trong toàn thể các đội của Liên Đoàn *National Hockey League*, viết tắt là NHL. Đó là chuyện của thời xa xưa. Từ năm 1915 tới 1985. Tôi định cư tại Montreal vào tháng 6 năm 1985 nên không thấy chiếc cúp năm này. Nhưng vào năm 1993 tôi được chứng kiến dân chúng ăn mừng chiếc cúp thứ 24. Từ đó đến nay chiếc cúp vô địch ngày càng xa tầm với của đội. Không biết chuyện chỉ chọn *coach* biết tiếng Pháp có ảnh hưởng tới chuyện nửa đường đi xuống của đội hay không. Chẳng phải nửa đường mà tới cuối đường luôn. Vài năm gần đây đội Canadians đã lội sâu xuống các hạng chót. Mùa bóng 2021-2022 nằm dưới chót bẹt luôn.

Canada chúng tôi có hai ngôn ngữ chính thức là tiếng Anh và tiếng Pháp. Các cơ quan chính phủ liên bang đều phục vụ dân chúng bằng hai thứ tiếng. Không có vấn đề chi cả. Thực ra tiếng Pháp chỉ được dùng nhiều nhất tại Quebec. Các tỉnh bang khác của Canada phần lớn đều chỉ dùng tiếng Anh. Tiếng Pháp bị lép vế nên các ông tây ở Quebec làm mọi cách để bắt buộc dân chúng phải xài tiếng Pháp. Thành phố Montreal chúng tôi là thành phố lớn nhất của tỉnh bang, phần lớn dân chúng đều nói được cả hai thứ tiếng. Các cô các cậu bán hàng thường chào hỏi khách mua hàng bằng câu: *"Hi! Bonjour!"*. Anh Pháp đề huề. Các ông tây Quebec không chịu, ra luật chỉ được chào *"Bonjour"* thôi. Xe taxi tại Montreal ngày nay cũng chỉ viết chữ *"Bonjour"* bên hông xe. Trên các bảng hiệu của các cửa hàng, tiếng Pháp phải lớn gấp đôi tiếng Anh. Tên tiệm phải bằng tiếng Pháp. Tên *Staples* tại Quebec được đổi thành *Bureau en Gros*. Tên tiệm cà phê *Second Cup* thêm cái đầu tiếng tây thành *Les Cafés Second Cup*. Tức cười nhất là bảng chỉ dẫn đường xá đều bằng tiếng tây khiến du khách không biết đằng nào mà lái xe. Không có bảng *"Stop"* mà chỉ có *"Arret"*. Quận nào trong thành phố thêm chữ *"Stop"* dưới chữ *"Arret"* phần lớn đều bị dân chúng dùng sơn đen xóa ngang chữ *"Stop"*. Du khách gặp cái bảng ghi *"Demi-Tour Autorisé"* chỉ có nước khóc, không biết đó là được *U-turn*. Được cái nhiều góc đường vẽ dấu hiệu quốc tế nên cũng đỡ khổ.

Tiếng Pháp của tỉnh bang Quebec chúng tôi không giống như tiếng Pháp của Pháp. Đó là thứ tiếng cổ mà những di dân từ Pháp mang qua sau khi người Pháp đầu tiên đặt chân tới vùng Montreal là ông Jacques Cartier từ năm 1535. Có những từ cổ, cách phát âm cổ còn được giữ tới ngày nay. Dân Việt ta học tiếng Pháp *Parisien* nên qua đây thấy thứ tiếng Pháp của dân Quebec khó nghe khó nói nên gọi xách mé là tiếng "Còi", nhái theo chữ *"Quebecois"* có nghĩa là người dân Quebec. Dân ta có một giai thoại mà tôi không xác minh được là đúng hay không. Một ông Việt Nam, chủ tịch một hội người Việt bên Pháp, qua Montreal chơi. Khi thuê taxi ông đã không dùng được tiếng Pháp với anh tài xế cũng nói tiếng Pháp. Khi tôi sang Paris vào năm 1995, cô em họ tôi mời đi ăn. Bữa đó có các con cháu của cô tham dự. Khi cô giới thiệu tôi từ Montreal qua, mấy đứa nhỏ cười và trẹo mồm trẹo miệng uốn éo nói theo giọng Quebecois. Ngược lại, mấy ông bạn Quebecois của tôi khi thấy dân Pháp chính cống qua cũng chế nhạo, uốn lưỡi nói kiểu điệu đàng của dân Pháp.

Tiếng Pháp là của người Pháp, vậy mà chính quyền tỉnh bang Quebec bảo vệ tiếng Pháp hung hăng hơn chính quyền Pháp tại Pháp. Dân Pháp tại Pháp dễ chấp nhận những từ tiếng Anh thông dụng vào tiếng Pháp giao tiếp hàng ngày hơn dân Quebecois. Nói theo các cụ, dân Quebec bảo hoàng hơn vua!

Tỉnh bang Quebec có tới 8 triệu rưỡi dân nên nói tới tiếng Pháp tại Canada chúng ta nghĩ chỉ có tiếng "còi". Bé cái lầm. Tại Canada còn có nhiều thứ tiếng Pháp khác với tiếng "còi". Tại miền tây Canada và Manitoba có tiếng Pháp Métis. Đây là thứ tiếng Pháp của hậu duệ của những cặp "vợ chồng" mà vợ là thổ dân, chồng là di dân tới trong thời kỳ "buôn bán lông thú". Phải nói chuyện lông lá này một chút. Ông người Pháp Jacques Cartier là người đầu tiên đặt chân tới vùng nay là Montreal vào ngày 2/10/ 1535. Khoảng 70 năm sau, ông người Pháp Samuel de Champlain mới tới thành lập một trung tâm buôn bán lông thú tại đây. Đó là nghề sinh sống rất phát đạt của những người Pháp hồi đó. Từ những trung tâm này họ đã thành lập được những thành phố lớn. Như vậy thời kỳ "buôn bán lông thú" là vào khoảng năm 1465.

Nhiều người Metis, ngoài tiếng Pháp, còn sử dụng tiếng Cree. Họ còn pha chế hai thứ tiếng này thành một thứ ngôn ngữ hỗn hợp gọi là tiếng Michif. Michif là thứ tiếng kết hợp danh từ, số đếm, mạo từ và tính từ của tiếng Pháp trộn vào động từ, giới từ, các từ dùng để hỏi và đại từ của tiếng Cree. Tới nay hai thứ tiếng Metis và Cree đang dần bị mai một.

Tiếng Pháp Newfoundland được một số dân trên bán đảo Port au Port của tỉnh bang Newfoundland và Labrador dùng. Cũng như các loại tiếng Pháp ít thông dụng Metis hay Cree, tiếng Pháp Newfoundland cũng đang bị hai thứ tiếng Pháp phổ thông hơn là tiếng Pháp Quebec và tiếng Pháp Acadia lấn lướt. Phần đông dân chúng trên đảo quay ra dùng hai thứ tiếng "phổ thông" hơn này. Chuyện…phụ bạc bỏ tiếng mẹ đẻ theo thứ tiếng được phổ biến rộng rãi hơn là chuyện không có chi lạ. Con người luôn tìm cái lợi thực tiễn hơn trong cuộc sống.

Nhưng tại Canada chúng tôi còn có thứ tiếng Pháp phân biệt giai cấp. Đó là tiếng Joual chỉ được tầng lớp lao động tại Quebec dùng. Tôi có lần tiếp xúc với một ông Quebec đặc. Nghe ông nói phải căng tai ra chú ý mới có thể hiểu đại khái ông muốn nói cái chi. Có lần nói về xe cộ, ông dùng từ *"char"* để chỉ cái xe của ông. Không biết có phải ông này nói tiếng Joual không?

Tiếng Pháp Brayon là thứ tiếng phát sinh từ sự cạnh tranh giữa tiếng Pháp Quebec và tiếng Pháp Acadia, được dùng tại Beauce thuộc Quebec và tại Edmundston thuộc tỉnh bang New Brunswick. Thứ tiếng lai căng này là kết quả của sự giao thoa hơi mạnh mẽ giữa hai thế lực ngôn ngữ Pháp tại Canada.

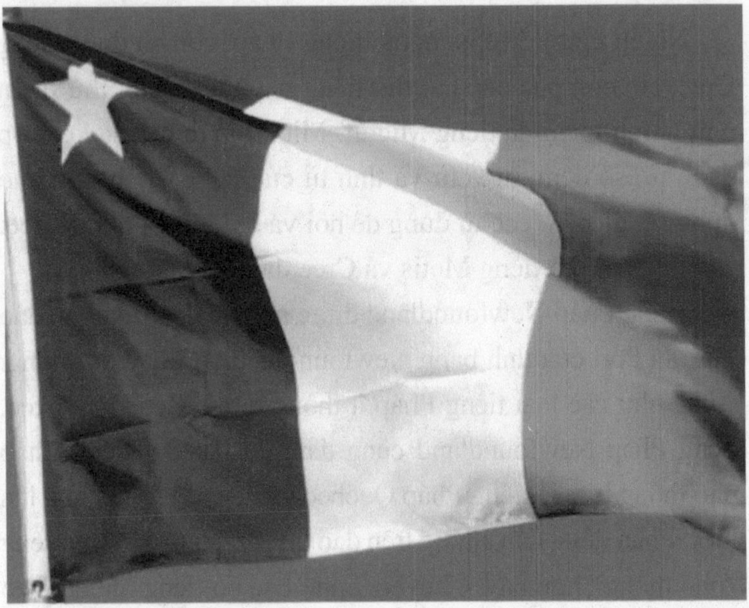

Cờ Acadia.

Chừ mới nói tới thứ tiếng Pháp cạnh tranh nhưng dưới cơ tiếng Quebeccois một bậc. Đó là tiếng Pháp Acadia được khoảng 350 ngàn người dùng tại tỉnh bang New Brunswick. Phương ngữ Acadia khác biệt rõ rệt với tiếng Pháp tại Quebec. Họ dùng các từ cổ hơn nhưng hình thái và cú pháp mới hơn tiếng Pháp tại Quebec. Dân Acadia có cờ riêng. Cờ của họ là cờ ba màu xanh trắng đỏ của Pháp nhưng có một ngôi sao vàng trên phần nền xanh. Tiếng Acadia được khoảng 96 ngàn người dùng chiếm 33% dân số của New Brunswick, một phần bán đảo Gaspé và quần đảo Magdalen của Quebec, tỉnh bang Nova Scotia và Prince Edward. Dân nói tiếng Pháp Acadia coi bộ không ưa dân nói tiếng "còi" Quebec.

Năm 2017, tôi qua New Brunswick chơi. Buổi tối, tôi vào một tiệm bán thức ăn sắp đóng cửa. Bà chủ là người Acadia chỉ nói tiếng Pháp với khách hàng. Bà hãnh diện khi tự xưng là dân Acadia. Họ là hậu duệ của những người Pháp ở vùng Acadia bên Pháp, di dân vào thế kỷ 17 và 18. Một phần nhỏ hơn của số di dân này, khoảng 30 ngàn người, sống tại tiểu bang Maine bên Mỹ. Khoảng năm 1755 tới 1764, có cuộc chiến giữa quân thực dân Pháp và dân da đỏ địa phương, nhân đó người Anh đã trục xuất hơn 11 ngàn dân Acadia về Anh, vùng Caribbean và Pháp. Khoảng trên 30% đã mạng vong trên đường trục xuất. Một số được người Tây Ban Nha cho di cư tới vùng ngày nay là Louisiana, lập nên một cộng đồng nói tiếng Pháp Cajun. Vậy nên ngày nay, nếu có dịp qua Louisiana dự lễ hội Mardi Gras, coi các em vạch ngực giữa phố phường, chúng ta có thể nghe thứ tiếng Pháp cổ Cajun, loại khác với tiếng Acadia!

Tiếng Pháp Cajun ở tuốt tận bên Mỹ nên chúng ta đã vượt biên. Đang nói chuyện tiếng tây tại Canada bị trôi tuột qua Mỹ, lạc lối mất tiêu. Vậy thôi không nói nữa!

10/2024

TIP

Tôi đã hơn một lần nói chuyện tiền tip và không muốn trở lại chuyện này nữa. Nhưng ít ngày nay, chuyện tiền tip ầm ỹ trở lại và leo vào chuyện chính trị. Vậy lại phải nói. Trong cuộc tranh cử tonton Mỹ đang diễn ra sít sao giữa ông Donald Trump và bà Kamala Harris, tiền tip là một vấn đề không nhỏ để hai bên tranh giành lá phiếu của cử tri lao động. Hồi tháng 6 vừa qua, ông Trump nói: "Nếu bạn là một nhân viên nhà hàng, một nhân viên pha chế, nhân viên khách sạn, một người khuân vác, một thợ cắt tóc hay tài xế Uber, bạn phụ thuộc rất nhiều vào thu nhập từ tiền tip. Nhưng nếu tôi giành chiến thắng vào tháng 11, chúng ta sẽ xoay chuyển đất nước của mình. Chúng ta sẽ làm cho nước Mỹ vĩ đại trở lại. Chúng tôi sẽ để bạn giữ lại 100% tiền tip của mình". Sau đó, vào tháng 8, bà Harris cũng tuyên bố nếu đắc cử sẽ bãi bỏ thuế đánh vào tiền tip. Tổng Thống Biden liền lên tiếng ủng hộ đề nghị của bà Harris.

Trong cuộc tranh cử sôi nổi giữa hai ứng viên của đảng Dân Chủ và Cộng Hòa, đây có lẽ là một trong những điều tương đồng hiếm hoi của hai bên. Tiền tip là thứ tiền nhỏ nhoi mà chúng ta bắt buộc phải trả mỗi lần đi ăn uống hay vui chơi. Tôi bỗng thắc mắc: có chi quan trọng mà hai bên tranh cử phải cùng coi là vấn đề lớn như vậy? Tìm hiểu thêm, tôi mới biết mình lầm. Tại Mỹ có khoảng 2,2 triệu người làm trong các ngành dịch vụ khách sạn và giải trí. Hiện số tiền tip họ nhận được vẫn bị đánh thuế. Nay nếu chính phủ tha thuế cho tiền tip, các chuyên gia tính ra ngân sách sẽ thâm hụt khoảng 150 tỷ đô. Chuyện nhỏ không còn nhỏ nữa!

Đồng thời với chuyện tiền tip bên Mỹ, tỉnh bang Quebec chúng tôi cũng ti toe chuyện tip tiếp. Tôi nhớ hồi tôi mới qua Canada 40 năm trước, khi đó ăn uống hay ăn chơi giải trí xong khách sẽ nhận được một hóa đơn bằng giấy không khống chế tiền tip. Khi trả tiền, khách hàng tùy tâm cho bao nhiêu tip thì cho, không có chuyện bắt buộc một số tiền nào đó. Tuy nhiên, theo luật bất thành văn, tiền tip vào khoảng 10%, nếu hài lòng lắm cũng chỉ khoảng 15%. Ngày nay khác, khách hàng sẽ được dí vào tay chiếc máy tính tiền với tiền tip được "đề nghị" từ 18% đến 30% hoặc không cho tip. Chẳng ai bấm vào chỗ *"no tip"* mà không đỏ mặt. Nhưng có điều lấn cấn là số tiền tip được tính trên giá đã được tính thuế. Nghĩa là khách hàng không chỉ trả tip trên số tiền mình tiêu dùng mà phải trả luôn tiền tip trên thuế. Thuế tại Quebec chúng tôi hiện nay là 14,98%. Thí dụ tiền khách hàng ăn uống hay vui chơi là 100$, chúng ta phải tip trên tổng số 114,98$. Nay chính phủ đề nghị tiền tip chỉ được tính trên giá trước thuế mới hợp lý. Người tán thành, người phản đối. Chẳng cần nói chắc ai cũng biết bên nào tán thành, bên nào phản đối.

Trên diễn đàn Quora, một người tên Ashish Bang mới đây đã hỏi: "Tôi vừa đi Canada, tại đây các nhà hàng đều đòi một món tiền tip sau thuế. Tại sao? Chuyện này có vẻ thiếu đạo đức". Có 32 ngàn người vào coi và góp ý. Một bà, có lẽ là dân Canada "yêu nước", ghi nhận có chuyện này nhưng không riêng gì Canada mà ở Mỹ cũng rứa. Tôi ở Canada đã lâu nhưng quả thật không chú ý tới chuyện bị móc thêm chút tiền lẻ này. Phần vì tôi chỉ chuộng các món ăn Việt nên ít ăn tại các tiệm "tây". Các tiệm Việt rất qua loa trong chuyện tip. Ai muốn cho bao nhiêu thì cho. Đó cũng là một chiêu giữ khách của họ. Nhưng chỉ khách Việt thôi, với khách "tây" thì đâu vào đó theo đúng thủ tục. Chiếc máy xinh xinh nhưng không đáng yêu mang tên POS *(Point of Sale)* được giao cho nhiệm vụ tính tiền và dĩ nhiên có mục gợi ý tip. Đây chỉ là gợi ý, không có tính cách bắt buộc nhưng là một gợi ý hầu như bắt buộc. Giáo sư Simon Pek của Đại học Victoria ở tỉnh bang British Columbia cho rằng đây là "một cách trình bày để ảnh hưởng lên khách hàng". Giáo sư Pek bàn thêm: các lựa chọn mặc định như kiểu này là một thí dụ về lý thuyết "kiến trúc chọn lựa" *(choice architecture)*. "Theo lý thuyết này thì con số đầu tiên bạn nhìn thấy trước mắt ảnh hưởng đến quyết định và nhận thức của bạn. Khi thấy những con số đó lên cao hơn, từ 18% lên 20%, 25% và 30%, chúng ta sẽ nghĩ rằng khoản tip cao hơn là phù hợp trong khung cảnh này".

Cái máy POS làm khó nhau vô cùng. Không chỉ ở nhà hàng có người phục vụ, chúng ép khách hàng của các dịch vụ nho nhỏ như mua một ly cà phê, một cái bánh hoặc một lon nước, người bán chẳng tốn công chi nhiều mà cũng phải tip. Khoảng 99% phản hồi trên các diễn đàn cho rằng gợi ý tip tới 30% ở các quán cà phê là quá đáng. Có người tức tối cho biết khi thấy cái "gợi ý" đáng ghét đó, họ quyết định dẹp, chẳng tip tiếp chi!

Nói chi thì nói, tip đã là một lối sống phải chấp nhận ở Mỹ và Canada. Một trang mạng hướng dẫn du lịch ở Mỹ đã khuyên du khách tới Mỹ: "Các bạn thường bị bối rối bởi văn hóa tiền tip của chúng tôi. Đó là sự thật, đó là một con khỉ rừng mà bạn phải học để nhảy *tango* với nó". Tip trên mỗi bước đi. Tip cho các người pha rượu, người xách va ly, người giúp đậu xe, thợ làm tóc, nhân viên *massage*, nhân viên các quản cà phê và dĩ nhiên nhân viên tại các nhà hàng. Tip bao nhiêu, bạn khỏi cần thắc mắc, các máy tính tiền POS sẽ tận tình giúp bạn.

Tip từ một món tiền thưởng tượng trưng cho sự hài lòng và tùy tâm tùy ý đã trở thành một quy luật bắt buộc không có không được dù có hài lòng hay không, thiệt muốn nọc cha đẻ ra thứ rắc rối này ra mắng cho một trận. Cha đẻ của tip là một cha thuộc tầng lớp quý phái nào đó sống thời Trung Cổ bên Âu châu. Trong cuốn *"Tipping: An American Social History of Gratuities"*, một cuốn sách được cho là khảo sát lịch sử toàn diện nhất về tip, tác giả Kerry Segrave cho biết nguồn gốc của tiền tip rất mơ hồ. Theo ông, trong triều đại Tudor (1485-1603), khi đến chơi nhà người khác, người khách thuộc giới quý tộc thường đưa một số tiền, gọi là *vails*, để trả công cho những ngươi hầu trong nhà vì họ đã phải làm nhiều hơn nhiệm vụ thông thường của họ để phục vụ khách. Dân thường sau đó cũng đua đòi cho giống quý tộc, tip khi đi ăn đi uống hoặc nhận một dịch vụ mà họ vừa ý. Vừa ý nhiều tip nhiều, vừa ý ít tip ít, nếu phục vụ ẹ quá thì khỏi tip. Tiền tip phụ thuộc vào từng cá nhân, từng trường hợp, không ép buộc chi. Tới đầu thế kỷ 18 tip mới phổ biến rộng. Các sách chỉ dẫn du lịch đã hướng dẫn cách thức và mức cho tip. Trong truyện "Old Curiosity Shop", nhà văn nổi tiếng Charles Dicken đã mô tả cảnh nhân vật chính là Nell Trent thưởng cho người đánh xe ngựa một khoản tiền nhỏ vì ông này đã tìm giùm được một phòng tại nhà trọ cho thân chủ.

Vậy là mấy ông quý tộc Anh là thủ phạm trong việc bày đặt ra tiền tip. Nhưng tip ngày đó tùy hỷ chứ không hầu như bắt buộc như ngày nay. Tip ngày nay lộng hành khắp nơi khắp chốn tuy mỗi nơi một khác. Tại Áo tip 10% được ghi sẵn trong hóa đơn, khách chẳng phải tính toán cho nhức đầu. Tại Pháp cũng rứa nhưng tỷ lệ không phải là 10% mà là 15%. Tại Ý tip cũng được tính trực tiếp vào hóa đơn thanh toán nhưng nếu khách thực sự hài lòng thì cũng có thể cho thêm khoảng 10% nữa. Tại Tây Ban Nha hóa đơn cũng cộng thêm từ 5% đến 10% như "luật bất thành văn". Tuy nhiên các nhân viên dịch vụ luôn trông chờ bạn cho thêm. Tại Thổ Nhĩ Kỳ có phân biệt, nếu nhà hàng bình dân tip từ 5% đến 10%, nhà hàng loại sang từ 10% đến 15%. Nam Phi cũng từ 10% tới 15%. Tại Ai Cập nới hơn, từ 5% tới 10%.

Nói tới phần trăm riết nghe quen nhưng nhiều người vẫn

nghĩ nếu không có tip vẫn thoải mái hơn. Họ coi tiền tip như một thứ trả lương cho nhân viên thay cho chủ nhân nhà hàng. Thực vậy, nhiều nơi trả lương nhân viên rẻ hơn nếu công việc có tiền tip. Tại Seattle nhà hàng hải sản Ivar đã hiên ngang áp dụng chính sách không nhận tiền tip vì nhân viên đã được chủ nhân tăng lương bù đắp vào khoản hao hụt vì không có tiền tip này. Khách hàng hết sức hài lòng, chuyện đi ăn nhà hàng coi bộ nhẹ nhõm hơn. Nhưng họ đâu có biết biết là nhà hàng đã âm thầm tăng 21% giá thức ăn. Cây gậy vẫn đập vào lưng khách hàng. Nhưng kín đáo hơn.

Chà, không biết có nơi nào trên trái đất này mà chữ tip không có trong tự điển của họ không? Cũng có. Tôi kiếm được danh sách những quốc gia quý giá này nhưng không biết có lỗi thời quá không. Đó là: Hòa Lan, Đức, Singapore, Thái Lan, Trung Quốc, Đại Hàn, Đài Loan và Nhật. Hòa Lan và Đức tôi có tới nhưng bi chừ ngồi nặn óc vẫn không nhớ được hồi đó mình có tip hay không. Thái Lan và Đại Hàn tôi nhớ rõ là không tip. Trung Quốc tôi có một kỷ niệm khó quên. Bữa đó đi ăn tại một nhà hàng khá lớn, vài tiếp viên đứng sẵn sàng ngay bên cạnh bàn khi chúng tôi ngồi ăn. Hình như họ thừa nhân công nên bàn nào cũng có ba, bốn cô phục vụ đứng chờ sai bảo.Thiệt khó ăn nhưng không khó nói. Họ đâu có biết tiếng Việt! Trong số tiếp viên có một cô bé xinh như mộng, rất dễ thương, chúng tôi bàn nhau giúi cho cô chút tiền. Khi cô tới sát cạnh, nhét tiền vào túi áo cô nhỏ, mặt mũi cô tái xanh, tay móc tiền ra tính trả. Chúng tôi đưa tay lên miệng ra dấu không ai biết, cô mới thôi. Khi ra về, cô nhỏ còn chưa bình tĩnh. Khi đó chúng tôi không biết là tại một vài nơi ở Trung Quốc, nhân viên nhận tiền tip của du khách là phạm pháp, có thể bị đuổi việc. Cầu mong cô bé dễ thương không hề hấn gì.

Hũ tip box tại Đại Hàn làm xôn xao dư luận.

Đại Hàn cũng không hề có chuyện tip. Mới năm ngoái, vào mùa hè 2023, báo Thc Korea Herald có đưa tin và đăng hình một chiếc hũ thủy tinh có ghi hàng chữ *"Tip Box"* bên hình vẽ một bộ mặt cười tại một nhà hàng, đã làm dư luận phẫn nộ. Họ phản ứng "đây là một loại văn hóa mà chúng tôi không muốn có ở Hàn Quốc". Người Hàn cho việc đưa tiền tip là thiếu tôn trọng đối với người cung cấp dịch vụ. Thậm chí việc nhận tiền tip được coi là phạm pháp.

Tại Nhật cũng rứa. Không có chuyện tip. Nếu theo thói quen, du khách để lại tiền tip sẽ bị coi là một hành động xúc phạm người cung cấp dịch vụ. Không nhận tiền tip nhưng họ phục vụ rất nhiệt tình, tinh tế và tỉ mỉ. Người Nhật luôn luôn bỏ hết khả năng, bổn phận và trách nhiệm trong công việc. Nếu khách quá hài lòng, muốn thể hiện lòng biết ơn, họ có thể để lại một món quà nho nhỏ trước khi rời tiệm. Đó là những tác phẩm gấp giấy nghệ thuật *origami*, một nghệ thuật khá phổ biến mà người Nhật rất trân quý. Với những tờ giấy được gấp khéo léo thành nhiều hình tượng, *origami* được coi như một nét văn hóa đặc trưng của Nhật để làm quà tặng nhau. Món "tip" đó được gọi là *"origami tip"*, một thứ tip đầy chân thành và ấm áp.

Chuyện chi cũng có ngoại lệ, chuyện tip bằng tiền tại Nhật cũng vậy. Tip không phải là để tiền tênh hênh trên bàn như tại các quốc gia khác. Người Nhật không thực dụng như vậy. Họ thích nghệ thuật và tinh tế. Mua đồ ở Nhật, họ gói rất đẹp tuy món đồ chẳng đáng giá chi. Ngay hộp cơm ăn trưa mang theo cũng đẹp như một tác phẩm nghệ thuật. Khi gói ghém xong, họ cúi gập người, trao cho khách bằng hai tay, khi khách rời khỏi cửa hàng họ mới đứng thẳng người.

Khách hàng muốn tip bằng tiền cũng phải "nghệ thuật" như vậy. Tiền phải được bỏ vào một cái bao đẹp đẽ được gọi là *pochi-bukuro*. Nếu không mang sẵn *pochi-bukuro* theo, khách có thể dùng giấy *kaishi* gấp lại thành bao thư. *Kaishi* là một tập giấy người Nhật luôn mang theo bên mình vào thời còn mặc *kimono* như trang phục hàng ngày. Ngày nay họ vẫn mang theo giấy *kaishi* làm khăn giấy hoặc giấy ghi chú khi cần viết. Họ có thể xếp giấy *kaishi* thành phong bì đựng tiền tip. Món tiền được bao bọc rất thẩm mỹ này được

Pochi-bukuro tại Nhật.

gọi là *kokorozuke*.

Nói quanh nói quẩn thì *kokorozuke* cũng là tip nhưng là một cách tip mà tôi thấy là đầy hình thức rườm rà, nếu không muốn nói là trước sau chi cũng là tiền, đồng tiền núp trong cái vỏ tinh tế và mỹ miều! Người Nhật vốn thích nghệ thuật. Có khi nào tiền cũng là nghệ thuật không?

09/2024

TRÁN DÔ

Cô nhà văn Hoàng Quân, tự xưng là đại diện "Hội Những Người Trán Dồ Yêu Lung Tung", tự xưng luôn là có cùng ngày sinh nhật với một ông trán dồ nổi tiếng là ông Albert Einstein, ngày 14/3, có gửi *mail* yêu cầu tôi viết về trán dồ để hy vọng "trán dồ sẽ góp mặt trong mười…một thương". Tôi nể ông Einstein nên phóng bút.

Trán dồ hay trán dô là cùng một *category* trán…phi trường. Trán là khu vực nằm từ chân lông mày cho tới chân tóc. Trán bình thường chiếm khoảng 1/3 chiều dài gương mặt. Trán dô lấn sân hơn, vượt qua kích thước thông thường khiến khuôn mặt mất cân đối, kém hài hòa. Nếu nhìn ngang, người ta sẽ thấy phần xương trán của những người trán dô nhô lên cao. Vậy nên nhà văn Hoàng Quân không nên chụp hình *profile*!

Cái phần dô lên cao này khiến những người trán dô không nằm trong loại người có trán cao. Hai thứ khác nhau tuy cùng thuộc *category* "rửa mặt thì lâu, chải đầu thì lẹ". Trán cao có bề ngang rộng, phẳng nhưng có bề cao trung bình. Nói theo phép đo lường thì nếu trán có chiều cao dài hơn một nửa chiều dài của mặt thì gọi là trán cao.

Ngoài hai loại trán dô và trán cao còn có trán hói. Trán hói rất dễ nhận ra. Cứ nhìn vào chân tóc là biết liền. Nếu chân tóc có hình chữ M, nghĩa là hai bên mép trán trống trải không có tóc thì đích thị là hói.

Trán dô của nhà văn Hoàng Quân.

Trong bài này chúng ta chỉ nói về trán dô. Nói cho nhà văn Hoàng Quân mừng, phụ nữ có trán dô là người được ông trời ban cho có trí tuệ hơn người, đầu óc nhạy bén, giỏi giao thiệp. Họ biết sắp xếp cuộc sống của họ một cách có quy củ. Sở hữu tính quyết đoán nên họ luôn tính toán mọi việc một cách chu toàn nhất. Đó là điểm cộng. Điểm nổi bật khác, không biết cộng hay trừ, là tính tình khó khăn và bướng bỉnh. Ngày xưa, thấy một anh hay chị nhóc có trán dô, các cụ phán ngay là bướng bỉnh, khó dạy. Có lẽ hồi đó các cụ nhiễm nặng vào sự suy đoán do tiền nhân truyền lại nên rất khắt khe. Đâu có phải cứ trán dô là bướng bỉnh khó dạy. Nhiều tên không dô trán cũng khó dạy dàn trời.

Khi ra đời, nếu đi làm, phụ nữ trán dô là những viên ngọc quý trong công tư sở. Họ biết tận dụng mọi cơ hội để biến chúng thành vũ khí đắc lực để phát triển công việc. Nếu làm chủ thì rất cương quyết, khó khăn tới đâu cũng cứ tiến tới, nhất định không bỏ cuộc. Nhờ vậy mà họ thường có hậu vận tốt đẹp, cuộc sống sung túc, có địa vị và vai vế trong xã hội. Đó là điểm cộng. Về chuyện tình cảm, họ có cái tôi khá cao, nên nếu không tự chế, chuyện tình duyên và gia đạo không tránh khỏi những mâu thuẫn đưa đến những cãi vã, có thể dẫn đến cảnh "anh đi đường anh, tôi đường tôi".

Mấy ông có trán dô thường là những người điềm tĩnh trong mọi tình huống. Họ chịu khó học hỏi, giầu ý chí, nghị lực, không đầu hàng số phận, luôn tìm cách vượt qua khó khăn. Với tính cách lanh lợi, đầu óc thông minh và có tầm nhìn xa trông rộng, họ rất giỏi trong việc lãnh đạo và chỉ huy. Nhược điểm của những ông trán dô là bướng bỉnh, đôi khi khá bảo thủ, khư khư giữ ý kiến của mình, không chịu nghe các góp ý của người khác. Nhiều khi họ cố chấp một cách đáng ghét.

Người sở hữu vầng trán cao, rộng có tài kinh doanh, có ý chí làm giầu mạnh mẽ, thường là những doanh nhân thành đạt. Cứ nhìn vào trán của các ông Elon Musk, Jeff Bezos, Mark Zuckerberg, Bill Gates khắc biết.

Theo các nhà phong thủy, khuôn mặt được coi là "bản đồ" vận mệnh của một đời người. Một khuôn mặt có thể được coi là sáng rỡ hay tối tăm dựa vào "núi" và "sông" trên đó. Người sở hữu khuôn mặt cân đối có khả năng thu hút nhiều tài lộc và những điều tốt lành tới với cuộc sống của họ. Ngược lại, khuôn mặt không cân đối, nhiều khuyết điểm không mang lại nhiều vận may cho chủ nhân của nó.

Khi đối chiếu với khuôn mặt của 100 tỷ phú giàu nhất thế giới, các nhà phong thủy thấy họ có nhiều điểm tương đồng mang lại tài lộc cho bản thân họ. Năm đặc điểm đó là: mặt chữ điền; trán cao, rộng; mũi tròn, thẳng; môi đầy đặn, hồng hào; cằm tròn, đầy đặn.

Phần lớn các tỷ phú đều có khuôn mặt vuông chữ điền. Theo nhân tướng học, mặt chữ điền tượng trưng cho sự quyết đoán, linh hoạt và ổn định. Hai tỷ phú Warren Buffett và Carlos Slim là ví dụ điển hình nhất.

Trán là biểu tượng của sự may mắn và được coi là "ngọn núi vượng khí đầu tiên" trên khuôn mặt. Trán nhẵn, tròn và rộng mang tới quyền lực, vận may và tiền tài.

Mũi được coi là một trong những "con sông" mang lại tiền tài. Theo phong thủy, mũi lý tưởng là mũi tròn và đầy đặn. Càng tròn và càng đầy đặn thì càng nhiều may mắn. Nếu mũi cân đối, không cong vẹo là mũi ngon lành, rất nhiều may mắn. Đối chiếu với mũi của các tỷ phú, chúng ta thấy có hai kiểu mũi đặc trưng mà nhiều tỷ phú sở hữu. Kiểu thứ nhất là chóp mũi khá lớn so với phần còn lại của mũi. Chóp mũi phải thẳng. Tỷ phú Bill Gates có chiếc mũi quý hóa này. Kiểu thứ hai là cả chóp mũi lẫn cánh mũi đều đầy đặn. Đây là kiểu mũi của người quyết đoán, biết nắm bắt cơ hội. Tỷ phú Warren Buffett có kiểu mũi này.

Miệng là "dòng sông" thứ hai trên khuôn mặt. Người sở hữu đôi môi hồng hào, đầy đặn, căng mọng có khả năng thu hút tài lộc. Môi không khô, nứt nẻ mới tốt vì nếu khô thì "dòng sông" bị khô hạn, không còn sự may mắn.

Cuối cùng là cằm. Đây là "ngọn núi" thứ hai của khuôn mặt. Vẫn theo phong thủy, cằm tròn, đầy đặn và rõ nét là dấu hiệu của sự may mắn và khả năng lãnh đạo. Nơi quý ông, đường viền cằm rõ nét thể hiện cá tính mạnh mẽ. Ông chủ hãng thời trang Zara, Amancio Ortega, và nhà đồng sáng lập Google, Larry Page, đều sở hữu chiếc cằm này.

Theo phong thủy, năm điểm trên là điểm tương đồng của các nhà tỷ phú, những người thành công trong sự nghiệp và sở hữu số tài sản kếch xù. Đó là một *combo* của thành công và may mắn. Ông nhà thơ Quan Dương có bài thơ "Tóc - Tai - Mũi - Họng" xem ra cùng nhịp bước với cuộc điểm danh các bộ phận trên mặt. Ông nói tới hai nhân tố phong thủy nhắc tới trên "núi và sông" của khuôn mặt là "mũi" và "họng".

Trèo lên sóng mũi dọc dừa
Sẩy chân chợt té xuống bờ môi em
Té nhằm ngay chỗ trăm năm
Bị em đóng một dấu hằn hằn hoi
.....
Ngậm trong họng ngụm bồi hồi

Giọt cà phê rớt trúng nơi chứa tình
Ghế bàn đang đứng lặng thinh
Bỗng nhiên đột ngột thình lình tung bay

Thiệt là thiếu sót! Thiếu sót dã man nhất là ông lơ đi cái trán. Nó chình ình ngay trên khuôn mặt, nằm ngay dưới chân tóc. Nếu là thứ trán dô thì còn lộ diện rõ ràng hơn. "Khấp khểnh chân chưa ra đến cửa / Trán đã dô ra tận cổng ngoài'. Ông thơ về tóc rồi quẹo qua tai, xong xuôi Nam xuống mũi và họng. Bản đồ sông núi trên mặt bị một lỗ thủng to. Nhưng chả trách ông được, ông đâu có là nhà phong thủy. Ông là một người tình. Người tình trăm năm vì thơ ông là một trời tình. Tình chảy suốt một đời thơ.

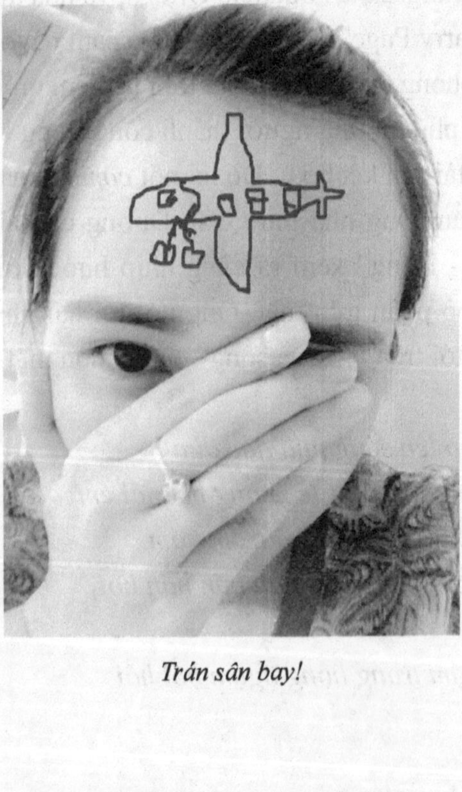

Trán sân bay!

Trách ông Quan Dương quên cái trán cũng tội cho nhà thơ vì thực ra cái trán nằm chình ình một vầng nhưng là một bộ phận không ra gì trong thơ văn. Nó trơ trơ như các cụ diễn tả "mặt trơ trán bóng". Vậy nên những người sở hữu trán dô cũng chán cho phận mình. Chỉ được chút an ủi là ông Thọ trong bộ Tam Đa có chiếc trán dô đặc trưng được tô hình tạc tượng cho bàn dân thiên hạ thỉnh về thờ.

Lang thang trên mạng, tôi đọc được nỗi niềm của một cô gái có cái trán dô. "*Con gái đúng là trăm ngàn nỗi khổ, và trán dô hay trán "sân bay" là một trong số đó. Người ta thường nói, con gái trán dô thì thông minh, uyên bác rồi giàu sang đủ kiểu. Nhưng sự thật mất lòng, giỏi giang, lợi lộc ở đâu không biết, chỉ biết là vầng trán "sân bay" ấy làm khổ con gái đủ đường luôn. Kể sơ sơ ra cũng được cả một list nỗi khổ: chưa thấy người dã thấy trán, để kiểu tóc gì cũng thấy vô lý đùng đùng rồi thì trời nóng cũng phải để mái không dám vén lên sợ người ta lóa mắt trước cái trán cao đến quá đáng của mình*".

Cô nàng Thiên Di, sanh năm 1996, là ca sĩ kiêm biên đạo biểu diễn, quê ở Quảng Trị, than khổ than sở về cái trán dô của mình. "*Cái trán của mình trông như cái đầu luôn các bạn ạ, chán lắm. Đầu thì có thể không gội chứ mái tóc thì mình không bỏ sót ngày nào. Nhỏ đến giờ, mình chỉ ước trán mình được bình thường như bao người khác để có thể làm đủ kiểu tóc mình thích...Mình đã thử thay đổi rất nhiều kiểu tóc nhưng kết quả mặt vẫn trông tếu lắm, không ai chấp nhận được. Mà chắc da trán mình dày nên bôi đủ thứ thuốc tóc vẫn không mọc lên*". Thời mà Quảng Trị, quê hương của cô nàng Thiên Di, chưa có sân bay, cô bị bạn bè đùa vui là tỉnh chẳng cần xây cất sân bay làm chi vì đã có sẵn rồi!

Buồn làm chi hỡi các nàng trán dô. Phía đối lập thân mến vẫn có người thích và yêu những cô nàng trán sân bay. Như anh chàng Lạc Hi thổ lộ trên mạng. *"Trán dô à, dù bướng em vẫn là con gái, nhớ không? Và chắc chắn ở đâu đó đang có người chờ đợi để được ở cạnh em, và yêu em dài lâu, dù có chuyện gì đi nữa. Người đó có thể là anh và cũng có thể là người khác. Nhưng có một điều không thể phủ nhận, là dù em có đang tự ti với mình nhiều như thế nào, thì sẽ luôn có một người yêu em - yêu những gì thuộc về em rất chân thành! Vậy nên, anh yêu em nhiều lắm, "Trán dô" của anh!"*

Sau khi thấy ông Quan Dương thờ ơ với cái trán trong thơ của ông, tôi có *mail* hỏi coi ông có bao giờ héo lánh tới cái trán dô chưa, ông trả lời: "Vụ trán dồ này thì em cùi rồi".

Ông nhà thơ Luân Hoán không cùi. Thơ lục phủ ngũ tạng ông còn có huống chi thơ về cái trán sờ sờ trước mắt. Ông thảy cho tôi bài "Phiến Trán Cao".

mắt thanh mày liễu còn tùy
mái thềm thoáng rộng phương phi đỡ đầu
vẻ ngoài trí tuệ ngự đâu?
nhìn qua thoáng biết nông sâu chân tài
tóc mây cùng với tóc mai
tạo thanh tú cõi trang đài sáp ong
như trang sách chép chuyện lòng
thánh thư vô tự mênh mông rạng ngời
thơ nằm trên thạch bích phơi

man man tâm sự ngàn lời vô ngôn
bước đầu ngượng ngịu môi hôn
lên vùng thánh thoát trải hồn thương yêu

trán em bọc lụa mỹ miều
môi tình dán nhẹ bao nhiêu cho đầy
hôn em tinh khiết nơi này
hẹn che chở mãi tháng ngày có nhau

Còn một người trai trẻ, bật mí ngay đó là con trai của nhà văn Hoàng Quân, đã rất thực dụng khi thấy ích lợi của cái trán dô của mẹ: "Nếu mẹ lỡ đâm sầm vào cửa kính, cái mũi vẫn an toàn vì đã có cái trán đỡ hết rồi!"

04/2024

VE SẦU

Năm nay một số vùng của đất Mỹ sẽ gặp nạn ve sầu. Nạn này chỉ xảy ra vào mỗi 221 năm. Lần trước là vào năm 1803, thời Tổng thống Thomas Jefferson. Hàng ngàn tỷ ve sầu sẽ làm náo động người dân ở khu vực Đông Nam Hoa Kỳ. Tại sao lại có đại hội ve sầu huy hoàng như vậy, hãy nghe các nhà khoa học giải thích.

Ve sầu có hai…trường phái: ve sầu hàng năm và ve sầu định kỳ. Ve sầu hàng năm xuất hiện mỗi kỳ hè có màu xanh và thân hình cồ nô hơn ve sầu định kỳ. Ve sầu định kỳ chỉ xuất hiện ở khu vực Bắc Mỹ, có màu đen, mắt đỏ chia ra làm hai nhóm: nhóm Brood XIX xuất hiện mỗi 13 năm và nhóm Brood XIII có chu kỳ xuất hiện mỗi 17 năm. Năm nay cả hai nhóm Brood XIX và Brood XIII đều tới chu kỳ xuất hiện trùng nhau nên mới ra cớ sự. Như đã nói ở trên, cuộc trùng phùng giữa hai nhóm ve sầu Brook XIX và Brook XIII chỉ xảy ra mỗi 221 năm. Người ta tính ra con số này khi làm một con tính nhân 13 với 17. Kết quả là lần trước vào năm 1803, lần này 2024. Lần tới sẽ là năm 2245. Chúng ta sẽ chẳng có ai có cơ hội được coi cuộc hội tụ tới của ve sầu định kỳ.

Chúng đông như quân Nguyên mà chỉ tiếng ồn do chúng tạo ra cũng đủ làm chói tai. Tiếng ồn đo được tới 120 *decibels* đó lớn hơn tiếng máy cắt cỏ từ sáng sớm cho tới chiều tối. Năm nay nhóm Brood XIX với chu kỳ 13 năm sẽ tới hỏi thăm cư dân tại các tiểu bang Kentucky, Missouri, Arkansas, Tennessee, Mississippi, Alabama, Georgia, South Carolina, North Carolina và Virginia. Nhóm Brood XIII với chu kỳ 17 năm sẽ xuất hiện nhiều tại hai tiểu bang Illinois và Iowa. Một khu vực nhỏ tại tiểu bang Illinois, vùng Champaign, là nơi hội tụ của cả hai nhóm trên. Đó là chưa kể tới nhóm ve sầu Brook X xuất hiện hàng năm. Bạn nào cư ngụ tại các tiểu bang này lo mà bịt tai.

Ve sầu đang lột xác.

Ve sầu dù thuộc nhóm nào cũng có một cuộc đời tăm tối. Phần lớn thời gian chúng sống dưới lòng đất. Ve sầu là loài côn trùng có tuổi thọ cao, khoảng từ 3 đến 5 năm. Ve sầu định kỳ Magicicada sống dai nhất, tới 17 năm lận. Nghe thì dài nhưng phần lớn cuộc sống của ve sầu là chui rúc dưới lòng đất. Tạo hóa đã sắp đặt như vậy để các ấu trùng của ve sầu không bị các loài ong, bọ ngựa và chính các con ve sầu khác sơi tái nếu ấu trùng lộ trên mặt đất. Làm anh hùng núp dưới đất chúng lột xác tới bốn lần và khi chui lên khỏi mặt đất, chúng lột xác thêm một lần nữa, lần thứ năm. Sau lần lột xác này chúng trở thành những con ve trưởng thành và đi tìm bạn tình để tò te liền. Tìm được bạn tình, tò te xong, chúng lăn quay ra chết. Lối sống kiểu "thà một phút huy hoàng rồi chợt tắt" đã được thiên nhiên lập trình sẵn, chẳng chạy đi đâu được. Đấy là phần anh đực rựa, các chị ve sau khi thụ tinh sẽ tự đào những rãnh nhỏ trên vỏ cây để làm ổ đẻ trứng. Chúng đẻ tới vài trăm trứng tất cả. Trứng sẽ nở ra thành ấu trùng và rơi xuống đất. Ấu trùng sẽ đào những đường hầm có độ sâu từ 2 phân rưỡi tới 30 phân và chui vào lòng đất. Chúng hút nhựa rễ cây và các chất dinh dưỡng khác trong đất để sinh trưởng và phát triển.

Vòng đời trên mặt đất của ve sầu diễn ra vào mùa hè. Chúng là loại côn trùng hiền lành nhất, chẳng hại ai, sống rất cam phận. Trong khoảng thời gian khoảng từ 15 tới 20 ngày có ánh mặt trời này, chị ve cái chỉ chờ thụ tinh, anh ve đực chỉ đi cua đào. Tiếng kêu ve ve râm ran suốt mùa hè là tiếng gọi tình của các anh ve đực. Khác với các loài côn trùng khác, như dế chỉ cọ xát hai cánh vào nhau tạo ra tiếng kêu, ve sầu đực tạo ra âm thanh bằng cách rung hai cái "loa"

Nhộng ve leo lên cây để lột xác thành ve.

làm bằng màng mỏng, phát triển từ lồng ngực có sườn bên trong. Những vòng sườn được co giãn thật nhanh, làm rung màng mỏng, tạo ra sóng âm thanh. Bụng ve rỗng nên có thể khuếch đại thành tiếng kêu rất lớn. Ve lắc mình và đập đôi cánh để tạo nhịp trầm bổng cho bài hát của mình. Mỗi giống ve có một thứ tiếng riêng, cường độ và cao độ khác nhau để có thể mời gọi ve sầu cái cùng giống. Ve cái không tạo được âm thanh nhưng cũng có hai cái màng bên mình dùng để "nghe" ve đực cùng giống hát và bị dụ dỗ. Cuộc đời lộ thiên ngắn ngủi, chỉ vài chục ngày nhưng vui. Bởi vì chúng chẳng làm chi khác ngoài việc nhởn nhơ tống tình nhau, giao phối, đẻ trứng rồi bai bai cuộc đời. Chuyện ăn uống đã có nhựa cây được tặng *free*.

Viết tới đây tôi thấy phiền ngài La Fontaine hết sức. Hồi học tiểu học, chúng ta đều được học thuộc lòng bài thơ ngụ ngôn "Con ve và con kiến" được ông Nguyễn Văn Vĩnh dịch ra tiếng Việt. "*Ve sầu kêu ve ve / Suốt mùa hè / Đến kỳ gió bấc thổi / Nguồn cơn thật bối rối / Một miếng cũng chẳng còn / Ruồi bọ không một con / Vác miệng chịu khúm núm / Sang chị kiến hàng xóm / Xin cùng chị cho vay / Dăm ba hạt qua ngày / Từ nay sang tháng hạ / Em lại xin đem trả / Trước thu, thề đất giời / Xin đủ cả vốn lời / Tính kiến ghét vay cậy / Thói ấy chẳng hề chi / Nắng ráo chú làm gì? / Kiến hỏi ve như vậy / Ve rằng: luôn đêm ngày / Tôi hát thiệt gì bác / Kiến rằng: xưa chú hát / Nay thử múa coi đây*". Ngài La Fontaine không thèm biết tới chuyện kiến và ve sầu sống bằng những "thực phẩm" khác nhau. Ve sầu không ăn hạt mà chỉ sống bằng nhựa cây. Thiệt ngớ ngẩn. Ông nhà thơ dựng lên một cảnh vay hạt y như thiệt, hệt như người ta vay gạo sống qua ngày. Nhưng cũng phải hiểu cho ông nhà thơ chuyên làm thơ ngụ ngôn người Pháp này. Ông chỉ muốn "dạy" con trẻ là phải siêng năng làm việc để tích cóp thực phẩm như kiến chứ đừng rong chơi ca hát như ve sầu lười biếng để phải hạ mình đi vay mượn. Bóp méo khoa học nhưng có lợi cho giáo dục đạo đức, thôi thì cũng OK đi cho vui vẻ cả làng!

Ve sầu gân...bụng lên kêu là tiếng rổn rảng báo hiệu cho mùa hè nhưng trong thơ nhạc chúng bị cho ra rìa. Nói tới mùa hè các ông thi sĩ và nhạc sĩ chỉ ghi công cho hoa phượng. Thiệt là bất công. Bài "quốc ca" mùa hè là bài "Hè Về" của Hùng Lân. Từ nhỏ, mỗi lần thày trò chia tay nhau về quê nghỉ hè, chúng tôi không bao giờ không căng miệng ra…hét: "*Trời hồng hồng, sáng trong trong / Ngàn phượng rung nắng ngoài song / Cành mềm mềm, gió ru êm / Lọc mầu mây bích ngọc qua mầu duyên*". Bản nhạc hè quen thuộc tới mức có lời nhạc chế. Từ nhỏ tôi và bè bạn đã hát nhạc của Hùng Lân. Hết "Hè Về" tới "Khỏe Vì Nước" rồi "Việt Nam Minh Châu Trời Đông" nhưng khi lớn bộn tôi mới gặp và đánh bạn với ông tuy tôi thua ông tới 16 tuổi. Năm 1967, tôi qua thủ đô Washington của Mỹ dự hội thảo. Sáng ngày đầu tiên ở Washington, không ngủ được, mới 8 giờ sáng tôi đã rời khách sạn đi dạo phố. Phố vắng tanh vắng ngắt chẳng có ma nào ngoài đường vào một sáng mùa thu lành lạnh. Đành chỉ biết ghé mũi vào các ô kính của các cửa hàng đang đóng cửa cho qua thời giờ. Bỗng ánh lên trong khuôn kính bóng vài anh đầu đen với câu hỏi bằng tiếng Việt: "Việt Nam hả?". Thiệt vui mừng. Quay lại nhận liền. Hàn huyên trên đất nước người mới biết ông già già đeo kính trắng là ông Hùng Lân qua tu nghiệp. Ông hỏi người ngụ đâu tá, tôi cho biết mới tới tối qua và ngụ tại khách sạn Metropolitain. Ông nhạc sĩ vồn vã: "Ở vậy buồn chết, tới ở với tụi tớ cho vui". Vậy là về khách sạn khăn gói quả mướp dọn…nhà. Chỗ ông Hùng Lân cư ngụ là nhà trọ Harnett Hall. Đây là cái tổ của dân Việt xa nhà. Có lẽ vì giá rất rẻ. Tôi nhớ hồi đó chỉ có 17 đô một tuần mà được ăn sáng ăn tối. Ông Hùng Lân và tôi có lẽ hợp số nên thân nhau liền một khi. Chúng tôi vẫn còn tới nhà thăm nhau khi về lại Sài Gòn cho tới ngày ông mất vào năm 1986. Khi đó ông khoe tôi là quá may mắn khi tai ông bị rách màng nhĩ và được y khoa Mỹ vá lại đàng hoàng. Có lẽ vì vậy mà tôi không chất vấn ông vì sao quên mất chú ve sầu ngày nhỏ của tôi trong bản nhạc "Hè Về"!

Nhạc đã bội bạc với ve sầu, thơ cũng rứa. Bài thơ "Chút Tình Đầu" nổi tiếng của ông thi sĩ Đỗ Trung Quân cũng phớt lờ tiếng ve kêu khi nói về mùa hè:

Những chiếc gió xe chở đầy hoa phượng
Em chở mùa hè của tôi đi đâu?
Chùm phượng vĩ em cầm là tuổi tôi mười tám
Thuở chẳng ai hay thầm lặng - mối tình đầu

Mùa hè tới bằng màu đỏ chói chang của phượng vĩ chứ không nghe được bằng tiếng dế hát ồn ào tới 120 *decibels*. Đôi mắt lanh hơn cặp tai!

Mùa hè của lũ học trò đực rựa chúng tôi chẳng *care* tới hoa phượng dù chúng đỏ tới đâu mà chỉ biết tới các chàng dế tha thiết gọi tình. Tiếng kêu ra rả thúc dục chúng tôi đi tìm…bạn. Ngày đó tôi ở Hà Nội. Địa bàn hoạt động của tôi và lũ trẻ hàng xóm là đường Ngô Thời Nhiệm, đoạn từ ngã tư Trần Xuân Soạn tới ngã tư Hàm Long, nơi có cây cao bóng cả, ve sầu kêu ra rả mời gọi. Chúng tôi bắt ve sầu đậu trên cây bằng cách dính keo vào cánh ve. Ngày đó, túi không có tiền, ăn kẹo kéo còn dè xẻn, tiền đâu mua keo? Chúng tôi "phát minh" ra thứ keo *home made*, cắt những chiếc đế dép cũ bằng kếp, ngâm vào xăng cho tới khi thành một thứ keo dính. Những buổi trưa hè trời nắng chang chang, mỗi đứa vác một cây sào tre dài, mặt ngẩng lên vòm cây tìm kiếm… bạn. Khi thấy được một chú ve đang vỗ bụng hát ca, chúng tôi vội phết keo trên đầu sào, nhẹ nhàng nhích đầu cây sào tới lưng ve, vững tay ấn vào. Chú ve bỗng nhiên bị kéo rời khỏi thân cây giơ chân quẫy trong không khí. Hạ sào xuống, nhẹ nhàng gỡ ve sao cho cánh còn nguyên, bỏ vào hộp. Chúng tôi chơi ve bằng cách cột một sợi chỉ vào cổ ve, đầu dây kia cột vào một thân cây cảnh ngoài vườn. Thỉnh thoảng ra ngắm ve. Vậy mà thích vì sở hữu được một chú ve cho riêng mình. Mỗi lần đi săn ve, mỗi tên bắt được khoảng chục chú là mỏi cổ. Cột chục chú ve vào một cây, có khi chúng bay rối tít dây thành một đám bùi nhùi, ngồi gỡ mà thích thú. Như giải được một bài toán.

Buổi tối trời mát mẻ hơn, chúng tôi đi săn nhộng ve. Lúc trời nhá nhem là lúc nhộng ve từ dưới đất bò dần lên cây để lột xác thành ve. Chúng tôi dùng đèn pin soi và bắt những chú nhộng này. Nói là đèn pin cho oai chứ đèn cũng là thứ tự chế. Ngày đó có những cục pin vuông vức do quân đội Pháp thải ra, bán rẻ ở chợ trời. Chúng tôi mua về, đấu dây làm sáng bóng đèn thường dùng cho đèn pin nhỏ xíu. Bóng đèn được gắn vào đui đèn có hai sợi dây một đỏ một xanh, đấu vào pin sẽ phát ra ánh sáng. Mang những nhộng ve như những con bọ về, cho đậu vào mùng ngủ. Đêm đêm nằm nhìn vào đám nhộng trong mùng mà khoái mắt, ngủ thiếp đi lúc nào không biết. Buổi sáng, khi mở mắt dậy, thấy ve bay vù vù trong màn. Khoái chí như ngắm một đại hội máy bay biểu diễn! Dính trên vải mùng là những xác nhộng màu ngà bất động. Vội gỡ chúng ra kẻo bố mẹ trông thấy.

Hè của chúng tôi là những chú ve sầu. Phượng đỏ chỉ dành cho con gái ướp khô trong những tập lưu bút có ghi những lời tạm biệt rất cải lương. Trò yểu điệu thục nữ đó chúng tôi chê. Tính nam nhi được phùng mang trợn má biểu diễn ngay từ thời râu mép chưa mọc. Mỗi khi mấy bạn gái trong lớp dí cuốn lưu bút xin viết vài câu là chúng tôi vội biến, trò con gái ai thèm chơi. Cho tới khi bỗng nổi lòng từ tâm trang hoàng bút xanh bút đỏ cho lưu bút của một bạn gái mình thích. Vậy là giã từ đời ngây ngô, như một chú ve lột xác lần thứ năm, biến hình từ nhộng thành ve, bay tíu tít mà chẳng biết bay về đâu.

Ve sầu gắn liền với tuổi thơ tôi. Xa quê, mỗi khi hè về thèm nghe tiếng ve mà bất khả. Nhưng có một lần tôi nghe được bài ca của ve ngoài quê hương bản quán. Đó là mùa hè năm 2012, tôi tới nghỉ hè tại miền Provence của nước Pháp một tuần. Trưa trưa, bắc chiếc ghế nằm ra vườn *olive*, lim dim mắt nghe tiếng ve rỉ rả. Cả một tuổi thơ ập về. Sao bày ve biết tôi ở đây mà theo chân tới chốn xa xôi này. Mở mắt ra, tiếng ve vẫn râm ran, nhưng đâu có phải ve quê nhà, hồn hơi hụt hẫng. Bày ve xưa vẫn còn xa lắm.

06/2024

VIỆT NAM TẠI PARIS 2024

Thế Vận Hội Paris 2024 khai mạc vào ngày 26/7 và kết thúc vào ngày 11/8, có tất cả 10.714 vận động viên của 204 quốc gia tham dự. Có 32 môn thể thao được tranh đua trong 329 cuộc thi. Việt Nam Cộng Hòa xưa tham dự các kỳ Thế Vận Hội từ năm 1956. Sau khi Việt Nam Cộng Hòa bị bức tử, Việt Nam cộng sản bắt đầu tham dự từ năm 1980. Năm nay Việt Nam cử một đoàn lực sĩ gồm 16 người có mặt tại Paris, gồm 12 nữ và 4 nam. Chỉ có 16 người nhưng thi đấu tới 10 môn gồm: bơi, cử tạ, đua xe đạp, bắn súng, cầu lông, quyền anh, nhu đạo, điền kinh, bắn cung, đua thuyền. Đoàn Việt Nam lên đường, các báo trong nước viết là "xuất quân", vào ngày 17/7. Không biết kỳ này Việt Nam có làm nên cơm cháo gì không. Các kỳ thế vận trước, Việt Nam đã từng đoạt huy chương. Môn bắn súng là thế mạnh của Việt Nam với một huy chương vàng và một huy chương bạc. Môn cử tạ đã mang về một bạc một đồng và môn *taekwondo* một bạc trong

Đoàn Việt Nam Cộng Hòa diễn hành trong lễ khai mạc Thế Vận Hội Mexico 1968.

các kỳ thế vận Sydney 2000, Bắc Kinh 2008, London 2012 và Rio de Janeiro 2016.

Dân ta ngày nay không chỉ ở trong nước mà định cư tại nhiều quốc gia trên khắp thế giới. Chúng ta đã lang bạt gần nửa thế kỷ, thời gian quá đủ cho thế hệ thứ hai vươn lên, có mặt trong mọi ngóc ngách sinh hoạt của các quốc gia dung dưỡng chúng ta. Chúng ta đã đóng góp được nhiều vận động viên tầm cỡ quốc tế, đại diện các quốc gia sở tại tham dự thế vận hội. Tôi đã cố tìm nhưng không biết được con số chính xác các vận động viên gốc Việt. Chỉ biết được vài người nổi bật.

Nổi bật trong bộ môn *golf* của đoàn tuyển thủ Mỹ là cô Lilia Vũ. Đoàn Mỹ có tất cả ba tuyển thủ nữ trong bộ môn này là Nelly Korda, Lilia Vũ và Rose Zhang. Nelly Korda

Tay golf Lilia Vũ.

đang giữ vị trí số một thế giới, Lilia Vũ là tay *golf* số 2 thế giới hiện nay. Trong khi Nelly Korda đang là đương kim vô địch thế vận hội thì Lilia Vũ là tay *golf* đang lên rất nhanh. Năm 2023, Lilia Vũ đã hai lần vô địch trong các giải Chevron Championship và Women's British Open. Trong trang mạng chính thức của Olympic 2024 đã có một bài viết về "tay golf số một thế giới Lilian Vũ nhắm đến Thế Vận Hội Paris 2024 như mục tiêu hàng đầu sau khi đột phá trong năm 2023". Sau những thành tựu vang dội trong năm 2023, Lilia Vũ, 26 tuổi, nhắm tới chiếc huy chương vàng của Olympic Paris 2024. Cô nói với hãng thông tấn AFP vào năm 2023 khi đang tham dự giải nữ vô địch thế giới SBC ở Singapore: "Ưu tiên hàng đầu của tôi là lọt được vào thế vận hội và sau đó giành chiến thắng thêm một vài lần nữa trong năm nay". Gia đình là nguồn ủng hộ cho Lilia Vũ, nhất là từ ông ngoại

Đình Du, người đã rời Việt Nam năm 1975 và mất trong đại dịch Covid năm 2020. Cô nhấn mạnh: "Mọi thứ đều đến từ gia đình. Tôi là người được gia đình quan tâm rất nhiều. Ai cũng tin tưởng nơi tôi hơn mọi thành viên khác và mọi việc tôi làm đều là vì gia đình. Tôi nhớ đã gặp ông ngoại ở bệnh viện trước khi tham dự một cuộc tranh giải. Ông bảo tôi hãy cố gắng hết sức và đừng bao giờ bỏ cuộc. Ông là týp người không nói nhiều, vì vậy mỗi lời ông ngoại nói với tôi luôn có ý nghĩa rất lớn". Lilia Vũ đã có những lúc thiếu tự tin, băn khoăn trước việc lựa chọn tương lai. Cô không biết nên để toàn thời gian cho môn thể thao cô thích hay chú tâm vào chuyện học luật. Cô lại tìm tới ông ngoại. Ông khuyên hãy theo đam mê của mình. Và cô quyết định theo cây gậy *golf*. Khi đó cô mới 22 tuổi và lại vừa thất bại trong giải đấu ở Florida. Cô buồn bã trở về đúng lúc ông ngoại cô bị vướng Covid, đang trong tình trạng hôn mê. Ông qua đời vào ngày 9 tháng 3 năm 2020. Trong cái kết buồn thảm này, Lilia Vũ đã nghĩ tới cuộc đời của ông ngoại và tự hiểu cô phải làm gì. Ông chỉ là một thợ máy ở Cần Giuộc nhưng đã tự tay đóng thuyền đưa cả gia đình ra khơi tìm tự do. Quyết tâm của ông cần được các thế hệ con cháu tiếp nối. Lilia Vũ như chợt bừng tỉnh: "Ông không đưa gia đình đi tìm tự do vì muốn được khen ngợi. Ông đưa mọi người ra đi vì ông quyết tâm. Điều đó thật khó tin đối với tôi, rằng tất cả những điều này phải xảy ra để tôi có cơ hội được ở đây ngày hôm nay". Bốn năm sau ngày ông Đình Du qua đời, cô cháu ngoại có cái tên Việt khả ái Vũ Khả Tú đã có mặt tại Paris để hoàn tất chu trình nối gót sự quyết tâm của người ông mà lòng cương quyết được cô noi theo như một bổn phận với gia đình.

Trong đội bơi nghệ thuật (*artistic swimming*) tham dự Thế Vận Hội Paris của Mỹ năm nay có cô Jacklyn Lưu, một người Mỹ gốc Việt thế hệ thứ hai. Cô được sanh ra tại Milpitas vào ngày 30/4/1999 và tốt nghiệp Đại học danh tiếng Stanford với văn bằng Cử Nhân Tâm Lý và Thạc Sĩ Tin Sinh Học *(bioinformatics).* Cha mẹ cô đều là người Việt, ông Lưu Dũng và bà Len Hà, tới Mỹ vào năm 1980. Đội Mỹ đã đoạt huy chương bạc tại Thế Vận Hội Paris 2024. Chiếc huy chương quý giá này đã đem lại vui mừng cho toàn đội vì bơi nghệ thuật không phải là sở trường của Mỹ. Trước đó, tại Thế Vận Hội Athens 2004 đội Mỹ chiếm được huy chương đồng. Các thế vận hội từ 2008 tới nay, đoàn Mỹ không đủ tiêu chuẩn tham dự. Sau đúng 20 năm, đội *artistic swimming* của Mỹ mới được lên bục danh vọng. Lần này, nhích thêm

Đội artistic swimming của Mỹ nhận huy chương bạc. Jacklyn Luu đứng thứ hai, hàng đầu.

Jacklyn Luu

một chút, từ đồng tiến lên bạc. Huy chương vàng được trao cho đội Trung quốc. Phải công nhận đội Trung quốc rất xuất sắc, xứng đáng chiếm ngôi vị quán quân. Cô gái gốc Việt Jacklyn Lưu ngoài tài bơi nghệ thuật còn chơi dương cầm và đàn *ukulele*. Món khoái khẩu của cô là đồ nướng Đại Hàn!

Một ngày trước khi bế mạc Thế Vận Hội Paris 2024, đội túc cầu Mỹ đã thắng đội Brazil, đoạt huy chương vàng. Trong số các cô gái của đội Mỹ có một cô mang nửa dòng máu Việt. Đó là cô Jaedyn Shaw, cha Mỹ da màu mẹ Việt Nam. Trên Facebook, ông ngoại của cô, ông Quy Le, hãnh diện viết: "*Tôi thương con cháu ngoại Jaedyn Shaw nhất nhà. Nó làm hãnh diện dòng giống Việt Nam tui. Từ ngày*

Jaedyn Shaw với chiếc huy chương vàng Thế Vận Hội Paris 2024.

nó vào đá cho đội tuyển American Woman Soccer National Team , cháu đá thật tuyệt vời. Đã là đội Mỹ là tôi đã thích rồi. Tôi thương Horan, Naer(thủ môn), Duun, SauBrun, Dawnkemper, Short, Loydd, Rapinoe, Casy Murphy...Bây giờ xuất hiện Jaedyn Shaw, con cháu ngoại vừa Mỹ vừa Việt Nam làm tôi vui vô cùng. Chúc cháu ngoại tiếp tục thành công. Chúc đội tuyển bóng đá nữ Mỹ tiếp tục giành champion thế giới như những năm trước. Nếu đội tuyển duy trì đội hình có ba cô forward trẻ Swanpson, Rodman, Smith, trung vệ có Horan và Rose Lavelle và Shaw ...thì chắc chắn sẽ tiếp tục vô địch thế giới. Đời không còn gì sung sướng hạnh phúc bằng khi con cháu, dòng dõi mình đang thành đạt trên quê hương thứ hai của mình mà cũng là quê hương của cháu. Con cháu chúng ta không còn bị kỳ thị bởi lý lịch, màu da.... chỉ cần tài năng là xã hội này xử dụng và tâng bốc lên đúng vị trí trong xã hội theo tài năng của các cháu. Đất nước Việt Nam bên kia bờ đại dương chỉ là nơi để hồi tưởng về, còn đất nước Hoa Kỳ hôm nay của chúng ta mới là nơi đất lành chim đậu...Đời chúng ta thật mãn nguyện....sung sướng.... hạnh phúc...Thương cháu ngoại quá đã làm hãnh diện cho dòng tộc Việt Nam chúng ta".

Nếu coi dân tỵ nạn Việt tại một thành phố là một đại gia đình thì tôi rất tự hào về một cô cháu cư ngụ tại thành phố Montreal chúng tôi: cô Trần Ngọc Hân, có tên tây là Aurélie Tran, vận động viên thể dục dụng cụ. Năm nay Ngọc Hân mới tròn 18 xuân xanh và có mặt trong đoàn Canada tại Thế Vận Hội Paris 2024. Aurelie Tran bắt đầu sự nghiệp từ năm mới có 5 tuổi khi đang theo học lớp nhà trẻ tại Repentigny, một quận trong thành phố. Trong một lần đám trẻ được đưa tới chơi thể dục tại trung tâm Gymnika ở Repentigny, người ta đã thấy tài năng của bé. Huấn luyện viên khuyên gia đình nên để cho em theo môn thể dục dụng cụ này. Hai năm sau, bé Ngọc Hân đã có thể tranh tài trong các cuộc thi. Với sự huấn luyện toàn thời gian của các huấn luyện viên, Aurelie Tran tiến bộ vượt bực. Cô có những châm ngôn buộc mình phải theo. Tập luyện như chưa bao giờ thắng, thi đấu như chưa bao giờ thua. Hãy làm điều chi ngày hôm nay để tương lai của chính mình sẽ phải cám ơn. Đôi khi mọi việc không suông sẻ như dự tính nhưng điều quan trọng là luôn sẵn sàng tranh đấu và học hỏi từ chúng để chúng không còn ám ảnh trong đầu sau này. Ngày 30/7 vừa qua, đoàn Canada đã tham dự vòng chung kết tại Paris 2024. Rất tiếc họ chỉ về hạng 5, không đoạt được huy chương. Đành hẹn tới Thế Vận Hội

Aurelie Trần

Los Angeles 2028! Nhưng Aurelie Tran sẽ đi theo con đường riêng: nhập học Đại Học Iowa. Theo môn sinh hóa và sinh học phân tử trong khi vẫn tập luyện và tham dự các cuộc thi thể dục. Huấn luyện viên Francine Bouffard nhận xét về cô sinh viên đến từ Montreal: "Tính cô rất e dè nhưng khi đã muốn điều chi cô biết cách tổ chức để đạt được mục tiêu. Cô rất kiên nhẫn và biết sắp xếp tại phòng tập, tại nơi ở cũng như trong việc học". Phần cô, cô tự nhủ: "Đường tới thành công của tôi là cố gắng hết sức mỗi ngày. Như vậy, tôi sẽ không bao giờ tự trách mình hay tiếc nuối điều chi. Dĩ nhiên, là một quán quân, tôi phải là mẫu mực cho những người khác. Điều này làm tôi căng thẳng nhưng tôi vẫn thích vai trò này".

Nhật Nguyễn

Mỹ và Canada là nơi có nhiều người Việt tới định cư nên việc có các vận động viên gốc Việt trong đoàn Olympic là điều dễ hiểu. Nhưng một nước nhỏ như Ireland, các cụ xưa gọi là Ái Nhĩ Lan, cũng có người gốc Việt được cử tham dự Thế Vận Hội Paris 2024 là chuyện hiếm. Hiếm nhưng không phải là không có. Người đó là Nhật Nguyễn tham dự môn cầu lông *(badminton)*. Thực ra Nhật Nguyễn đã đại diện Ireland tham dự Thế Vận Hội Tokyo 2020 rồi nên đây là kỳ thứ hai anh có mặt tại thế vận hội. Kỳ trước anh chưa làm nên cơm cháo gì, kỳ này, anh nhất quyết phải mang huy chương về cho nước sở tại. Nhật Nguyễn sanh tại một vùng quê thuộc ngoại ô Hà Nội vào năm 2000, năm đầu của thiên niên kỷ mới. Năm 6 tuổi anh theo bố mẹ sang định cư tại Ireland cùng với chị gái là Tham Nguyễn. Họ lập nghiệp tại Clare Hall, phía bắc thành phố Dublin. Hai chị em đều chơi thể thao. Tham Nguyễn, tên mới là Thammy, là vận động viên cử tạ có đẳng cấp quốc tế. Năm 2023 cô đã dành được huy chương đồng tại giải vô địch châu Âu. Năm nay cô không may mắn nên không được lựa tham dự thế vận hội Paris 2024. Nhật Nguyễn được lựa dự thi môn cầu lông. Chính cha anh, tuy chỉ là một nhân viên làm việc tại một nhà hàng Trung hoa, nhưng cũng rất đam mê chơi cầu lông. Ông truyền lòng đam mê này cho con trai. Thực ra anh con trai này chẳng hứng thú chi với trái cầu lông. Anh cho biết: "Tôi là một đứa trẻ lười biếng, tôi không muốn di chuyển hay chạy nhảy. Tôi cũng không muốn tập thể dục nhưng chẳng có việc gì khác để làm". Anh tham gia chơi cầu lông với cha vì…nhàn rỗi. Ngược lại, cha anh hứng thú tới mức đã vẽ một sân cầu lông trong bãi đậu xe, dùng lưới bao quanh, để hai cha con chơi. Ông đã từng chơi cho một câu lạc bộ cầu lông tại Việt Nam tuy trình độ không cao nhưng lòng đam mê thì rất cao. Chính Giám Đốc của Liên Đoàn Cầu Lông Ireland, ông Daniel Magee, là người đã phát hiện ra Nhật Nguyễn. Ông nói: "Tôi nghĩ cậu ấy mới 8 tuổi khi lần đầu tiên tôi thấy cậu ấy cùng cha chơi ở sân Baldoyle. Tôi nhớ mình đã nghĩ 'Ồ! Khả năng phối hợp tay và mắt của đứa trẻ này thật tuyệt vời'. Tôi đã nói chuyện với cha cậu ấy và tỏ ý muốn làm việc với cậu bé, cố gắng đưa cậu vào học viện của chúng tôi". Năm 16 tuổi, Nhật Nguyễn đã đoạt chức vô địch cầu lông Ireland và vô địch giải Âu châu dành cho các đấu thủ dưới 17 tuổi. Năm 2020 anh đã tham dự Thế Vận Hội Tokyo. Đó là một thử thách mới khiến anh phải nỗ lực tập luyện. "Tôi rời nhà vào khoảng 7 giờ sáng và chỉ về nhà vào khoảng 7 hoặc 8 giờ tối. Nhìn lại, tôi không tin mình đã làm được như vậy". Khổ luyện như vậy nhưng anh không đạt được kết quả. Anh nhớ lại: "Tôi rất tự hào về trận đấu và sự chuẩn bị của mình. Kết quả không như ý muốn của tôi, nhưng đó là cuộc sống, đó là thể thao. Hy vọng lần tiếp theo sẽ tốt hơn". Lần sau là kỳ tham dự Thế Vận Hội Paris 2024 này. Anh hy vọng: "Tôi muốn nâng cao trình độ của mình và tiến gần hơn đến những người giỏi nhất thế giới. Tôi rất biết ơn khi được tham dự Thế Vận Hội Olympic lần thứ hai và tôi hy vọng kinh nghiệm từ Tokyo sẽ giúp ích cho tôi. Tối muốn báo đáp cha mẹ mình. Tất nhiên tôi có tham vọng nhưng không gì có thể so sánh được với những gì bố mẹ đã làm cho tôi. Tôi càng chơi giỏi, họ càng tự hào. Tôi sẽ đến đó và cống hiến hết mình".

Chúng ta hy vọng những vận động viên gốc Việt đại diện cho các quốc gia sở tại đoạt được những thành tích đáng kể tại thế Vận Hội Paris 2024 như đã từng trước đây. Người ta còn nhớ tới Carol Huỳnh, đại diện cho Canada tại Thế Vận Hội Bắc Kinh 2008 và Thế Vận Hội London 2012. Cô sanh năm 1980 tại Hazelton, tỉnh bang British Columbia, nhưng lớn lên tại Calgary, tỉnh bang Alberta và là đô vật viên nổi tiếng tại địa phương. Tại Thế Vận Hội Bắc Kinh, cô đoạt huy chương vàng hạng 48 cân và tại Thế Vận Hội London, cô đoạt huy chương đồng. Người mang hai huy chương thế vận

Carol Huỳnh

về cho Canada cũng đã tốt nghiệp bằng *Master* về Tâm Lý *Học (Counselling Psychology)* tại Đại học Athabasca.

Người gốc Việt thứ hai đã trèo lên bục nhận huy chương thế vận hội là Marcel Văn Minh Phúc Long Nguyễn sanh năm 1987, cha là người Việt, mẹ Đức, sống tại thành phố Munich. Năm lên 4 tuổi anh đã bắt đầu tập môn thể dục dụng cụ và đoạt nhiều huy chương tại Đức và Âu châu. Đỉnh cao là huy chương vàng tại giải vô địch Âu châu tổ chức tại Montpellier, Pháp năm 2012. Tham dự Thế Vận Hội London 2012, anh đoạt huy chương bạc cá nhân môn thể dục dụng cụ. Đây là tấm huy chương môn thể dục dụng cụ mà nước Đức đã mong đợi từ 78 năm!

Marcel Văn Minh Phúc Long Nguyễn

Tham dự Thế Vận Hội Paris kỳ này còn có hai "vận động viên" khét tiếng tại Việt Nam từ lâu. Đó là Phở và Chả Giò! Hai "vận động viên" này không có mặt trên các sân đấu mà nằm trong khu ẩm thực của thế vận hội. Tại khu này có sáu nhà hàng: 2 Pháp, 1 châu Á, 1 châu Phi và 2 nhà hàng quốc tế. Tất cả đều được các đầu bếp có sao Michelin phụ trách. Phở và chả giò Việt Nam nằm trong khu nhà hàng châu Á.

Chả giò là món ăn Việt Nam rất được người ngoại quốc ưa chuộng. Có lần tôi tới một ngôi làng nhỏ trong vùng núi Thụy Sĩ. Tại đây có một nhà thờ khá lớn nhưng mỗi Chủ Nhật chỉ có vài ba ông bà già tới dự lễ. Nhưng từ khi có một ông cha Việt Nam tới làm chánh xứ, tình hình đổi khác ngay. Giáo dân tấp nập tới dự lễ. Tôi có nói chuyện với cha Khánh tại đây và được biết cha đã làm một cú thay đổi ngoạn mục nhờ chả giò! Mỗi Chủ Nhật, cha làm cả ngàn chiếc chả giò mời giáo dân thưởng thức sau thánh lễ. Nói dân chúng tới vì

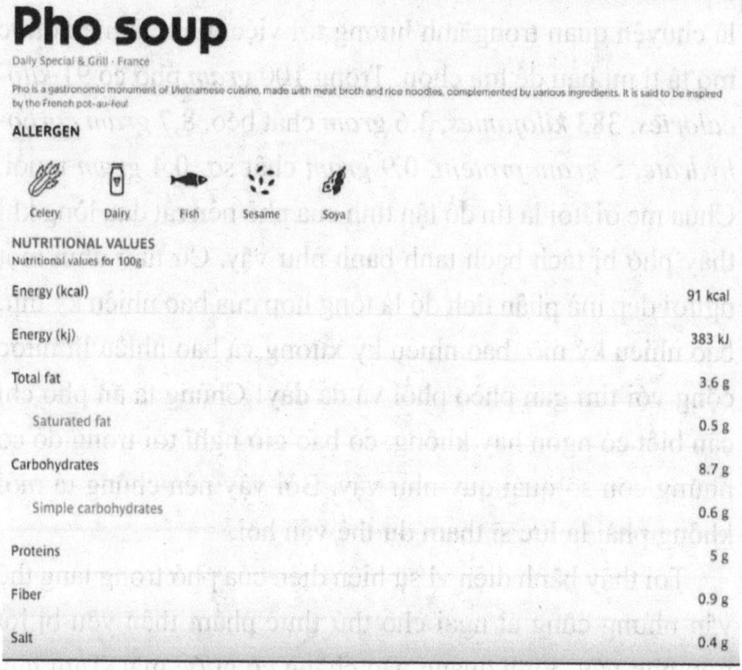

Pho soup

Daily Special & Grill · France

Pho is a gastronomic monument of Vietnamese cuisine, made with meat broth and rice noodles, complemented by various ingredients. It is said to be inspired by the French pot-au-feu!

ALLERGEN

NUTRITIONAL VALUES

Nutritional values for 100g

Energy (kcal)	91 kcal
Energy (kj)	383 kJ
Total fat	3.6 g
Saturated fat	0.5 g
Carbohydrates	8.7 g
Simple carbohydrates	0.6 g
Proteins	5 g
Fiber	0.9 g
Salt	0.4 g

Giới thiệu phở tại Thế vận hội Paris 2024.

chả giò hơn vì Chúa cũng đúng nhưng có người tới cho nhà thờ bớt cô quạnh là cha đạt được mục tiêu. Thụy Sĩ là một quốc gia công giáo. Nếu bạn khai là người công giáo thì tự động phải nộp 50 quan tiền Thụy Sĩ mỗi năm cho giáo hội. Chắc các lực sĩ đủ mọi quốc tịch sẽ không bỏ qua món chả giò trong làng thế vận.

Phở có trong danh mục *"soup of the day"*, được phục vụ trong ba bữa ăn chính của các lực sĩ. Trong trang *web* của Olympic Paris 2024, phở được miêu tả là món ăn phổ biến của Việt Nam được hình thành bằng nước xương hầm, bánh phở cùng nhiều nguyên liệu khác. Tôi không nghĩ là họ có gầu, vè, sách. Chuyện ăn uống của các vận động viên là chuyện quan trọng ảnh hưởng tới việc tranh tài nên được mô tả tỉ mỉ hầu dễ lựa chọn. Trong 100 *gram* phở có 91 *kilocalories*, 383 *kilojoules*, 3,6 *gram* chất béo, 8,7 *gram carbohydrate*, 5 *gram protein*, 0,9 *gram* chất sơ, 0,4 *gram* muối. Chúa mẹ ơi, tôi là tín đồ tận tình của phở nên rất đau lòng khi thấy phở bị tách bạch tanh bành như vậy. Cứ như nhìn một người đẹp mà phân tích đó là tổng hợp của bao nhiêu ký thịt, bao nhiêu ký mỡ, bao nhiêu ký xương và bao nhiêu lít nước cộng với tim gan phèo phổi và dạ dày! Chúng ta ăn phở chỉ cần biết có ngon hay không, có bao giờ nghĩ tới trong đó có những con số quái quỷ như vậy. Bởi vậy nên chúng ta mới không phải là lực sĩ tham dự thế vận hội.

Tôi thấy hãnh diện vì sự hiện diện của phở trong làng thế vận nhưng cũng ái ngại cho thứ thực phẩm thân yêu bị lột trần như vậy. Vinh quang nào chẳng có nước mắt. Tấm huy chương thế vận hội cũng rứa!

08/2024

Photo by Trần văn Cương, 10/2023.

NGOẠI TẬP

MỘT BÀI PHIẾM CŨ

Cuốn Phiếm các bạn đang cầm trên tay là cuốn Phiếm 32. Mỗi cuốn Phiếm gồm khoảng 35 bài phiếm. Làm một cái tính nhân nho nhỏ ra khoảng 1120 bài phiếm. Mỗi bài Phiếm khoảng 10 trang sách, tổng số trang Phiếm lên tới 11.200 trang. Một chặng đường dài.

Thành phố tôi ngụ cư có bốn mùa rõ rệt. Chỉ ngồi trong nhà, nhìn qua cửa sổ, hàng cây trước mặt đã báo đổi mùa. Xuân với những đọt lá e ấp mở ra, Hạ với những tàn lá xanh um, Thu với những cụm lá đỏ đỏ vàng vàng, Đông với những cành cây khẳng khiu như những cánh tay xương xẩu với lên bầu trời một màu xám đục.

Tháng 9 vừa qua, tháng 10 đang đếm lá vàng óng nằm chờ chết dưới gốc cây. Cảnh buồn, người đàn ông trọng tuổi xa xứ ngồi nhớ tới những ngày xa xưa nơi quê hương xa tắp, nhớ tới đoạn đời viết lách đã 65 năm qua. Những khuôn mặt bè bạn cầm bút ngày đó nay đã đi xa quá xa. Hình như số cố nhân hiếm hoi còn sót lại trong cuộc sống này không còn mấy. Người khuất mặt đông hơn gấp nhiều lần người còn bám vào cuộc sống này. Buồn!

Cảnh buồn, người buồn, cặm cụi ngồi hoàn tất cuốn Phiếm 32, lòng bỗng nghĩ về những bài Phiếm của những ngày xa xưa đó. Ngày đó, tóc còn xanh, lòng còn phơi phới, những con chữ ra sao? Lục đống tài liệu nằm trong máy, kiếm ra một bài phiếm của đúng 50 năm trước, xuất hiện trên bán nguyệt san Thời Nay, số ra ngày 28/9/1974. Khi đó Sài Gòn cũng đang vào thu nhưng khác với bên đây, cây vẫn xanh tươi, trơ gan cùng tuế nguyệt.

Cùng là mùa thu nhưng thu của những ngày tuổi còn trẻ, con tim đầy ắp thanh xuân, tương lai còn mở rộng trước mặt, người thanh niên viết báo ngày đó nhìn tuổi già ra sao khi tuổi già còn thăm thẳm xa vời. Mời quý vị thân tình của Phiếm tìm lại sự khác biệt trong bài phiếm "Càng Già, Càng Dẻo, Càng Dai" của đúng nửa thế kỷ trước.

11/2024

CÀNG GIÀ, CÀNG DẺO, CÀNG DAI

SONG THAO

Gần mười năm trước đây tại trường Đại Học Văn Khoa Saigon có một cụ cử dạy Hán văn lúc nào cũng khăn đống áo dài rất nghiêm túc. Người cụ hom hem, nói năng yếu đuối, răng đã cái còn cái mất. Năm đó cụ đã gần tám chục tuổi rồi còn gì nữa. Vậy mà một buổi sáng từ giáo sư đến sinh viên đều xôn xao vừa mỉm cười vừa loan tin cho nhau là cụ vừa mới có thêm một quí tử. Ai cũng vừa mừng cho cụ vừa ngạc nhiên về việc "lão bạng sinh châu" này.

"Lão bạng sinh châu" ngày xưa được các cụ ta coi như một điều đại phúc. Già mà còn cố thêm được một quí tử là chuyện đáng quý lắm. Không có gì đáng cười cợt cả. Đứa nào cười là... phản động.

Các cụ dạy như vậy nhưng tụi hậu sinh vẫn cứ che mặt cười thầm cho sự ham hố của các bậc trưởng thượng. Đông và Tây gặp nhau ở điểm này. Vài năm trước đây, nữ bác sĩ Mary Calderone, một trong những người có thẩm quyền trong lãnh vực sinh lý của con người, đã nói chuyện với một

thời nay

Thế Giới Dưới Mắt Người Việt

[illegible] BDVCH I PHBCNT I ALP I GP *ngày 25-9-74, phát hành 28-9-74*

***

HÌNH BÌA: Vốn là quê hương của người Maori, nay là quốc gia của những người « Hồng Mao ». Tân Tây Lan là một nhóm hải đảo xinh đẹp nằm cạnh Úc Đại Lợi trên một diện tích 104.000 dặm vuông. Một vùng đất nhiều thắng cảnh, được thiên nhiên ưu đãi, sẵn sàng đợi chờ những du khách đi tìm ánh mặt trời và gió mát biển xanh.

Càng già, c... dẽo, cà... dai

Song Thao

Các cụ bây giờ vẫn có thể hoạt động như các thanh niên !

GẦN mười năm trước đây tại trường Đại Học Văn Khoa Saigon có một cụ cử dạy Hán Văn lúc nào cũng khăn đóng áo dài rất nghiêm túc. Người cụ hom hem, nói năng yếu đuối, răng đã cái còn cái mất. Năm đó cụ đã gần tám chục tuổi rồi còn gì nữa. Vậy mà một buổi sáng từ giáo sư đến sinh viên đều xôn xao vừa mỉm cười vừa loan tin cho nhau là cụ vừa mới có thêm một quí tử. Ai cũng vừa mừng cho cụ vừa ngạc nhiên về việc « lão bạng sinh châu » này.

« Lão bạng sinh châu » ngày xưa được các cụ ta coi như một điều đại phúc. Già mà còn cố thêm được một quí tử là chuyện đáng quí lắm. Không *nhóm học sinh trung học ở Chicago. Trong phần thắc mắc một học sinh "rắn mắt" đã đặt một câu hỏi hóc búa: "Bác sĩ bao nhiêu tuổi, có gia đình không, và còn làm chuyện đó không?". Cả phòng cười rộ thích thú. Chờ cho sự ồn ào chấm dứt, bà bình tĩnh trả lời: "Câu trả lời cho phần thứ nhất của câu hỏi là 64, và câu trả lời cho hai phần kế tiếp là có. Người trẻ không thể giữ độc quyền vấn đề sinh lý. Nó dính liền với mọi người trong suốt cuộc đời".*

Cuộc đời ngày nay càng ngày càng kéo dài thêm. Tuổi thọ của con người càng tăng thì vấn đề sinh lý cho người trọng tuổi càng cần phải được đặt lên bàn mổ.

Cụ Nguyễn Công Trứ, tay chơi một thời, đã hãnh diện khuyên bảo:

Cuộc hành lạc bao nhiêu là lãi đấy.
Nếu không chơi thiệt ấy ai bù.

*

Các cụ ông tới tuổi gần đất xa trời mà vẫn còn đèo bòng không phải là ít. Xưa hay nay cũng vậy. Thế nên mới có những câu ca dao mai mỉa:

Tiếc thay con gái mười ba
Liều thân mà lấy ông già sao đang?

Hoặc "chi tiết" hơn:

Vô duyên vô phúc mắc phải anh chồng già
Ra đường người hỏi rằng cha hay chồng?
Nói ra đau đớn trong lòng.
Ấy cái nợ nần truyền kiếp, có phải chồng em đâu.

Ít "kỳ thị" hơn là những câu văn chương bình dân "đánh" tuốt các ông già bà cả mà vẫn còn thích thú cuộc sống lứa đôi:

Ông chết thì thiệt thân ông
Bà tôi sắp sửa lấy chồng nay mai
Bà chết thì thiệt thân bà
Ông tôi sắp sửa lấy ba nàng hầu

Khoa học ngày nay đã khách quan nhìn nhận những người trên 65 tuổi còn có thể gối chăn là việc hết sức hợp tự nhiên. Chính cái nền văn hóa cổ xưa đã làm các cụ phải "dẹp chiến bào". Ngay các người trẻ của thập niên 70 vẫn nghĩ rằng các cụ trên 60 là kể như hết xài. Cụ nào còn tòm tem là... vi hiến đáng xấu hổ. Các cụ cũng nhận thấy vậy nên cố nén lòng cho qua ngày tháng chứ không dám rục rịch gì cả. Bảng "miễn chiến bài" lúc nào cũng được treo toòng teng trước mặt để nhắc nhở các cụ chẳng nên làm cách mạng. Đêm năm canh có trống trải cõi lòng thì cũng hãy cố gắng mà dỗ giấc ngủ. Những hành động của thời son trẻ bây giờ mà lập lại thì quả là "đốn mạt" hoặc "không xứng đáng". Một y sĩ chuyên môn về tuổi già là Joseph T. Freeman đã kể lại trường hợp một cụ ông 84 tuổi đến than phiền với bác sĩ về sự đòi hỏi của cụ bà 79 tuổi. Cụ ông cho biết là cụ vẫn có thể "bày cuộc" với cụ bà được nhưng "thật không ổn cho một ông già và một bà già một tí nào cả".

Vấn đề của các cụ lại cần phải chú ý tới hơn khi tới tuổi trên 65 thì nhiều cụ đã phòng không lẻ bóng. Mấy ông Mẽo thì chuyện gì cũng có thể thống kê được kể cả chuyện "đời" của các cụ. Theo thống kê Mẽo thì cứ 100 cụ trên 65 tuổi thì có 57 cụ bà. Quá nửa số cụ bà lại là cụ bà góa. Tính chung thì số cụ bà góa đông gấp 4 lần số cụ ông mồ côi vợ. Nếu các cụ muốn "tái giá" thì số cụ ông có cơ hội lấy vợ nhiều gấp bội số cụ bà có thể đi thêm một bước nữa. Trung bình tại Mẽo mỗi năm có 39 ngàn cụ ông và chỉ có 19 ngàn cụ bà giao du với ông tơ hồng. Lý do cũng dễ hiểu vì một ông già lấy một cô vợ trẻ dễ coi hơn một bà già vớ một anh chồng non.

Cụ Nguyễn Khuyến đã từng "phiếm luận" về cái vụ này:

Bà già đã tám mươi tư
Ngồi trong cửa sổ gửi thư lấy chồng
Đã trót sinh ra kiếp má đào
Tám mươi tư tuổi có là bao…

Đã tám mươi tư mà còn ti toe làm cô dâu coi bộ hơi nhức mắt thiên hạ. Nhưng đời sống tình dục đối với các cụ trên tám chục cái xuân già chưa phải là chấm dứt. Bác sĩ Alexander Leaf của trường Y Khoa Harvard đã làm một vòng thăm ba trung tâm nổi tiếng vì dân chúng đều... trăm tuổi là Hunza ở Cachemire, Georgia ở Nga và một làng Andea ở Ecuador. Khi về ông đã kết luận là con người có thể sống khỏe mạnh, nghĩa là còn "hoạt động thanh niên" được cho tới 100 tuổi.

Các tay tổ về "lẹo tẹo học" như Kinsey, Masters và Johnson đều gật đầu đồng ý. Trên 80 tuổi không có nghĩa là bỏ đi. Vẫn ngon lành như thường. Họ có chứng cớ hẳn hoi. Ba cuộc thí nghiệm rất khoa học và chính xác đã chứng minh như vậy. Theo thí nghiệm của Kinsey thì 4 phần 5 các cụ máy móc vẫn hoạt động điều hòa. Không có một tí ti trở ngại nào cả.

Một cuộc thí nghiệm khác của Trung Tâm Nghiên Cứu Tuổi già Duke theo dõi đời người suốt 20 năm thí nghiệm còn đi đến kết luận "vui tươi" hơn nhiều: đã có 15 phần trăm người được thí nghiệm cho thấy là... càng già càng dẻo càng dai. Họ càng có tuổi lại càng "vui thú" hơn.

*

Thành ra già mà còn chơi trống bỏi cũng không phải là chuyện lạ. Già không có nghĩa là... bế mạc cuộc đời. Nói theo khoa học thì như vậy nhưng xã hội lại nghĩ khác. Từ trước tới nay người ta vẫn nhìn những người già mà còn tòm tem bằng nửa con mắt. Xã hội coi những con người này như một thiểu số bất thường đáng cười chê. Những danh từ già dê, già dịch, già ó đâm, già mà không nên nết chứng tỏ sự khinh miệt của xã hội.

Đã tới lúc xã hội cần phải có một cái nhìn bao dung hơn cho đời sống tình dục của các cụ chưa? Các bác sĩ chuyên về tình dục của tuổi già ở Hoa Kỳ bảo là nên lắm. Bác sĩ Robert N. Butler ở thủ đô Hoa Thịnh Đốn đã viết trong cuốn Tuổi Già và Sức Khỏe Tinh Thần như sau: "Điều cần thiết là một chiến dịch giáo dục sinh lý cho người già". Chứ sao? Già cũng cần phải được học hỏi để có đời sống tình dục thích hợp với tuổi tác và hoàn cảnh. Và xã hội cũng cần phải được giáo dục để nhìn vào đời sống của các cụ một cách... phải đạo hơn. Cười chê các cụ thật đáng đánh đòn! Các cụ có mùi mẫn thì cũng không có gì lố bịch khôi hài cả. Làm như trời sụp không bằng!

Bác sĩ Butler còn đi xa hơn nữa khi cho biết các cụ có đời sống tình dục bình thường có thể tránh hoặc chữa khỏi được một số bệnh tật nhất là những bệnh liên quan tới tâm lý. "Hoạt động thanh niên" làm cho các cụ ông cảm thấy vẫn còn nam tính, cụ bà cảm thấy vẫn có nữ tính và cả cụ ông lẫn cụ bà sẽ cảm thấy sảng khoái tinh thần vì nó chứng tỏ các cụ vẫn còn được người khác cần đến. Nó còn cho các cụ cảm thấy đời được ấm cúng hơn, được vui vẻ vì có sự chia sẻ và bầu bạn với người khác.

Tóm lại đừng cười các cụ mà đắc tội. Có muốn cười thì đi chỗ khác bịt miệng lại. Hãy để các cụ tự nhiên.

TRẦN HOÀI THƯ, TRÊN NHỮNG GIAN NAN

Trần Quí Sách hay Trần Hoài Thư, tên nào cũng đổ nợ. Tên cúng cơm hay bút hiệu đều truân chuyên như nhau. Trần Hoài Thư cùng chị Ngọc Yến qua Montreal này ba lần. Lần nào cũng như cóc bỏ dĩa nhưng lần nào anh cũng gặp anh em cầm bút bên này. Anh quý bạn văn, đường từ New Jersey tới Montreal kể cũng xa, 9 giờ lái xe. Vậy mà khi chúng tôi động thớt động đĩa văn chương bằng những cuộc ra mắt sách anh chị cố gắng có mặt. Lần anh Luân Hoán tổ chức cưới cho con gái anh chị cũng qua chung vui. Chẳng gì Trần Hoài Thư và Luân Hoán cũng là bạn đồng ngũ tại trường Sĩ Quan Thủ Đức. Tình anh với bạn văn đầy đặn nhưng vất vả như vậy. Huống chi tình anh với thứ anh mang nợ là sách.

Khi anh qua Montreal với chúng tôi, sách vở chưa vướng chân anh nhiều. Kể từ khi anh lập nhà in và xuất bản Thư Ấn Quán cùng tạp chí bất định kỳ Thư Quán Bản Thảo anh mới hùng hục trả nợ sách. Bên cạnh Thư Quán Bản Thảo là những trang sách của miền Nam xưa bị anh lục tung, vực chúng sống dậy bằng những tuyển tập in lại những sáng tác của nhiều tác giả miền Nam Việt Nam trước 1975. Đình đám nhất là tủ sách "Di Sản văn Chương Miền Nam" với hai tuyển tập "Thơ Miền Nam" gồm 5 tập dày 3500 trang và "Văn Miền Nam" gồm 4 tập dày khoảng 2400 trang là những công trình khó ai có đủ sự trì chí và tài năng để làm nổi. Trần Hoài thư bộc bạch với đài VOA: *"Tôi đăng truyện ngắn rất là nhiều trước năm 1975, hàng trăm truyện ngắn như vậy, nếu không tìm ra lại được thì uổng đi. Mình cũng biết rằng Cornell có nhiều sách vở báo chí. Từ đó mình nảy ra ý niệm rằng nếu như mình không làm cái này đưa ra cho anh em bạn bè cũng như mình thì uổng đi. Lúc đó thì cực lắm vì từ nhà đi Cornell năm tiếng đồng hồ một lần đi và thêm năm tiếng lần về. Mình khởi hành 4 giờ sáng, trời tuyết giá, đường đèo đường núi, có khi tai nạn. Cám ơn bà xã, khuyến khích mình, ngồi bên cạnh và lái giúp mình."*

Đường trường xa là nhờ tay lái của chị Ngọc Yến. Không biết bao nhiêu quãng đường anh chị đã khổ cực vượt qua. Cho tới khi bệnh tật ụp tới chụp xuống cả hai anh chị. Không biết có phải vì làm việc quá độ đã ảnh hưởng tới sức khỏe của anh chị không. Nếu đúng thì anh thần bệnh quá vô tâm. Thư viện Cornell không vô tâm như vậy. Biết sức khỏe của anh không được tốt sau cơn đột quỵ, thư viện Cornell đã gửi các tài liệu anh cần tới tận nhà. Anh khỏi phải tới thư viện như trước.

Đó là Trần Hoài Thư về sau. Khi anh chị qua Canada, không biết các anh Luân Hoán, Hoàng Xuân Sơn hay Trang Châu có biết quãng đời luôn chống đỡ với nghịch cảnh của anh trước đó không. Tôi hoàn toàn không biết cuộc sống ngoan cường của anh. Trông anh không có vẻ chì. Trái lại, còn có vẻ liễu yếu đào tơ! Sanh năm 1942 tại Đà Lạt, thất lạc cha, cùng mẹ sống khổ cực tại Nha Trang. Trần Hoài Thư đã phải vất vả bán hàng rong ở bến xe và đi bộ mỗi ngày khoảng 20 cây số tới trường . Có một thời gian anh đã phải vào ở trong cô nhi viện Bethlehem. Khi đoàn tụ với cha di cư từ Bắc vào, anh mới được đi học đều tại trường Quốc Học Huế

Nhà văn Trần Hoài Thư

và Đại học Khoa Học Sài Gòn. Ra trường anh dạy học tại trung học Trần Cao Vân, Quảng Nam. Nhập quân trường Thủ Đức năm 1967, khóa 24 SQTB. Tốt nghiệp anh phục vụ tại Đại Đội Thám Kích 405 thuộc Sư đoàn 22 bộ binh, bị thương ba lần. Sau 1975, anh đi "cải tạo" hơn 4 năm. Trở về, anh làm đủ nghề trong đó có thời bán cà rem dạo. Không biết ông giáo Thư có lắc chuông trước cửa trường cũ không.

Năm 1980 anh vượt biển, cắp sách tới trường lại, tốt nghiệp Cử Nhân Điện Toán và Cao Học Toán Ứng Dụng. Anh làm việc cho AT&T rồi IBM. Cứ suy ra đám bạn chúng tôi, trừ một số bạn theo ngành Y khoa, chuyện cắp sách tới trường lại khi tuổi đã cứng, trí óc đã mòn sau bao biến thiên của cuộc đời, thêm cơm áo cho gia đình thúc phọc sau lưng, là chuyện thiên nan vạn nan.

Trường cách xa nhà hơn mười dặm
Đường đi Nữu Ước xe như rừng
Chàng đến trường sau giờ tan việc
Học trò già đến trường nàng ơi
Có khi lòng nặng như đá tảng
Ham làm gì cái bằng master

Con người của toán học và kỹ thuật nhưng tâm hồn lại dành cho văn chương. Chính văn chương đã nâng anh dậy thành một nhà văn xứng với cái tên Trần Quí Sách tiền định. Từ năm 1964, anh đã có truyện và thơ trên Bách Khoa, Văn, Văn Học, Đời, Thời Tập, Vấn Đề, Khởi Hành và Ý Thức. Năm 2004, anh về hưu và dành tất cả thời gian cho văn học Việt Nam với Thư Ấn Quán và Thư Quán Bản Thảo. Anh đã biến căn nhà ở Plainfield, New Jersey, thành nhà in gồm toàn máy móc cũ mua rẻ trên e-Bay để "chế tạo" những cuốn sách từ A đến Z. Như một sắp đặt tình cờ, nghề kỹ thuật đã giúp cho đam mê văn chương của anh. Sách in ra để tặng. Mỗi lần có người xin sách là hai vợ chồng hí ha hí hửng như gặp quới nhân. Số máy cũ anh bỏ tiền ra mua về cải sửa, có cái dùng được, có cái không. Máy thì kềnh càng, người thì liêu xiêu, hai bên đánh vật với nhau, phần thua về ai chắc mọi người đều đoán được.

Ham chi cái máy dán keo
Ham chi làm đẹp hardcover bìa ngoài

Lên Ebay, 500 đồng
Order từ tận bên Tầu xa xăm
Ba năm rồi, máy nằm im
Keo thì phết, nhưng bìa thì thảm thê
Thôi đành ta phải return
Nhưng ai cũng hoảng khi đóng thùng gởi đi
Nặng hơn một cái đầu xe
Còn ta thì một lão già liêu xiêu
Thôi thì bỏ đó ba năm
Để rút kinh nghiệm mà chừa lần sau
Không ngờ ta có cái đầu
Chỉ 15 phút là khỏi cần máy glue
Thấy mình vui quá là vui
Hỏi ông Steinbeck "Của chuột và người" ai hơn.

Cái máy dán keo anh mua 444 đô nhưng không xài được vì đây là máy chỉ dùng trong kỹ nghệ. Máy phải dùng nhiều keo, khi dán keo tràn ra hai bên, rớt xuống dưới. Đành bỏ xó. Có thể trả lại được nhưng máy rất nặng, cần hai người khiêng và đóng thùng ván. Khi đó thân xác anh đau nhức nhưng đầu óc anh vẫn quay quắt với cái máy. Cuối cùng anh nghĩ ra được cách trị: lấy hai miếng tôn mỏng làm hai vách hai bên. Keo hết tràn lan ra hai bên! Cái đầu kỹ thuật đã giúp ông già thắng 1-0.

Cô đơn trong căn nhà thiếu bàn tay của chị Yến nằm tại *nursing home*, anh chỉ lo cho cái *basement* nhà in. Còn bỏ phứa hết. Ung thư, đột quị đánh những đòn chí tử vào thân xác nhưng không đánh gục được ý chí sắt thép của anh. Anh coi mỗi lần hóa trị như một cuộc hành quân năm xưa.

Máy dán keo khi mua

Máy dán keo đã được chế lại.

Một chiếc võng, một chỗ nằm
Tôi ru tôi qua những đầm lẫn truông
Bốn mùa hoan lạc tai ương
Ung thư đột quị tạp pì lù mỏi mê
Chừ tôi chuẩn bị đi về
Không có võng lấy gì à ơi.

Chị Ngọc Yến ra đi ngày 27/4/2024 sau nhiều tháng nằm không còn quá khứ, đơn sơ như con trẻ. Nhà chính luận Trần Trung Đạo đã tới với anh tại căn nhà vắng chị này. *"Căn nhà vẫn còn đó nhưng không có bàn tay chị Yến chăm sóc nữa. Chị bệnh nặng. Chậu hoa sứ nằm nghiêng bên bậc tam cấp vào nhà, anh cũng không buồn dựng lên. Chất sống duy nhất còn chảy trong anh là tình yêu không màu dành cho chị. Mọi hình thức khác đều vô nghĩa. Tôi linh tính mùa mưa bão sắp thổi qua đây nên đề nghị anh ra vườn để bốn anh em chụp vài tấm hình kỷ niệm. Anh vui vẻ gật đầu. Khu vườn cỏ mọc đầy. Anh làm dáng, miệng cười hồn nhiên như trẻ thơ. Sinh hoạt văn nghệ Boston có một thời hưng thịnh và sầm uất. Chúng tôi có quá nhiều kỷ niệm, có thể viết thành một cuốn sách khá dày. Hôm qua anh em còn lại ở Boston ngồi ôn chuyện cũ. Nhớ và nhắc nhiều nhất vẫn là anh chị Trần Hoài Thư. Không chỉ vì anh chị vừa ra đi nhưng anh chị là biểu tượng sống động của tình yêu vợ chồng, tình yêu quê hương đất nước và lý tưởng của một đời người. Mỗi người chúng ta đến đây để làm một số việc và đến một thời điểm nào đó sẽ ra đi. Công việc có thể làm chưa xong nhưng không sao các thế hệ Việt Nam khác sẽ lớn lên và làm tiếp"*.

Đúng một tháng sau khi chị Yến mất, Trần Hoài Thư

Tòa soạn từ nay vắng bóng anh Thư.

cũng đi theo chị vào ngày 27/5/2024. Hai vợ chồng đã cùng nhau sống một cuộc sống với sách vở chữ nghĩa. Vắng chị, anh vẫn cặm cụi với sách vở. Nhưng thân xác còn đây, hồn anh đã vọng về chốn xa xăm, nơi có chị. Cho tới khi anh cất bước đi tìm chị.

Không đi mà bảo rằng đi
không về cứ bảo rằng về cõi tiên
xe tình chừ đã ngủ yên
còn chăng mùi tóc đen tuyền
tỏa hương

Tôi chưa từng đặt chân tới căn nhà đong đầy tình anh

nghĩa chị, đậm đặc hơi hướm sách vở của một thời xa xưa mà anh và chị đã vá víu giữ lại trong nhiều năm qua. Đây là một nhà in độc đáo nhất trên đất nước tạm dung của chúng ta. Không có cái thứ hai. Anh chị đã để lại một thánh địa của chữ nghĩa miền Nam Việt Nam trong dáng hình tuệch toạc vá víu. Nó xứng đáng được giữ lại nguyên trạng như một bảo tàng cho mọi con dân nước Việt tới chiêm ngưỡng. Mong thay!

06/2024

MƯỢN DẤU THỜI GIAN

Thời gian là thứ được người ta ví như vó câu, vụt một cái là biến mất, chẳng bao giờ trở lại, có muốn níu cũng vô ích. Họa sĩ Phan Nguyên không dại chi mà níu, anh ghi lại rồi mặc cho nó sổng ra chạy đi. Tôi muốn nói tới anh, một người đã âm thầm lưu giữ những mảnh vụn thời gian của giới văn học nghệ thuật bằng cách ghi lại trong "Mượn Dấu Thời Gian", tên tiếng Pháp là *"Emprunt Empreinte"*. Anh tâm tình: *"Là một "sân chơi" rất riêng của Phan Nguyên từ khá lâu với giới văn nghệ sĩ, thân hữu gần xa, trong và ngoài nước, không phân biệt tuổi tác, sắc tộc, tôn giáo, chính kiến gì cả, miễn là họ đã có những tác phẩm hay, đẹp để lại cho đời và cho thế hệ mai sau, miễn là họ đã đóng góp cái phần tinh túy nhất của con người, của chính mình cho văn học nghệ thuật Việt Nam hay thế giới nói chung"*.

Phan Nguyên sanh ra tại Hà Nội vào năm 1952, di cư vào Nam năm 1954 lúc mới 2 tuổi. Anh đã theo học ban Triết tại Đại Học Văn Khoa Sài Gòn. Sau đó anh đi du học Pháp và tốt nghiệp sư phạm tại Đại Học Sorbonne. Anh dạy Pháp văn và điều hành một Trung Tâm Huấn Nghiệp tại Pháp. Anh theo ngành sư phạm nhưng lại được biết tới như một họa sĩ mặc dù anh không theo học một trường lớp nào về hội họa. Anh bắt đầu vẽ từ thập niên 1980. Tranh của anh là tranh trừu tượng mang một sắc thái rất riêng. Nhìn vào là biết tranh của Phan Nguyên. Anh vẽ tranh theo từng bộ gồm: *Rythmes & Impulsion* (Nhịp Điệu & Xung Lực), *Espace Inconnu* (Không Gian Huyền Hoặc), *Fractus H* (Mảnh H),

Tranh trừu tượng Fractus 93 V40 họa sĩ Phan Nguyên tặng tác giả.

Fractus 2000 ("Mảnh" Năm 2000), *Espace V* và *Papyrus*. Tôi không rõ cộng tất cả tranh của anh trong từng đó bộ là bao nhiêu nhưng nhiều lắm. Tháng 8 năm 2019, anh qua Montreal và có gặp anh em viết lách ở đây. Anh mang qua một số tranh để tặng anh em. Bữa đó có nhà văn Minh Ngọc từ New York qua chỉ để gặp và thỉnh tranh của Phan Nguyên. Thú thật là bữa đó, tôi hết sức bối rối khi chọn tranh. Đôi mắt mù về hội họa của tôi đành chịu trận, tôi dựa vào linh cảm và chọn bức *Fractus 93 V40*. Trả lời phỏng vấn của nhà phê bình hội họa Huỳnh Hữu Ủy về cái khó hay dễ trong việc vẽ tranh trừu tượng hay hiện thực, anh cho biết: *"Vẽ kiểu gì thì vẽ, dễ hay không là do cái tạng của mỗi người. Vẽ tranh trừu tượng dễ mà không dễ, coi vậy mà không phải vậy, nhiều người nghĩ rằng cứ đổ sơn lên vải rồi bôi lung tung là có trừu tượng. Sự thực tranh trừu tượng có cái nguyên lý của nó trong nhịp điệu, màu sắc, bố cục, nét vẽ v..v..Nó là thơ của không gian, là nhạc không lời, và cái chất thơ nhạc của không gian này cũng không phải đơn giản, dễ cảm nhận, nắm bắt được ngay. Những bậc thầy của phái Lập Thể khi xưa như Braque, Picasso cũng đã đứng trước cửa của Trừu Tượng nhưng phân vân không bước vào, có lẽ vì họ cho rằng, bỏ tất cả hình thể đi thì tranh không còn là tranh nữa. Nhưng hội họa cũng như âm nhạc có nhất quyết phải tượng hình hay không? Câu hỏi này đã được giải quyết từ lâu và tranh trừu tượng đã phát triển như một tất yếu lịch sử của hội họa gần trăm năm nay"*.

Phan Nguyên đã gắn tên tuổi với tranh trừu tượng nhưng khi coi một bộ tranh của anh mang tên *Sexus* tôi nghĩ đây là một bộ tranh trừu tượng-hiện thực. Nhìn vào thấy ông vẽ cái chi liền. Ông thần Luân Hoán còn thấy rõ hơn:

hiển linh thần hồn diệp
ấm lạnh nguồn sinh tình
huyền bí động dục lạc
mộ địa u u minh
......
bí hiểm tòa kiến trúc
hang ổ hiền hung thần
ẩn hiện trong lồ lộ
giữa cuộc sống thế nhân

Phải chi bữa qua Montreal, anh mang theo bộ tranh *Sexus* thì dễ cho tôi biết mấy!

Cà phê hình như là cuộc đời của Phan Nguyên. Anh có một bộ tranh vẽ bằng muỗng và cà phê, anh còn có một loạt bài viết tản mạn mang tên "Nói Chuyện Với Tách Cà Phê". Trong mục "Mượn Dấu Thời Gian" có một sáng kiến rất độc đáo: in dấu bàn tay của các văn nghệ sĩ bằng cách nhúng tay vào bột cà phê pha nước sền sệt. Phan Nguyên tâm tình: *"Mượn Dấu Thời Gian là bộ sưu tập dấu vân tay như một "di vật" của từng tác giả, một "chứng tích" của thủ bút, một "chứng từ" của thời gian. Và nếu như những ánh sao băng có tạt ngang bầu trời mà để lại chút dấu thời gian, thì Nguyên này là người nhặt nhạnh những mẩu thời gian rơi rớt ấy"*.

Bộ sưu tập gồm 630 tác giả. Tôi không đếm coi có bao nhiêu tác giả để lại dấu tay. Cỡ như các ông Phạm Quỳnh, bà Tùng Long, Dương Thiệu Tước, Đặng Đình Hưng, Đặng

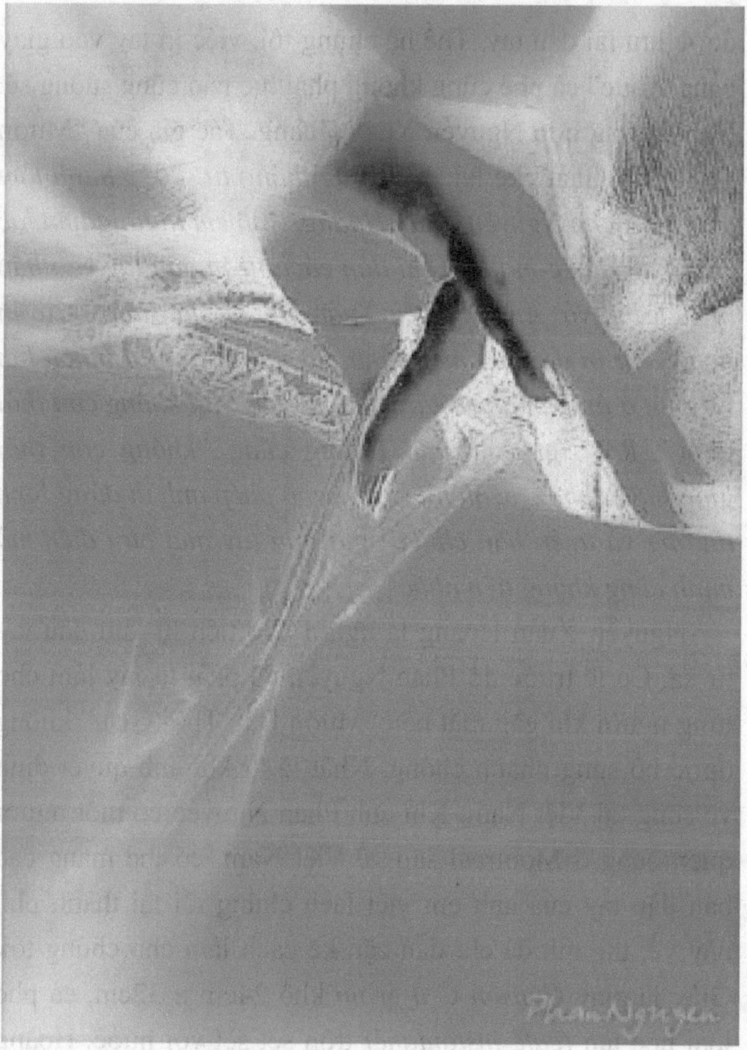

Một bức trong bộ tranh Sexus.

Thế Phong, Đoàn Phú Tứ, Đông Hồ, Hồ Dzếnh, Hoàng Ngọc Phách, Hoàng Quý, Khái Hưng, Lê Thương, Lê Văn Đệ, Lê Xuyên, Nguyễn Đình Thi, Nguyễn Văn Tý, Nhất Linh và nhiều người khác thuộc thế hệ đi trước không thể chờ để được lưu lại dấu tay. Thế hệ chúng tôi, việc ịn tay vào giấy bằng "mực" cà phê cũng không phải lúc nào cũng suông sẻ. Như trường hợp Nguyễn Xuân Hoàng. Tác giả của "Mượn Dấu Thời Gian" kể lại: *"Khoảng tháng tư 2012 mình làm trang EE cho Nguyễn Xuân Hoàng. Anh em thường liên lạc với nhau qua e-mail để chỉ dẫn cách tự in dấu tay và nhận tư liệu bài vở. Anh Nguyễn Xuân Hoàng đã được "truyền nghề", tự in dấu tay một mình, đã thử đi thử lại nhiều lần và chốt ở ấn bản anh vừa ý nhất có ghi "tôi không còn thời gian"...Rồi Nguyễn Xuân Hoàng cũng "không còn thời gian". Sức khỏe, bệnh tật không cho phép anh đi đứng bình thường và quên hẳn chuyện gửi dấu tay qua bưu điện mà mình cũng không tiện nhắc"*.

Nguyễn Xuân Hoàng là người đầu tiên tự làm dấu tay từ xa. Có lẽ trước đó Phan Nguyên đã phải tự tay làm cho từng người khi gặp mặt nên "Mượn Dấu Thời Gian" không được bổ sung nhanh chóng. Nhất là từ khi anh quyết định về sống tại Việt Nam. Khi anh Phan Nguyên có một người quen đang ở Montreal sắp về Việt Nam, có thể mang các bản dấu tay của anh em viết lách chúng tôi tại thành phố này về, thì anh đã chỉ dẫn cặn kẽ cách làm cho chúng tôi. Giấy là giấy *Canson C à grain* khổ 24cm x 32cm, cà phê loại hòa tan *(café instantané)* trộn sệt sệt với nước. Hoàng Xuân Sơn, khá rành hội họa, lo mua giấy và cà phê. Chúng tôi hẹn nhau ra một quán ăn vắng khách, bày binh bố trận kín một bàn, lần lượt in dấu vân tay, nhộn nhịp như một lớp thủ công của con trẻ. Cũng chẳng có chi lấn cấn vì khi con trẻ ra đời, cha mẹ in dấu chân sắp đi vào cõi ta bà để giữ lại

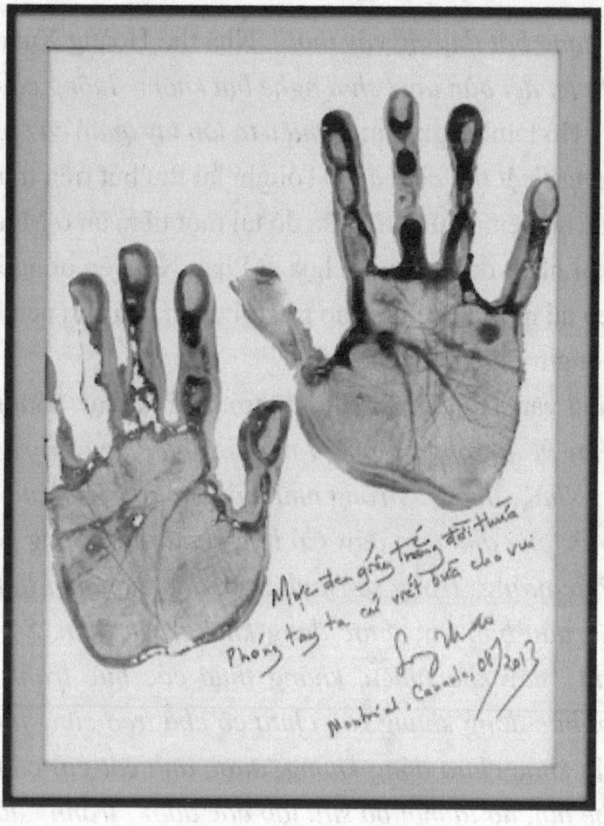

Dấu tay của Song Thao

kỷ niệm. Nay chúng tôi dùng tay để viết lách, in dấu tay để anh Phan Nguyên giữ lại, cũng phải thôi. Có điều khi dấu tay được in xong, chúng xương xẩu như những bàn tay ma. Bên cạnh dấu tay là thủ bút. Hoặc thơ hoặc văn xuôi. Tôi là một thứ…vè sĩ, vậy mà bữa đó cũng thơ mới ghê chứ. Hai câu gọi là thơ của tôi như ri: *"Mực đen giấy trắng đời thừa / Phóng tay ta cứ viết bừa cho vui"*. Ông Luân Hoán thì thơ đứt đuôi: *"Một đời vẫn giầu hoa tay / Mượn thời gian mãi đã gầy trơ xương / Gởi mười ngón khoái ở truồng / Nên chi nhân dạng bất thường vậy thôi"*. Nhà thơ Hoàng Xuân Sơn: *"Vỗ từ lẹt đẹt bàn tay / chợt nghe bụi khẳm /luống cày nhân gian"*. Hồ Đình Nghiêm: *"Chiều tà lăn tay quán cà / phê ghi tội trạng thiệt thà cõi văn"*. Tôi ghi lại thủ bút trên tranh lăn tay của anh em chúng tôi bữa đó tại một tiệm ăn ở Montreal. Sau khi nhận được bản in, họa sĩ Phan Nguyên đóng khung và treo tại nhà. Tôi chưa bao giờ tới thăm nhà anh nên không rõ phòng triển lãm này ra sao.

Nhà văn Trần Doãn Nho đã tới. Anh kể lại: "*Sáng hôm đó, thay vì đi uống cà phê ở ngoài, Phan Nguyên rủ tôi về nhà. "Nhà", thực ra, trông như một phòng triển lãm. Tranh sáng tác của anh treo đầy. Có bức khá lớn, choáng gần hết nửa bức tường. Trong số tranh treo, đặc biệt nhất là những bức in dấu bàn tay, được đóng khung cẩn thận. Số lượng "tranh" này khá nhiều, không thua các bức tranh khác. Nhiều bức đóng khung rồi, chưa có chỗ treo cũng như một số bức khác chưa đóng khung, được anh cất giữ cẩn thận. Có thể nói, đó là một bộ sưu tập độc đáo: "tranh" dấu bàn tay. Phan Nguyên tỏ ra rất thích thú và hào hứng khi giới thiệu với tôi loại "tranh" này. Chả thế mà, sau đó, anh đề nghị tôi thực hiện việc lấy dấu bàn tay trước khi uống cà phê. Tôi cảm thấy hơi bất ngờ vì tưởng chỉ là đến trò chuyện lang bang về văn học nghệ thuật. Không sao. Sẵn sàng thôi. Công việc đơn giản và nhanh chóng: một nhúm cà phê, loại để uống liền, hòa nước, trộn đều, đợi một lát cho sánh lại, đổ lên hai bàn tay, xoa đều rồi in hai bàn tay xuống một tấm giấy trắng loại đặc biệt, giữ một lát, chờ khô. Xong, viết vài giòng cảm hứng tùy thích để ghi nhớ ngày thực hiện dấu bàn*

Song Thao và họa sĩ Phan Nguyên (Montreal, 08/2019)

tay, ký tên. Thế là hai bàn tay tôi đã được nằm vào bộ sưu tập. Đó là phương cách "sáng tác" loại "tranh" này của Phan Nguyên...Trong bộ sưu tập này, ta tìm thấy đủ dấu vân tay của những nhà văn, nhà thơ, nhà phê bình văn học, nhà báo, nhà giáo, điêu khắc gia, họa sĩ, kinh tế gia, nhà khảo cổ; họ ở trong nước, ngoài nước, thuộc khuynh hướng này, khuynh hướng kia, cũ, mới, tả hữu; họ còn sống hay đã qua đời, vân vân ...có đủ. Nhìn dấu vân tay từng người, tưởng tượng đến những thế hệ sau, khi lần giở lại những trang quá khứ, tìm gặp một tác giả nào đó, nhìn thấy dấu vân tay của người đã khuất, hẳn phải đọng lại nhiều cảm khái, hơn là chỉ nhìn khuôn mặt hay đọc một câu văn hay một dòng thơ. Bộ sưu tập là một cuộc hội ngộ văn chương nghệ thuật thú vị. Vì thực ra, nó không chỉ gồm có dấu vân tay mà còn có thủ bút của từng tác giả: một đôi dòng cảm hứng và có khi là những câu thơ. Nhiều câu thơ làm ngay tại chỗ, nhưng đọc lên, nghe rất đậm đà và thú vị, phản ảnh đúng phong cách của từng tác giả". Thủ bút của anh Trần Doãn Nho để lại: *"Ngẫu nhiên chữ / tình cờ dấu /đắm đuối thời gian".*

Bàn tay anh Trần Doãn Nho, bàn tay của tôi và hàng trăm người làm văn học nghệ thuật khác đã được nằm trên tường của căn nhà mà anh Nho gọi là "như một phòng triển lãm". Chúng tôi đã cách này hay cách khác, hoàn thành phần của mình. Nhiều trường hợp khác bị lỡ một cách tức tưởi. Anh Nho sau khi làm "bổn phận", đã được anh Phan Nguyên trao cho mấy gói cà phê nhờ về Mỹ lấy dấu tay của những người còn thiếu. Một trong những người anh tha thiết có dấu tay nhất là nhà văn Võ Phiến. Về tới Mỹ, anh Trần Doãn Nho chưa kịp vác cà phê tới thì anh Võ Phiến đã ra đi. Một cái lỡ không cách chi tìm lại được.

Tháng 4 năm 2012, anh Phan Nguyên đã nhờ Nguyễn Xuân Hoàng in dấu tay của nhà văn Nguyễn Mộng Giác khi đó đang vất vả chống chọi bệnh ung thư gan. Hoàng đã mang đồ nghề tới nhà anh Giác nhưng nhìn anh nằm trên giường bệnh, Nguyễn Xuân Hoàng không dám ngỏ lời, sợ bạn xuống tinh thần. Ngỏ lời làm dấu tay khi đó cũng như mang bàn tay của tử thần tới. Anh thương bạn, ôm bạn lần cuối rồi ra về tay không!

Sa đà vào chuyện dấu tay vì tôi nghĩ đây là một sáng kiến độc đáo của họa sĩ Phan Nguyên. Nhưng chân dung mỗi tác giả trong bộ sưu tập vô tiền khoáng hậu này không chỉ có vậy. Mỗi người được ghi dấu thời gian đều có một bức vẽ

Tranh dấu tay trên tường nhà họa sĩ Phan Nguyên. Hình: Trần Doãn Nho.

chân dung tác giả màu vàng do Phan Nguyên thực hiện theo cách của anh, tiểu sử, bản chụp các sáng tác gồm bìa sách hoặc tranh vẽ, nội dung từng cuốn sách để người đọc có thể đọc ngay tại chỗ, các cuộc phỏng vấn và các bài viết khác.

Phan Nguyên nay đã quá thất tuần lại bị *stroke* phải chống gậy khi di chuyển. Ngày 2/10/2024, anh đã phải làm một chuyện chẳng đặng đừng: dừng lại cuộc chơi. Anh thông báo: "*Cho tới nay đã có gần 3 triệu lượt truy cập vào Blog Emprunt Empreinte từ khắp nơi trên thế giới. Nhiều nhất là từ Việt Nam với lứa tuổi từ 40 tới 70 chiếm đa số. Giới trẻ, sinh viên, giáo sư đại học, nghiên cứu sinh làm luận án văn chương cũng quan tâm không ít. Xin cảm ơn tất cả bạn đọc tiếng Việt từ khắp bốn phương trời. Nhưng "cuộc chơi" nào cũng có giới hạn về mặt Không gian và Thời gian của nó. Nay mắt đã mờ, thị lực không còn được như xưa, nên rồi cũng đến lúc mình phải kết thúc, sau khi chấm dứt việc chú thích dữ liệu cá nhân của từng trang tác giả, một công việc thật nghiêm túc và cẩn trọng đòi hỏi bởi Google photos. Vì vậy, dù biết "Mượn Dấu Thời Gian" chưa được toàn bích và còn thiếu sót, nhưng như mâm cỗ đã được dọn ra bầy sẵn, xin mời tất cả bạn đọc ghé thăm, tham khảo và góp ý vì tất cả là của các bạn. Mọi điều trên "Mượn Dấu Thời Gian" đều là sự thật và chỉ có sự thật. Giấy trắng mực đen, không thể khác! Xin đa tạ. Chúc tất cả các bạn cùng gia đình An Vui Hạnh Phúc".* Tuy Mượn Dấu Thời Gian đã "phẹc mê bu tích" nhưng những thành quả mà anh Phan Nguyên đã khổ công thực hiện vẫn còn mãi mãi trên mạng. Các bạn muốn tham khảo chỉ cần mở Google, đánh câu "Mượn Dấu Thời Gian" là trạng này sẽ hiện lên liền.

Nguyễn Xuân Hoàng đã ghi trong "Mượn Dấu Thời Gian": "tôi không còn thời gian". Anh đã thực sự không còn thời gian khi nhắm mắt xuôi tay vào ngày 13/9/2014. Nguyễn Xuân Hoàng thuộc thế hệ chúng tôi. Chúng tôi cũng không còn nhiều thời gian. Tuy vậy anh Phan Nguyên đã kịp để lại một công trình quý báu cho những nhà nghiên cứu mai sau. Anh đã viên mãn dùng trọn thời gian của anh trước khi "tôi không còn thời gian" nữa!

10/2024

ĐỌC "NGÔ THẾ VINH, BẰNG HỮU VÀ VĂN CHƯƠNG"

Thời gian gần đây, tạp chí Ngôn Ngữ mỗi kỳ giới thiệu đặc biệt một tác giả. Thường thì số bài dành cho phần đặc biệt này chiếm nửa số báo, khoảng 150 trang. Nhưng có những tác giả có nhiều bài viết, chiếm quá số trang nên phải làm một phụ bản riêng. Mỗi số Ngôn Ngữ dày khoảng 300 trang, thường các phụ bản trước của các tác giả Tô Thùy Yên và Hoàng Ngọc Biên, Cung Tích Biền số trang ngang bằng với Ngôn Ngữ. Kỳ này, cuốn "Ngô Thế Vinh, Bằng Hữu và Văn Chương" chiếm kỷ lục, tới 700 trang lận, gấp đôi số báo thường. Cứ tưởng tượng mỗi số Ngôn Ngữ như một anh chàng khôi ngô tuấn tú vác một phụ bản như vác một cái ba-lô. Anh chàng 300 kí vác cái ba-lô 700 ký, lăn kềnh là cái chắc. Nhưng nhà văn Ngô Thế Vinh xứng đáng với sức nặng này.

Ngô Thế Vinh ham văn chương hơn là học hành. Bước vào năm thứ nhất Y khoa anh không có cái hớn hở của một sinh viên theo học một ngành học xịn xò nhất thời đó. Anh tâm sự: "*Bước vào năm đầu y khoa, thay vì như các bạn đồng khóa tập trung vào học tập, tôi đã không được gương mẫu như vậy, sớm say mê chuyện viết lách làm báo và cả rong chơi với giới nghệ sĩ nhóm bạn Nghiêu Đề, thường lui tới xóm Bùi Viện gần Ngã Tư Quốc Tế, ngay từ lúc họ như những "viên ngọc ẩn thạch", giới hội họa như Nguyễn Trung, Cù Nguyễn, Lâm Triết, Nguyên Khai; nhóm thơ văn Trần Dạ Từ, Nguyễn Đức Sơn / Sao Trên Rừng, Trần Tuấn Kiệt, Trần Đức Uyển / Tú Kếu, Nguyễn Nghiệp Nhượng, Nguyễn Thụy Long, mỗi người một vẻ với khao khát nghệ thuật là mẫu số chung mà họ hướng tới*". Cố học tới năm thứ tư, anh lại tính buông: "*Bây giờ nhớ lại, tôi không thể không cám ơn anh tôi đã [khuyên tôi cố] hoàn tất hai năm còn lại để ra trường và lúc đó không có ai cản trở tôi làm những công việc mà tôi thích*".

Thứ anh thích không phải là cái danh nhưng là lý tưởng tạo dựng một xã hội công bằng. "*Khi còn là sinh viên, như các bạn đồng trang lứa, chúng tôi quan tâm đến những vấn đề xã hội. Mơ ước và phấn đấu cho công bằng xã hội, tôi nghĩ đó là ước mơ chung của lứa tuổi thanh niên. Dĩ nhiên không đơn giản để tìm một con đường đi tới giấc mơ ấy. Từ những quan niệm khác nhau, phương thức hành động khác nhau, nẩy sinh ra những đấu tranh và thuyết phục. Hòa mình vào dòng sinh hoạt chung ấy, bảo rằng đó là hoạt động chính trị, theo một nghĩa rộng điều đó không sai. Nhưng nếu chính trị hiểu theo nghĩa phe nhóm đảng phái thì tôi chưa hề tham gia và cũng không muốn dấn thân vào con đường chông gai ấy"*. Để thể hiện ước vọng này, anh cùng bạn bè làm báo Tình Thương, một tờ báo của sinh viên Y Khoa nhưng đã có ảnh hưởng lớn ngoài xã hội.

Ra trường anh dấn thân vào cuộc chiến đang lúc sôi động. Anh tình nguyện phục vụ trong Biệt Cách Dù thuộc Lực lượng Đặc Biệt, một binh chủng sừng sỏ nhất, có nghĩa là luôn đối đầu với thần chết. Tay ống chích, tay súng nhưng anh không quên dành một bàn tay cầm bút. Năm 1969, anh hoàn tất cuốn "Vòng Đai Xanh". Nhà xuất bản Thái Độ in vào năm 1970 và đoạt giải Văn Học Nghệ Thuật Việt Nam Cộng Hòa vào năm 1971. Giải được phát vào dịp Tết năm 1972 tại Dinh Độc Lập nhưng anh bận hành quân trấn giữ Kontum nên không thể bỏ đơn vị về lãnh giải.

Trớ trêu thay, chỉ vài tháng sau anh phải ra hầu tòa vì bút ký "Mặt Trận Ở Sài Gòn". Bộ Nội Vụ kiện anh tội "có luận điệu phương hại trật tự công cộng và làm suy giảm kỷ luật, tinh thần chiến đấu của quân đội". Bút ký ghi lại thời gian khi đơn vị của anh được điều động từ mặt trận về Sài Gòn dẹp các cuộc xuống đường của sinh viên học sinh. Có điều chi lấn cấn nơi anh khi "hành quân" về thủ đô. *"Ở những năm dài trên đại học, tôi đã từng sống cái tâm trạng của họ và hiện tại tôi cũng lại đang sát cánh với các anh sống giữa hoàn cảnh gai lửa này. Tôi hiểu được nỗi bực dọc của các anh, tôi cũng lại cảm thông với những động lực đấu tranh của họ. Không phải là hoàn toàn vô lý khi họ phải bỏ cả sự học, hy sinh cả tương lai để dấn thân vào những cuộc tranh đấu"*. Sài Gòn là một thế giới khác, không có tiếng bom đạn, chỉ có rượu nồng, nước hoa thơm lừng và những người sống ngoài chiến tranh. *"Của một đám người kêu gào chiến tranh nhưng lúc nào cũng ở trên và đứng ngoài cuộc chiến ấy. Rồi những người lính bơ vơ tự hỏi, cầm súng họ bảo vệ cái gì đây? Không lẽ cho một con thuyền xa hoa ngao du trên dòng sông loang máu, nổi trôi đầy những xác chết đồng loại.... Người lính chỉ ao ước được cầm súng chiến đấu cho tổ quốc, hy sinh cho một lý tưởng cao cả, một chính nghĩa sáng ngời – mà khỏi cần phải bận tâm suy nghĩ điều gì. Nhưng bây giờ thì họ hiểu rằng, đã thất lạc và qua rồi sự bình an giả tạo sau những mỏi mệt trở về từ rừng rú. Rằng ngoài chiến trường súng đạn quen thuộc, họ còn phải đương đầu với một trận tuyến khác mỏi mệt hơn – đó là cảnh thối nát bất công của xã hội mà dân tộc đang phải hứng chịu trong tối tăm tủi nhục. Từ ba mươi năm nay, đã và đang có quá nhiều* anh-hùng-của-chiến-tranh *trong khi lại quá thiếu vắng những chiến sĩ xã hội. Vậy phải lựa chọn chiến trường nào? Rằng không phải chỉ ở chốn xa xôi biên cương – mà đích thực chiến–trường–thách–đố của họ phải là ở Sài Gòn"*. Vụ án bị dư luận đàm tiếu kết thúc vào ngày 18/5/1972 bằng một bản án treo 100 ngàn đồng tiền vạ, bồi thường 1 đồng danh dự cho Bộ Nội Vụ.

Ngày sụp đổ của miền Nam, anh quyết định ở lại vì anh không thể đào ngũ. *"Tôi đã chọn ở lại, để rồi chứng kiến những ngày cuối cùng của những người lính. Thảm kịch không phải trận chiến cuối cùng đã bị thua, nhưng chính là cái nhục và nỗi thất vọng ê chề của những người lính về*

sự hèn nhát của cấp chỉ huy và giới lãnh đạo của họ....Chia sẻ nỗi khổ với người lính trong chiến trận, chứng kiến nỗi nhục của họ sau đó, giữa một đám người thắng trận nhếch nhác và chẳng hơn gì. Từ đó tôi nhìn tấn thảm kịch trên cả hai miền đất nước. Sống sót qua cơn địa chấn ấy, bảo làm sao mà không có dấu hằn trên cuộc sống thực và cả văn chương".

Như các sĩ quan thất thế của quân lực Việt Nam Cộng Hòa, anh bị dồn vào cái gọi là trại học tập cải tạo mà thực chất là những trại tù. Cuốc đất trồng rau, đốn tre trảy gỗ trên ngàn, anh được thả về sau ba năm phí phạm của cuộc đời. Cuối năm 1983, anh qua Mỹ. Xa quê nhà, lòng vẫn chưa dứt được những lo âu cho dân tộc. Nhận thấy nguy cơ Trung Quốc xây đập, cải tạo dòng sông Cửu Long, con sông huyết mạch của dân tộc, anh lại…dấn thân! Năm 1995, anh bắt tay vào với ước vọng cứu được dòng sông nuôi sống dân Việt. Ngô Thế Vinh là người rất cẩn tắc, chuyện chi anh cũng làm tới nơi tới chốn. Đọc tài liệu về sông Cửu Long chưa đủ, anh đã tới thực địa để tự tai nghe mắt thấy hầu có những nhận định chính xác. Anh đã đi 4.800 cây số dọc theo dòng sông, từ thượng nguồn tới hạ nguồn, từ Trung Quốc, qua Lào, qua Kampuchia tới hạ lưu con sông ở Việt Nam. Ít người có tâm với đất nước như vậy. Hai cuốn sách "Cửu Long Cạn Dòng, Biển Đông Dậy Sóng" do nhà Văn Nghệ xuất bản năm 2000 và cuốn "Mekong – Dòng Sông Nghẽn Mạch" cùng một nhà xuất bản năm 2007 là tâm huyết của anh với đất nước.

Bề bộn trong nhiều vai trò, Ngô Thế Vinh là ai dưới con mắt của bằng hữu? Nguyễn Xuân Hoàng nhận định: "Ngô Thế Vinh là nhà văn của những ước mơ, hay nói rõ hơn, ông là nhà văn của lương tâm". Nguyễn văn Tuấn cho Ngô Thế Vinh là một người lính, một nhà văn, một trí thức. Nguyễn Thị Khánh Minh xác tính Ngô Thế Vinh là một chiến sĩ xông pha chiến trường, một bác sĩ, một nhà văn, một nhà báo, một chiến sĩ xã hội.

Không phải ai cũng có thể được nhiều người mến mộ như Ngô Thế vinh. Danh sách các tên tuổi viết về anh trong cuốn "Ngô Thế Vinh – Bằng Hữu và Văn Chương" này dài dằng dặc. Luân Hoán, Trần Thị Nguyệt Mai, Đinh Cường, Nguyễn Vy Khanh, Phạm Phan Long, Nguyễn văn Tuấn, Trang Châu, Lê Chiều Giang, Nguyễn Mạnh Trinh, Lê Quỳnh Mai, Hoàng Xuân Hãn, Lê Ngộ Châu, Nguyễn Mai, Nguyễn Quốc Trụ, Nhật Tiến. Lại Mạnh Cường, Trịnh Y Thư, Hoàng Ngọc Nguyên, Trần Ngọc Ninh, Gerald C. Hickey, Oscar Salemink, José Quiroga, Nguyễn Thuyết Phong, Nguyễn Quỳnh, Mặc Đỗ, Nguyễn Sao Mai, Hoàng Mai Đạt, Nguyễn Xuân Hoàng, Tạ Ty, Đoàn Nhã Văn, Trần Huy Bích, Trần Mộng Tú, Nguyễn thị Khánh Minh, Mark Frankland, Tim Page, Bùi Khiết, Hoàng văn Đức, Dohamide, Long An, Nguyễn Kỳ Hùng, Khánh Trường, Phan Nhật Nam, Đặng Trần Huân, Vũ văn Dzi, Lương Thư Trung, Nguyễn Đình Toàn, Hoàng Khởi Phong, Nguyễn Ngọc Bích, Nguyễn Xuân Thiệp, Trần Ngươn Phiêu, Nguyễn văn Lục, Ngã Du Tử, Huỳnh Kim Quang, Ánh Nguyệt, Đỗ Nghê, Phạm Cao Hoàng, Phan Tấn Hải, Phạm Xuân Đài, Nguyễn Tài Ngọc, Trương Vũ, Hà Ngọc Thuần, Trịnh Cung, Song Thao, Trần thị Diệu Tâm, Huy Văn Trương, Hảo Phạm, Nguyễn Ngọc Dung, Eric Henry. Tôi ghi theo thứ tự xuất hiện trong cuốn sách.

Bằng hữu của anh Ngô Thế Vinh thuộc nhiều lãnh vực hoạt động. Tất cả đều trân quý một người không ngại gian khó, xông pha trong nhiều lãnh vực. Riêng tôi, tôi kết nhất với Ngô Thế Vinh nhà văn. Anh đã cho xuất bản từ năm 1963 các tác phẩm văn chương: Mây Bão, Bóng Đêm, Gió Mùa, Vòng Đai Xanh, Mặt Trận Ở Sài Gòn, Người Đi Tìm Mùa Xuân. Năm 2017, Ngô Thế Vinh đã cho xuất bản "Chân Dung Văn Học Nghệ Thuật và Văn Hóa", tập I và năm 2022 Tập II.

Trong tập I, anh viết về Mặc Đỗ, Như Phong Lê văn Tiến, Võ Phiến, Linh Bảo, Mai Thảo, Dương Nghiễm Mậu, Nhật Tiến, Nguyễn Đình Toàn, Thanh Tâm Tuyền, Nguyễn Xuân Hoàng, Hoàng Ngọc Biên, Đinh Cường, Nghiêu Đề, Nguyên Khai, Cao Xuân Huy, Phùng Nguyễn và hai Giáo Sư Phạm Biểu Tâm và Phạm Hoàng Hộ.

Tập II gồm các tác giả: Nguyễn Tường Bách, Tạ Ty, Trần Ngọc Ninh, Lê Ngộ Châu, Nguyễn văn Trung, Hoàng Tiến Bảo, Lê Ngọc Huệ, Nghiêm Sỹ Tuấn, Đoàn văn Bá, Mai Chửng, Trần Hoài Thư & Ngọc Yến, Phan Nhật Nam, Dohamide và John Steinbeck.

Nhà văn Phạm Xuân Đài nhận xét về "chân dung" này: *"Dùng hai chữ "chân dung" để đặt tên cho loạt bài viết này của mình, Ngô Thế Vinh đã sáng tạo ra một cách viết mới cho một số nhân vật mà anh lựa chọn. Quyển sách này không thuộc loại phê bình văn học như "Nhà Văn Hiện Đại" của Vũ Ngọc Phan hoặc "Thi Nhân Việt Nam" của Hoài Thanh – Hoài Chân, không, anh không đặt mục tiêu và trách nhiệm của mình rộng đến thế. Trước hết anh không phải là nhà phê bình văn học hay nghệ thuật, anh chỉ tạo nên những "chân dung" theo cách của mình. Một trong những điều kiện đầu tiên để tác giả làm việc này là người được giới thiệu phải là người quen thân của anh, nói đơn giản là bạn anh...Tình bạn ấy không chỉ thuần túy là tình cảm thân thiết giữa hai cá nhân như thường tình, mà trong đó còn lẫn lộn các tác phẩm văn chương hay hội họa, phong cách sáng tác, ý hướng sáng tạo hay con đường hoạt động của mỗi người".*

"Chân dung" do Ngô Thế Vinh vẽ ra không giống các chân dung của các tác giả khác. Đặc biệt là với các cây viết đã khuất núi, anh phân tích chi tiết căn bệnh đưa tới sự ra đi của các bạn này. Như bệnh ung thư cột sống *sarcoma* của Nguyễn Xuân Hoàng, ung thư gan của Nguyễn Mộng Giác, ung thư mắt của Cao Xuân Huy, ung thư tụy tạng của Nghiêu Đề, ung thư tuyến tiền liệt của Đinh Cường. Những chi tiết này sẽ là những tài liệu quý báu cho văn học sử sau này.

Gấp cuốn sách cầm chắc tay dày 700 trang, tôi thấy ấm lòng khi nghĩ tới cái tình của bạn bè dành cho Ngô Thế Vinh và tình của Ngô Thế Vinh dành cho bạn bè. Đó là một thứ tình văn nghệ rất khác biệt. Rất nặng kí. Cuốn "Ngô Thế Vinh, Bằng Hữu và Văn Chương" cũng là một cuốn sách nặng ký do bạn bè viết về một tác giả nặng ký. Tôi không rành về cân nặng của tác giả nhưng cái "nặng ký" của cuốn sách thì tôi rất rành sáu câu. Tôi đã bỏ lên cân tiểu ly. Đúng 922 gram!

04/2024

ĐỌC "CÙNG NHAU ĐẤT TRỜI" CỦA KHÁNH TRƯỜNG

"Cùng Nhau Đất trời" là tác phẩm mới nhất của Khánh Trường, một tác giả "bất khuất", bệnh rề rề mà vẫn không chịu buông bàn phím lẫn cây cọ. Anh đang thực hiện một loạt tranh gồm 40 bức để cuối năm triển lãm. Vẽ 40 bức tranh không là chuyện dễ đối với một họa sĩ thành danh từ lâu. Nhưng vẽ 40 bức tranh với bàn tay tật nguyền, phải cột cọ vào tay là cả một khổ cực. Vậy mà trong những *message* ngắn gọn với tôi, anh quả quyết sẽ hoàn thành công trình nhọc nhằn này.

Tay gõ phím cũng không chịu thua. Người ta tanh tách gõ bằng mười ngón, anh nhẩn nha mổ cò từng chữ một, mắt nhìn không rõ, chữ nọ xọ chữ kia, vậy mà cho ra đời từng cuốn dày vài trăm trang như không. Nhà thơ Phạm Hiền Mây viết trong bài Tựa: *"Tôi ghẹo ảnh, hay là đặt tên cuốn truyện này là "Cuốn Tiểu Thuyết Cuối Cùng" đi, cho hấp dẫn, cho thu hút, cho gợi óc tò mò, cho đặc biệt, cho xúc động bà con chơi. Khánh Trường cười ha hả một tràng dài, chắc nịch, chưa đâu, phải thêm hai, ba cuốn nữa rồi anh mới chịu ngỏm củ tỏi"*.

Khánh Trường đủ điều kiện để ngỏm củ tỏi từ lâu với "đời bệnh" như sau: 2001 tai biến lần thứ nhất, 2002 tai biến lần thứ hai, 2003 tai biến lần thứ ba. Chưa kể thêm vài lần nữa nhưng nhẹ, không tính! Lần thứ hai, song song với tai biến là suy tim, hậu quả của cao máu. Lần thứ ba, song song với tai biến là loét bao tử và ung thư cuống họng, hậu

Tranh AAN PHONG & KHÁNH TRƯỜNG
KHÁNH TRƯỜNG
CÙNG NHAU ĐẤT TRỜI
du ký tiểu thuyết
MỞ NGUỒN

quả của rượu và thuốc lá. Nhà thơ Mây Hiền hạ bút: *"Chà! Bệnh lung tung, ra vô nhà thương như cơm bữa. Anh sống đến bi chừ, chính anh còn thấy lạ. Mấy tay bác sĩ điều trị cho anh cũng lắc đầu...Một tuần ra vô bệnh viện tới ba lần để lọc máu. Trên người không còn chỗ nào không có kim đâm. Chưa kể, nhiều lúc bị kháng thuốc, ói mửa. Chưa kể, những lần té lên té xuống, trong phòng ngủ, ngoài phòng khách, ngay cả trong phòng tắm. Đủ thứ gian nan. Đủ thứ vất vả". Ngô Thế Vinh bảo: "Y khoa phải xét lại". Lần anh loét bao tử, máu ra nhiều, chỉ còn 10/4, Ngô Thế Vinh nói: "Bình thường như vậy, nếu còn thở thì não đã chết, sẽ sống thực vật, vậy mà anh vẫn tỉnh queo, trí óc vẫn minh mẫn, có khi còn sáng hơn. Kỳ chưa? Chuyện khó tin nhưng có thiệt. Đúng là phép lạ".*

Nhà phê bình Nguyễn Hưng Quốc, trong *message* riêng gửi cho Lê Hân, khi nhận được cuốn tiểu thuyết "Cùng Nhau Đất Trời" này, đã viết: "Tay Khánh Trường này thật kỳ vĩ, bệnh hoạn như vậy mà vẫn viết được nhiều và hay. Đúng là một trường hợp hiếm có trong sinh hoạt văn học ở hải ngoại". Tay này thiệt coi tật bệnh như pha. Lâu lâu buồn gửi *message* cho tôi càm ràm một chút nhưng rồi vẫn cứ tí toáy hết chuyện nọ tới chuyện kia. Trong *message* mới nhất gửi tôi vào bữa thứ năm 5/9 vừa qua, ông thần này đe dọa sang năm sẽ làm cho thiên hạ "bật ngửa". Anh có cho tôi biết dự định nhưng đây là bí mật quốc gia nên tôi không dám tiết lộ ra đây.

Kể từ khi bệnh tật tận tình thăm hỏi, Khánh Trường đã cho ra đời: Truyện ngắn Khánh Trường (2016), Chuyện Bao

Đồng (tạp bút, 2018) và các tiểu thuyết: Tịch Dương (2019), Dấu Khói Tàn Tro (2020), Bãi Sậy Chân Cầu (2020), Có Kẻ Cuồng Điên Khóc (2020), Xuyên Giấc Chiêm Bao (2021), Đừng Theo Dông Bão (2021). Nắng Qua Đèo (2021), Năm Tháng Buồn Thiu (2023), Cùng Nhau Đất Trời (2024) và cuối cùng là tập Thơ Khánh Trường (2024). Số tác phẩm đồ sộ này, ít ai, kể cả những tác giả sung sức nhất, làm nổi. Đúng là…kỳ vĩ!

Cuốn "Cùng Nhau Đất Trời" này có chút khác với các cuốn trước vì tác giả ghi ngay ngoài bìa sách là "du ký tiểu thuyết". Chuyện mới à! Mới nhưng truyện của Khánh Trường chẳng bao giờ thoát ra khỏi tình. "Cùng Nhau Đất Trời" cũng vậy, đây là một truyện tình. Nhân vật chính không còn trẻ, đã 38 tuổi, chưa chồng con. Ông bố sốt ruột: "Cô tưởng cô còn trẻ lắm sao? Kén cá chọn canh mãi, mai mốt thành gái già, hối không kịp". Bà mẹ thúc hối: "Này, phải tính đi chứ, chả nhẽ muốn ở giá à?". Ông anh cả rủa: "Đã ba tám lần hâm rồi đó, coi chừng hâm riết cạn hết nước, cháy nồi". Cô bạn đã chồng con yên phận, cảnh tỉnh: "So với tao, nhan sắc mày hơn xa. Khối thằng xin mang trầu cau đến rước. Mày ỡm ọe mãi, bộ không sợ mang tiếng 'ống chề' sao?".

Thực ra Thanh Nhã đã có hai lần làm tình nhân. Lần đầu ngu ngơ cặp với ông thày đểu cáng như cánh bướm chỉ vờn hoa, hái được xong rồi bỏ đi. Lần thứ hai với một anh thanh niên kém tuổi chỉ được cái khỏe mạnh chuyện giường chiếu nhưng lại hèn nhát khi cần được bảo vệ. Sau hai cuộc tình thất bại, Thanh Nhã treo giá ngọc vì không tìm thấy được người xứng đáng. Cho tới một lần, khi đang du lịch bên Ý, thấy một anh chàng vẽ chân dung dạo bên lề đường, kết ngay. Đó là một họa sĩ người Việt, có xưởng vẽ, *"cuối tuần thường ngồi ký họa bên đường cho du khách, cốt vui, và cũng để thêm thu nhập hầu thoải mái hơn trong sinh hoạt hàng ngày, nên hoàn toàn tự do, free thời gian"*. Anh chàng Lâm này đưa Thanh Nhã đi khắp nước Ý, coi tranh coi tượng. Tối chàng giữ ý ngủ dưới sàn nhà tuy chẳng có hàng rào biên giới nào. Nhiều lần nàng tự hỏi: bộ anh chàng này không thích đàn bà sao? Hết kỳ nghỉ, họ chia tay, hẹn sẽ gặp nhau tại Việt nam khi chàng Lâm về thăm nhà.

Ở lại Ý, Lâm được cặp bạn Anton và Emmy rủ đi một vòng Âu châu. Họ giới thiệu cho Lâm cô gái tên Dasthier *"trẻ, nhan sắc trung bình nhưng lại sở hữu một body lý tưởng: cao. Chân dài, hông và ngực nở, tóc đen tuyền, ngấn cổ cao, màu da ngăm ngăm, thuộc sắc dân Trung đông, rất chịu chơi, xem chuyện ân ái như món tráng miệng, vừa chia tay với thằng kép trẻ"*. Buổi tối, Lâm còn giữ ý. *"Dasthier thản nhiên cởi quần áo trước khi lên giường, vừa chui vào chăn vừa nói: "Tại sao phái nữ không được quyền làm mọi chuyện như phái nam?". Mùi thơm của nước hoa thoang thoảng và hơi ấm của da thịt từ Dasthier toát ra khiến Lâm rạo rực. Dasthier ngồi lên bụng Lâm : "You want?". Lâm trả lời bằng cách vươn hai bàn tay vày vò đôi vú mọng sưng hai núm hồng sẫm. Đôi vú mềm, hâm hấp nóng, Lâm cảm nhận một luồng điện chuyển từ vùng thịt da nhạy cảm kia lan khắp người rồi hội tụ ở hạ thể, cương nở"*.

Sau những ngày du ngoạn khắp châu Âu, cuộc gặp gỡ tưởng chỉ là của hai thân thể nhưng đã kết tụ thành một cuộc tình, một chiều.

"Dasthier cầm bàn tay Lâm bóp nhẹ: "Nếu em nói đã yêu, honey có tin không?"

"Lạ đấy, anh vẫn nghĩ tình yêu đối với em chả khác gì một cái bánh donut".

"Trước đây em cũng tưởng thế, nhưng lần này em thấy có gì khang khác"

"Chỉ là khẩu vị thôi, ăn mãi donut, ngán, một món lạ có mùi vị Á châu, cũng thú"

"Không phải vậy, honey làm em mất ngủ nhiều đêm, điều em chưa từng".

Có lẽ do men rượu, Dasthier nói say sưa, như tâm sự về cuộc đời mình, những tháng năm đã qua, những người đàn ông đã đến và đi, chưa người nào để lại ấn tượng sâu đậm, tất cả chỉ nhằm thỏa mãn thân xác. Cho đến ngày quan hệ với Lâm, Dasthier cảm thấy xao xuyến, nhận ra mối tương quan giữa hai người không chỉ thuần vật lý, mà còn có những rung động khác, những rung động lần đầu Dasther cảm nhận".

Lâm sợ sẽ lún sâu vào tình trạng khó xử. Chàng thoát ra bằng cách trở về Việt Nam chơi. Với Thanh Nhã. Họ đưa nhau đi chu du khắp mọi miền đất nước, từ Nam ra Bắc. Chỉ sau một thời gian bên nhau, vào một đêm nồng ấm, *"Chúng tôi về phòng. Sau khi tắm, làm vệ sinh. Tôi vào giường nằm cạnh Lâm, hạ thấp ánh sáng đèn ngủ, rúc đầu vào nách Lâm, thì thào: "Em yêu anh". Lâm ôm tôi, mỉm cười, nhìn tôi âu yếm: "Anh cũng yêu em". Và như mọi đêm suốt nhiều ngày nay, tôi chết lịm dưới thân thể cường tráng của Lâm. Sẽ khốn*

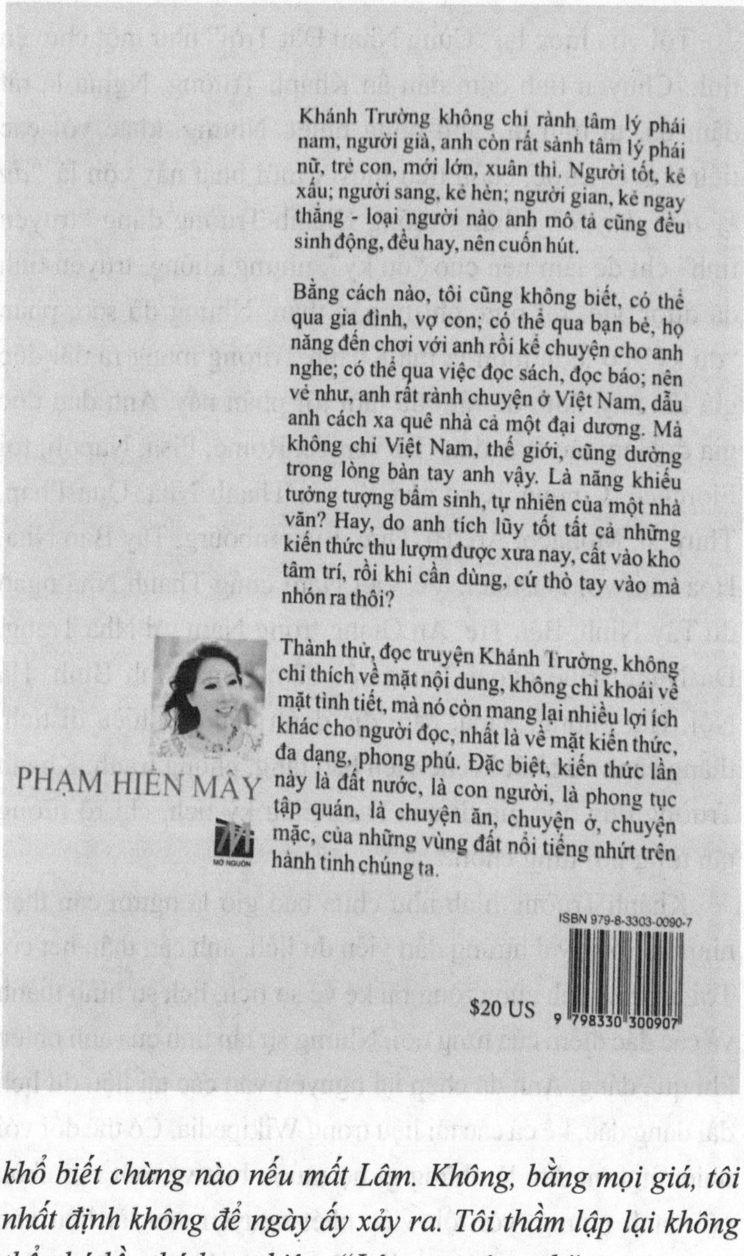

Khánh Trường không chỉ rành tâm lý phái nam, người già, anh còn rất sành tâm lý phái nữ, trẻ con, mới lớn, xuân thì. Người tốt, kẻ xấu; người sang, kẻ hèn; người gian, kẻ ngay thẳng - loại người nào anh mô tả cũng đều sinh động, đều hay, nên cuốn hút.

Bằng cách nào, tôi cũng không biết, có thể qua gia đình, vợ con; có thể qua bạn bè, họ năng đến chơi với anh rồi kể chuyện cho anh nghe; có thể qua việc đọc sách, đọc báo; nên vẻ như, anh rất rành chuyện ở Việt Nam, dẫu anh cách xa quê nhà cả một đại dương. Mà không chỉ Việt Nam, thế giới, cũng dường trong lòng bàn tay anh vậy. Là năng khiếu tưởng tượng bẩm sinh, tự nhiên của một nhà văn? Hay, do anh tích lũy tốt tất cả những kiến thức thu lượm được xưa nay, cất vào kho tâm trí, rồi khi cần dùng, cứ thò tay vào mà nhón ra thôi?

Thành thử, đọc truyện Khánh Trường, không chỉ thích về mặt nội dung, không chỉ khoái về mặt tình tiết, mà nó còn mang lại nhiều lợi ích khác cho người đọc, nhất là về mặt kiến thức, đa dạng, phong phú. Đặc biệt, kiến thức lần này là đất nước, là con người, là phong tục tập quán, là chuyện ăn, chuyện ở, chuyện mặc, của những vùng đất nổi tiếng nhứt trên hành tinh chúng ta.

PHẠM HIỀN MÂY

MỞ NGUỒN

ISBN 979-8-3303-0090-7

$20 US

khổ biết chừng nào nếu mất Lâm. Không, bằng mọi giá, tôi nhất định không để ngày ấy xảy ra. Tôi thầm lập lại không thể nhớ lần thứ bao nhiêu: "Lâm, em yêu anh".

Tôi vừa lược lại "Cùng Nhau Đất Trời" như một chuyện tình. Chuyện tình đậm dấu ấn Khánh Trường. Nghĩa là rất đậm đà, tả tình tả cảnh nồng nhiệt. Nhưng, khác với các tiểu thuyết trước, cuốn tiểu thuyết mới nhất này còn là *"du ký tiểu thuyết"*. Những tưởng Khánh Trường dùng "truyện tình" chỉ để làm nền cho "du ký", nhưng không, truyện tình đã được viết rất mực chi ly cẩn thận. Nhưng dù sao, phần "du ký" có lẽ là món lạ mà Khánh Trường mang ra đãi độc giả lần này. Anh đã rất chú tâm tới phần này. Anh dẫn độc giả đi Nam tào Bắc đẩu. Từ Venice, Rome, Pisa, Napoli, tới Florence, Cinque Terre của Ý, với Thanh Nhã. Qua Pháp, Thụy Sĩ, Monaco, Áo, Bỉ, Đức, Luxembourg, Tây Ban Nha, Hòa Lan với Dasthier. Về Việt Nam cùng Thanh Nhã ngao du Tây Ninh, Bến Tre, An Giang trong Nam tới Nha Trang, Đà Nẵng, Huế ngoài Trung rồi Sầm Sơn, Ninh Bình, Hà Nội, Hải Phòng, Sapa. Mỗi địa danh đều có nhiều di tích, thắng cảnh và nhất là các viện bảo tàng, phòng tranh. Khánh Trường đưa độc giả đi qua bao nhiêu kỳ tích, chỉ rõ tường tận từng nơi từng chốn.

Khánh Trường hình như chưa bao giờ là người cẩn thận nhưng, trong vai hướng dẫn viên du lịch, anh cẩn thận hết cỡ. Tới nơi nào anh cũng rộng rãi kể về sự tích, lịch sử hình thành và các đặc điểm của từng nơi. Nhưng sự tận tình của anh nhiều khi quá đáng. Anh đã chép lại nguyên văn các tài liệu du lịch dài dằng dặc, kể cả các tài liệu trong Wikipedia. Có thể đối với nhiều người, đây là những gì họ muốn biết về một nơi chốn nổi danh nhưng, với tôi, việc nhét nguyên văn tài liệu vào trong một cuốn tiểu thuyết là một chuyện khiên cưỡng. Phải chi anh chịu khó khai thác tài liệu để "tiểu thuyết hóa" chúng với những nhân vật trong truyện thì hay biết mấy.

Với "Cùng Nhau Đất Trời", tôi nghĩ Khánh Trường cố làm mới tiểu thuyết của anh. Đây là một hướng đi mới của một nghệ sĩ không bao giờ cạn sáng tạo, trong văn chương cũng như trong hội họa. Mong anh nhích bước mạnh dạn tiến sâu hơn vào tính tiểu thuyết trong truyện của anh.

Cuốn "Cùng Nhau Đất Trời" được ghi nhận trong trang đầu của sách: "Tặng Phạm Hiền Mây. Ghi nhớ mười năm hạnh ngộ". Phạm Hiền Mây cũng là người viết một bài tựa khá đặc biệt và thông minh cho cuốn truyện. Xin trích lại cảm nhận của người viết tựa: *"Đọc truyện Khánh Trường, không chỉ thích về mặt nội dung, không chỉ khoái về mặt tình tiết, mà nó còn mang lại nhiều lợi ích khác cho người đọc, nhất là về mặt kiến thức, đa dạng, phong phú. Đặc biệt, kiến thức lần này là đất nước, là con người, là phong tục tập quán, là chuyện ăn, chuyện ở, chuyện mặc, của những vùng đất nổi tiếng nhất trên hành tinh chúng ta"*.

Trong các truyện của Khánh Trường, nhân vật chính thường là một họa sĩ hào hoa phong nhã, vơ bên trái, quơ bên phải đều có những người tình đẹp đẽ, thông minh, phóng khoáng. Anh chàng họa sĩ Lâm trong "Cùng Nhau Đất Trời" không là ngoại lệ. Gấp cuốn sách dày 238 trang, tôi có một mơ ước: kiếp sau xin Trời cho làm một họa sĩ! Hào hoa phong nhã như bất cứ anh họa sĩ nào trong truyện Khánh Trường, kể luôn anh chàng Lâm trong cuốn truyện mới toanh này..

09/2024

NGUYỄN TIẾN ĐỨC, BẠN TÔI

Đức vừa giã từ bạn bè vào ngày 25/6/2024. Tôi và bạn bè lớp Đệ Tam C của Đức tại Chu văn An niên khóa đầu tiên sau ngày di cư vào Sài Gòn lại hụt một chỗ ngồi mỗi khi tôi qua Cali thăm bạn bè. Thường có mặt là Trần Huy Bích, Trần Minh Công, Đỗ Xuân Triều và Nguyễn Tiến Đức. Mỗi lần nhìn thấy nhau là một lần ghi khắc trong lòng. Dễ gì sau 60 năm cùng ngồi trên ghế nhà trường mà còn được gặp nhau. Từ nay các buổi hội ngộ lâu lâu mới có sẽ hụt mất Đức.

Lóng sau này Đức cũng bệnh nọ tật kia như lũ bạn già chúng tôi. Chuyện thường. Nhưng Đức không mượn bệnh mà bỏ anh em. Anh chớp nhoáng cưỡi hạc qua miền miên viễn bằng một cơn nhồi máu cơ tim. Lối đi nhanh chóng, dứt khoát, không chút vướng bận thân xác là niềm mơ ước của mọi người một khi phải ra đi. Phải kể bạn tôi may mắn. Đức và tôi là bạn…đúp. Bạn học và bạn văn.

Mỗi khi gặp tôi, Đức bao giờ cũng tìm được một khoảng thời gian để nói chuyện chữ nghĩa với nhau. Từ độ chúng tôi còn tuổi thanh niên ở Sài Gòn. Ngày đó, tôi mặn tay làm báo, viết văn lai rai cho các báo văn nghệ tại Sài Gòn. Một bữa chúng tôi bàn nhau về việc viết truyện ngắn, Đức và tôi đồng ý truyện phải được đẩy nhanh và tạo bất ngờ liên tục cho tới kết. Ý kiến này không mới mẻ chi nhưng khác với nhiều tác giả thời đó rất rề rà làm văn. Chúng tôi thử nghiệm bằng cách bàn thảo và đưa ra một cốt truyện. Xong, Đức đẩy cho tôi viết. Lúc đó mực trong cây viết của tôi rất trơn tru nên tôi chấp bút. Truyện "Tiếng Nước Dội" được tôi viết, đăng trên

Thời Nay được nhiều độc giả khen ngợi.

Đức là người có nhiều sáng kiến và có một lối sống rất nghệ sĩ. Thập bát ban văn nghệ, anh hầu như muốn thử hết. Anh loanh quanh sau hậu trường sân khấu, trong các đoàn làm phim, viết lách hết thơ tới truyện, lúc nào anh cũng lơ mơ sống, lúc nào trong đầu anh cũng có chuyện này chuyện kia lấn cấn. Tôi không biết anh có chơi đàn hay vẽ vời chi không nhưng cái chi dính tới văn nghệ là anh nhào vào. Em trai anh là nhạc sĩ Tiến Chỉnh chơi *guitar bass* trong các ban nhạc trẻ hồi đó mới đây đã tiết lộ là chính Đức đã khuyến khích và tạo điều kiện cho chú em khi đó mới 14 tuổi thành nhạc sĩ. Chú ruột anh là họa sĩ Vị Ý với những bức tranh có nét riêng rất được giới bạn bè và khách thưởng ngoạn tán thưởng. Có lần anh dắt tôi vào quán cà phê Lú bên Thị Nghè của Vị Ý trang trí đầy nghệ thuật. Không biết ông cháu có góp một tay vào công trình này không. Thuở học sinh Chu văn An cùng với Trưng Vương tổ chức tại rạp Đại Nam một buổi văn nghệ gây quỹ giúp nạn nhân của một vụ gì đó tôi quên mất, anh kêu tôi giúp anh sau hậu trường sân khấu. Để tạo âm thanh và ánh chớp cho một màn kịch, anh phân công tôi đứng rung và cà tấm tôn, đập liên tục làm sấm. Chớp anh thực hiện ra sao tôi không biết vì anh phân công cho một bạn khác phụ trách. Sau này, anh có lần đi theo đoàn làm phim Hè Muộn một thời gian. Cái chi dính tới văn nghệ anh đều hào hứng nhào vào. Ngày tôi qua Cali ra mắt sách, anh quay phim. Thấy anh vác chiếc máy tuy nhỏ nhưng không phải không nặng trong mấy tiếng đồng hồ, chạy góc này góc kia để thâu vào những hình ảnh đắt nhất, tôi thấy ái ngại nhưng anh bỏ nhỏ vào tai tôi: "Tớ thích mà!". Chắc anh thích thật vì có lần đi ăn với anh tại Little Saigon, gặp ca sĩ Thanh Hà, tôi thấy họ vồn vã với nhau. Hỏi ra mới biết anh chụp hình nghệ thuật cho cô ca sĩ này. Anh chỉ có hai tay nhưng với tới bất cứ bộ môn nghệ thuật nào. Chỉ tiếc một điều là anh như một chú bướm, vờn chỗ này một chút, chỗ kia một chút. Bướm nhởn nhơ nên ghé vào hoa này một chút, hoa kia một chút, ít để lại dấu ấn trên hoa. May ra sau này, anh đã có lúc chuyên chú vào chuyện viết lách. Mỗi khi tôi qua Cali gặp anh, lần nào như lần nấy, anh ôm theo một tập bản thảo, say sưa nói về các sáng tác mới nhất của anh.

Tôi nghĩ khi đã mệt mỏi, anh mới yên ổn với chữ nghĩa. Anh luôn tìm và làm mới chữ nghĩa trong các sáng tác anh cho tôi đọc. Phải thú nhận là rất nhiều lần tôi không theo kịp những bay nhảy của anh. Anh như sống trong thế giới của riêng anh, xài những con chữ của riêng anh, bay bổng một mình, không cần biết tới người đọc. Tôi nhiều khi lúng túng với những trang giấy anh chắt chiu chữ nghĩa và đưa tôi đọc như muốn tôi chia sẻ. Anh in được hai cuốn sách mỏng, một cuốn thơ, Gõ Lên Niềm Im Lặng, và một cuốn anh gọi là "phiến văn", Những Sinh Vật Trong Bộ Nhớ. Anh gửi cho tôi cả hai cuốn. Tháng 11/2022 tôi ghi nhận cuốn này trên Facebook như sau: *"Anh là một nghệ sĩ thứ thiệt. Suốt đời anh luôn tìm tòi cái mới trong các ngành nghệ thuật. Anh xông xáo vào thơ văn, hội họa, nhiếp ảnh, phim ảnh. Hình như cái chi dính tới nghệ thuật anh đều muốn xả thân vào. Một nghệ sĩ sáng tạo luôn có những ý tưởng mới, Nguyễn Tiến Đức cũng vậy. Tôi thân với anh từ ngày cùng học tại Chu văn An sau khi di cư vào Nam. Ngay từ những ngày còn ngồi trong ghế nhà trường anh đã có nhiều ý tưởng mới trong các buổi sinh hoạt trình diễn của học sinh Chu văn An và Trưng Vương. Sau này, trong những lần qua Cali, gặp anh, anh vẫn say mê nói về những ý tưởng mới, đầy sáng tạo trong sáng tác. Anh đã in thơ, nay anh in văn. Cuốn "Những Sinh Vật Trong Bộ Nhớ" gồm 24 đoản văn mà anh gọi là "phiến văn". Như tựa đề cuốn sách, anh đề cập tới chuồn*

chuồn, chim, đom đóm, cá, mèo, quạ, dê, kiến, cánh cam, ễnh ương, ong, voi, cua, bướm, phượng hoàng, ve sầu, bọ, rùa, châu chấu, lợn. Toàn những...bạn tuổi nhỏ của chúng tôi. Những con vật này không được anh nói tới dưới khía

cạnh sinh vật học mà như một nỗi nhớ. Nỗi nhớ bắt nguồn từ tuổi thơ nhưng đậm đà trong suốt cuộc sống. Những "phiến văn" này là những vết cắt của cuộc sống. Như một khối ngọc được anh cắt, bê ra từng mảnh, cho chúng ta nhìn ngắm chúng và suy nghĩ về cuộc đời".

Trong tập thơ "Gõ Lên Niềm Im Lặng", tôi bắt gặp nhiều đoạn thơ rất riêng hơi thở anh. Tôi phải mất rất nhiều bối rối khi muốn trích chỉ một bài thơ của anh trong tập thơ vỏn vẹn 110 trang này:

theo dấu bướm chập chờn
anh bắt con bướm thảng thốt
rồi thả bướm cho rừng
chỉ để lại trên hai ngón tay anh
lớp phấn mỏng bôi lên mí mắt em
làm phấn mí lạ
cái eye shadow của trời
không bày bán ở Saks Fifth Avenue

lúc trở về thành phố
anh và em qua một nghĩa địa
có cánh đồng dâu chưa mang quả
anh chợt hôn môi em
môi em chín căng
thay quả dâu trước mùa trĩu quả
em làm dấu thánh giá hai lần

một lần cho em
một lần cho anh.

Như một bạn học, tôi có thân tình riêng với Đức. Căn nhà rộng lớn trên đường Duy Tân của gia đình anh là nơi tôi thường lui tới. Đậm kỷ niệm. Tại nơi đây tôi đã tập những bước nhảy đầu tiên và được bạn bè của anh bao đi nhảy lần đầu tại vũ trường. Căn nhà này như nhà…làng. Bạn bè lui tới tấp nập. Tôi đã ngồi coi em anh, Tiến Chỉnh, và ban nhạc tập dượt, đã từng lê la ăn uống chuyện trò tán phét với đám bạn lúc nào cũng đông đảo của anh và tôi. Tôi hầu như quen biết với cả gia đình mà anh là con cả với đám em lóc nhóc tới con số chục của anh, trừ những cô cậu bé loắt choắt lao nhao như một đàn chim chơi đùa ngoài sân. Và trừ thân phụ anh. Cho tới bây giờ tôi vẫn không hiểu sao chưa bao giờ tôi gặp ông tuy rất có duyên với cả gia đình. Mẹ anh là một người có khuôn mặt nhẹ nhõm dễ mến, lúc nào cũng trân quý bạn bè của con. Sau này, khi tôi làm tại Bộ Xã Hội, bà thường lui tới văn phòng tôi khi bà phụ với nhà chùa làm từ thiện. Tôi đã dự đám cưới của các em anh như người trong nhà. Em kế của anh, Nguyễn Tiến Thịnh, một Chánh Sự Vụ của Đài Truyền Hình, cưới vợ nhằm đúng một cô nhân viên của một hội thiện ngoại quốc tại Việt Nam hầu như lui tới văn phòng tôi hàng ngày vì công việc. Em gái anh, Cẩm Khanh, khi làm Tham Vụ tại Tòa Đại Sứ Việt Nam tại Manila gặp đúng lúc tôi đang theo học tu nghiệp dài hạn tại đây. Trong các dịp lễ Quốc Khánh và Tết, Cẩm Khanh phụ trách văn hóa tại tòa Đại Sứ, đã cùng tôi và các sinh viên Việt Nam tại University of Philippines, tổ chức các cuộc triển lãm và văn nghệ rất thành công, giới thiệu văn hóa và đất nước Việt Nam với các sinh viên và quan khách ngoại quốc.

Trong một lần tôi tới Cali nhằm dịp Giáng Sinh, Đức đã kéo tôi tới nhà khi gia đình anh họp mặt mừng lễ. Tôi gặp lại mọi người sau nhiều năm xa cách. Như gặp lại những người thân trong gia đình. Chỉ tiếc một điều là mẹ anh khi đó đã quên và lẫn nên không nhận ra tôi.

Dễ chừng đã năm sáu năm nay tôi không qua Cali, kể từ thời Covid tới nay. So với thời gian bạn bè của tôi với Nguyễn Tiến Đức, số năm này như con số lẻ, chẳng ăn thua chi nhưng chỉ trong một sát na của thời gian ngắn ngủi này, Đức đã chuồn đi. Xa Đức nhưng tình bạn của tôi và bạn bè đồng môn ngày xưa của Đức vẫn gần. Phải không, hỡi Trần Huy Bích, Trần Minh Công, Đỗ Xuân Triều? Có chút chuyện muốn nhờ các bạn: thắp giùm tôi một nén nhang trong ngày các bạn có mặt tiễn Đức đi xa.

06/2024

ĐỌC "THƠ KHÁNH TRƯỜNG"

Tôi vừa nhận được cuốn "Thơ Khánh Trường" do tác giả gửi tặng. Khánh Trường họa, Khánh Trường văn, Khánh Trường báo, ít khi chúng ta nghĩ Khánh Trường thơ, vậy mà ông thần bị bệnh tật thăm hỏi nhiều nhất nước này đã làm thơ từ năm 16 tuổi. Ông lai rai làm chơi rồi để đó, cho bụi phủ. Ông đã phụ thơ để rong chơi nơi những bến bờ khác. Lý do làm ông trở lại với thơ vì ông bị trói tay. Ông viết: *"Gần đây vì sức khỏe trở nên tồi tệ, tôi không thể ngồi lâu để gõ cho xong hai tiểu thuyết đang dang dở, buồn, tôi lục lại tập giấy và* post *lên Facebook, cốt cho có việc để làm, một cách giết thời giờ. Không ngờ lại được không ít bạn bè tán dương, kể cả những người làm thơ đã thành danh, tất cả đều khuyến khích tôi gom lại xuất bản"*. Trong số người đẩy ông cho thơ góp mặt với đời có tôi, một tên chỉ biết đọc thơ, cả đời không dám vọc bút vào chốn chữ nghĩa tinh túy đó. Ông lính nhảy dù này chỗ nào cũng vọc. Thử đọc bài Vọc.

sắc
huyền
nặng
hỏi
ngã
chữ nghĩa bay lả tả
đã!

Thơ Khánh Trường ngắn ngủn, phần lớn chỉ bốn câu nhưng chuyên chở được nhiều. Văn Khánh Trường dữ dội, thơ cũng không hiền.

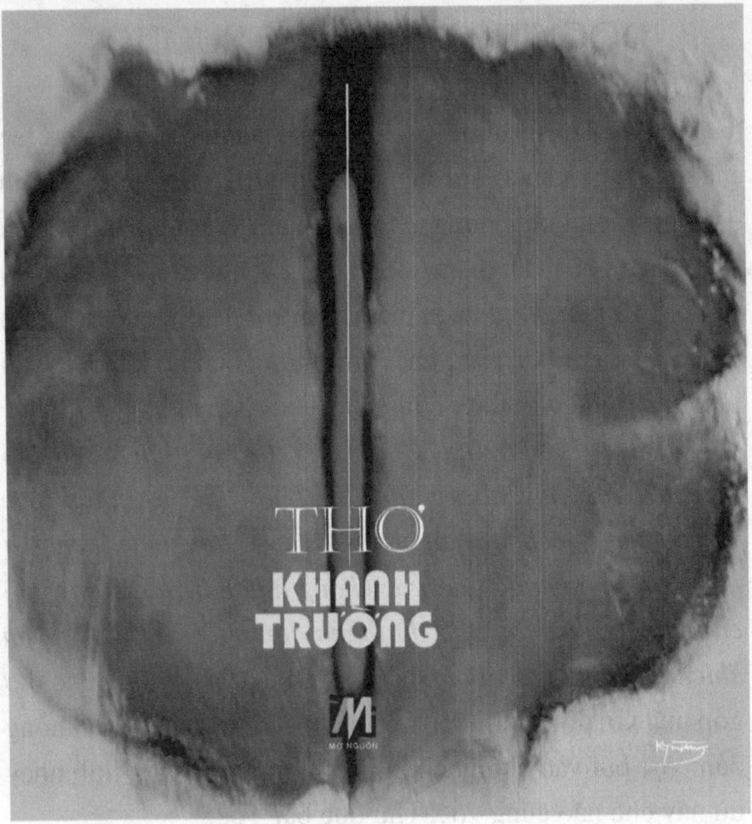

cái lưỡi không xương
nhiều đường lắt léo
em tròn hay méo
chấp!

Tập thơ in khổ vuông 8.5' x 8.5' rất mỹ thuật. Tranh bìa đẹp nhưng thuộc loại trừu tượng không cần hiểu làm chi cho mệt. Đẹp là đủ rồi. Ngay trang đầu có lời đề tặng: "Tặng cháu, Nina Hòa Bình Lê".

Tập thơ có bề dày 249 trang gồm ba tiểu đề: ngẫu hứng, mai anh về miền Trung và những bài thơ khác và khổ lụy.

Phần "Ngẫu Hứng" là những đoạn thơ ngắn bất chợt nảy ra trong đầu trước mọi hoàn cảnh: mặc áo lính, giải ngũ, trong *hospital,* giữa bốn vách tường trắng đục, bên cạnh giường các bệnh nhân cùng cảnh ngộ, giữa bầu khí vắng lặng như nghĩa trang, đợi xe rước vào lọc thận tại *dialysis center*, trên ghế nằm chạy thận hoặc những việc tầm phào hàng ngày như "cắn một trái cà pháo, gắp một đũa rau luộc".

măng chua đứng cạnh hũ cà
bỗng dưng nhớ quá hương nhà năm xưa
mười năm nữa liệu về chưa
hay quê người kiếp sống thừa kéo lê?

Rao nam rao bắc cho tiểu đoạn này, tác giả cho người đọc cảm tưởng như chuyện vặt hàng ngày nhưng thơ lại nặng ký. Nhìn trời nhìn đất cũng vẫn một dấu hỏi chình chịch trong lòng.

sáng nay nhìn giọt sương hồng
đậu trên một ngọn cỏ bồng đong đưa
hỏi lòng này đã vừa chưa
cái ta mãn cuộc dư thừa sân si?

Nhưng tuy tác giả không hài ra trong phần vào đề của phần này tôi thấy ông dành tới mười hai trang cho mười hai bài thơ bốn dòng để vẽ chân dung mười hai người bạn văn của tác giả: Nguyễn Tôn Nhan, Hoàng Ngọc Tuấn, Trần Quang Lộc, Nghiêu Đề, Trương Đình Quế, Cao Xuân Huy, Cao Đồng Khánh, Vũ Huy Quang, Nguyễn Xuân Hoàng, Mai Thảo, Phùng Nguyễn, Nghiêm Xuân Hồng. Tất cả những khuôn mặt này đã ra người thiên cổ. Phải chăng đây là một nghĩa trang bạn bè trong lòng Khánh Trường?

Tôi trích ra đây đoạn viết về Nguyễn Xuân Hoàng, người bạn chung của tôi và Khánh Trường, đã xuôi tay đúng 10 năm trước đây.

ngôi nhà ngói đỏ tịch liêu
về chưa hay vẫn phiêu diêu ta bà?
cuộc đời lắm nỗi phong ba
rồi ra tất thảy chỉ là huyễn như.

Tôi không thể nào không trích đoạn viết cho Mai Thảo, hàng xóm của Khánh Trường trong chung cư dành cho người già, một cái tên mà người yêu văn học Việt Nam đều nằm lòng, suốt đời cô đơn không gia đình "sớm ra đi sớm hoa không biết / đêm trở về đêm cành không hay".

đèn lu, ngõ vắng, thân gầy
đông hàn sương giá trùng vây bốn bề
một mình đối bóng sầu tê
quán khuya, rượu cạn, nẻo về lạnh căm.

Tiểu mục "Mai anh về miền Trung và những bài thơ khác" là những u hoài về miền quê mẹ. Khánh Trường ra đời thời tiêu thổ kháng chiến, sanh rơi tại một ngôi trường tiểu học bỏ hoang tại xã Khánh Thọ, quận Tam Kỳ. Cái tên cúng cơm Nguyễn Khánh Trường là ghép chữ đầu của tên xã (Khánh) và ngôi trường sanh rơi (Trường). Sau thời gian lang bạt kỳ hồ khắp chốn, Khánh Trường trở về và…thơ. Vào đề của phần này, ông viết: *"Tôi chỉ sống một thời gian ngắn ở đây rồi lang bạt khắp mọi miền đất nước. Mười mấy năm sau trở về, đi qua nhiều vùng đất suốt chiều dài từ Nam ra Trung, tôi võ vẽ những cái gọi là thơ mỗi lần dừng chân nơi nào đó. Trong tập bản thảo vàng ố, chữ nghĩa lem nhem cậu em đã trao lại, có những bài này, đã định vất sọt rác vì thấy non nớt, biểu diễn cơ bắp kệch cỡm. Nhưng không nỡ, dù gì cũng ghi dấu một thời".*

Miền Trung được Khánh Trường nhắc tới gồm những địa danh Phan Thiết, Ba Ngòi, Đại Lãnh, Nha Trang, Bình Định, Tam Quan, Bồng Sơn, Qui Nhơn, đèo Rù Rì, Quảng Ngãi tới Châu Ổ, Nam Phước, Điện Bàn, Tam Kỳ. Khánh Trường lang thang hơi kỹ!

Tiểu mục thứ ba: Khổ Lụy. Những bài thơ trong mục này "để nhớ những ngày cơ cực" sau khi bị thương và giải ngũ. *"Tôi đi xin việc. Khổ nỗi việc nặng không kham nổi, việc nhẹ thì phải có chuyên môn hoặc học vị cao, tôi, chữ không hay cày không giỏi, lại thương tật cùng mình nên chả nơi nào nhận. Gia cảnh gồm hai vợ chồng và ba con nhỏ lâm vào khốn khó. Chùm thơ này khai sinh vào thời điểm đó, bây giờ đọc lại vừa cảm động vừa buồn cười. Cảm động vì khốn khó là điều có thực. Buồn cười vì do tuổi trẻ sốc nổi và mẫn cảm thái quá đã biến sự khốn khó chỉ một, đã bị tôi cường điệu thành ba bốn, thậm chí hơn nữa, khiến nỗi đau trở nên quằn quại đến phát khiếp! Đó là một trong những lý do khiến tôi không mặn mà với chùm thơ này. Song ngẫm sâu, thấy nếu về mặt văn học chưa đạt tiêu chuẩn như mong muốn thì với cá nhân tôi, dù thế nào nó cũng ghi khắc một dấu ấn khó quên".*

Cái nghèo đói hiển hiện nhất trong ngày tết. Cỗ bàn bánh mứt nhà người làm nổi bật cái thiếu thốn nơi nhà mình. Người xưa hình như về phe những người có của ăn của để khi đặt ra tiêu chuẩn đói no ngày tết: "đói quanh năm no ba

Khánh Trường (Photo: Nguyễn Bá Khanh)

ngày tết" hoặc "đói cho chết, ngày tết cũng phải no" hay "giàu hay nghèo, ba mươi tết thịt treo trong nhà". Nhà nho Nguyễn Công Trứ cũng có lúc hụt chân vì tết: "Tết cóc gì đâu, uống một vài be củ tỏi / Nợ đâm ương ra đó, nói ba bốn chuyện cà riềng". Khánh Trường thơ thẩn cảnh nghèo ngày tết bằng những vần tỉnh rụi:

tối ba mươi xóm riềng hỉ hả
ta ngồi buồn bó gối sờ râu
vợ lặng lẽ loay hoay cúng vái
miệng lầm rầm mắt khép lim dim
....
bên ngọn nến một bình hoa héo
ba cọng nhang thả khói mệt nhoài
ta hỏi vợ, bánh trà đâu nhỉ?
vợ cười buồn hết gạo hôm qua

Trẻ con sống theo bản năng, khát uống đói ăn. Gặp dịp được ăn là sà vào không suy nghĩ, không e ngại chi. Vợ chồng chịu đói được nhưng khổ nhất là nhìn con cái đói khổ. Đưa con tới chúc tết nhà người ta, cỗ bàn ê hề, con ăn mà cha mẹ cảm thấy xấu mặt.

nhìn con ngốn miếng chả giò
trong ba đỏ một hỏa lò lửa nung
giận con ba sắp nổi khùng
vuốt ve mẹ dỗ thôi Tùng chóng ngoan
....
uống ăn từ tốn đường hoàng
đứng đi nghiêm chỉnh họ hàng khỏi khinh
cúi đầu ba gắng nín thinh

nghĩ sâu cũng tại nhà mình thiếu ăn

Khổ lụy làm người ta đổi lốt. Trò đời như vậy. Nghèo, thiếu ăn thiếu mặc, mặc cảm cùng mình khiến tính tình cục cằn, chửi rủa vung vít.

bảy năm trước ta hiền như đất
(hiền còn hơn bụt ở trong chùa)
cơm hai bữa mỗi ngày đúng cữ
ngủ tám giờ ngon giấc tròn đêm
nhưng từ buổi thế thời xoay đảo
ta tập tành xỏ lá ba que
ta quen mồm ăn gian nói dối
ta buồn tình chửi rủa lem nhem

"Thơ Khánh Trường" là thi phẩm thứ hai của Khánh Trường. Hơn bốn chục năm trước, khi Khánh Trường làm việc cho một nhà in nhỏ, nhà in ế, ông chủ hỏi có chi in cho có tiếng máy chạy. Vậy là tập thơ "Đoản Thi Khánh Trường" bất ngờ ra đời. Chừ là tập thơ thứ hai, ra đời vào lúc tay chân bất khiển dụng, không gõ được văn đành gõ thơ cho đỡ đau tay. Cả hai thi phẩm đều bị tác giả bộc bạch cho xuống cấp: *"Không tìm kiếm cái mới lạ, tân kỳ trong vần, nhịp điệu. Không vật vã, tư duy. Không mang vác bất cứ sứ mệnh nào. Không mảy may tham vọng đi vào văn học sử. Nay, một lần nữa, và chắc chắn là lần cuối cùng, tôi in tập thi thứ hai này, trong tinh thần vui thôi mà. Đúng vậy, vui thôi mà!"*.

Đọc tập thơ hai lần, một lần giúp bạn hoàn chỉnh chính tả, một lần cầm trong tay thi tập đã hoàn tất, mũ mãng đầy đủ, dù sao, cũng mừng cho ông bạn nay vác trên vai thêm một chữ "sĩ". Chữ "sĩ" mới này cũng ngang ngửa sức nặng như những chữ "sĩ" khác trên vai. Thiệt tội cái thân đa tài và đa mang!

04/2024

"TAY CHẠM VAI GẦN" CỦA LUÂN HOÁN

Ông Luân Hoán vừa tới nhà giúi cho tôi tập thơ mới nhất của ông. Tập "Tay Chạm Vai Gần". Không biết đây là tập thơ thứ bao nhiêu của một người làm thơ có gia tài đồ sộ vào loại không nhất cũng nhì trong làng thơ. Thơ ông vung vãi như cách một ông tỷ phú tiêu tiền. Kho tiền không bao giờ cạn. Ông vốn không phải là người có tính chắt chiu nên thơ ông hào phóng trình làng đều đều từ bao nhiêu năm qua một cách tùy hứng. Chúng biến hóa không có trật tự.

Cuốn "Tay Chạm Vai Gần" khác các tập thơ trước của ông tuy chỉ có bề dày khiêm nhượng 288 trang. Đó là chúng được vào hàng vào lối nghiêm chỉnh. Tập thơ gồm bốn phần rõ rệt: Tình Vui Thời Mới Lớn, Tình Thời Phơi Phới Thanh Xuân, Tình Điệu Thời Lão Ông và Tình Riêng Nhân Tình Trăm Năm.

Mỗi phần ông lại mời được một bạn thơ viết bạt. Bốn vị khách của ông lần lượt cho mỗi phần là: nhà thơ Phan Trang Hy, nhà thơ Phạm Hiền Mây, nhà thơ Nguyễn văn Nhân và nhà thơ Hoàng Xuân Sơn. Kể ra là xôm tụ.

Tôi được ông cho đọc thơ ông nhiều nên chỉ tò mò tới những thời kỳ tôi thích. Thơ ông là thơ tình. Trong cuốn thơ mới này lại rặt tình. Ông yêu từ nhỏ cho tới khi không còn là nhỏ được. Và ông gọi tập thơ này là tập thơ "trai gái"

tập thơ trai gái bạn cầm
giàu chữ nặng giấy nhiệt tâm thành hình
khi yêu ai cũng tự mình
viết ra một cuốn ái tình thi ca

Dĩ nhiên tôi khoái phần ông bắt đầu ló ra cái nòi tình. Thời ở truồng tắm mưa ông đã có những Gái, những Lanh, những Hường, những Đỏ, những Hà để:

yêu đương chừng chưa biết
nhưng thinh thích như tuồng
nhất là khi dội nước
tắm hết dám ở truồng

Tắm mưa ở truồng là chuyện ai cũng trải qua. Nhưng những hình ảnh tưởng là thơ dại đó còn bám víu tới chừ âu cũng là thứ nòi tình nhen nhúm của nhà thơ. Lớn hơn, ông cũng chỉ cậy vào mưa :

giữa đường không chỗ núp mưa
đầu che cặp sách em thừa tứ tung

nước ngầm chảy dọc sống lưng
ướt mau lẹ hai ống quần sát da.

Cuối cùng mưa đã đưa ông về bến đò. Từ thuở ông nhận ra em đã lớn. Khi đó hình như em chỉ mới mười ba.

một buổi sáng trời mưa buồn chi lạ
bâng khuâng nhìn em vọc nước ngoài hiên
gió mùa thu đùa trong tóc nghiêng nghiêng
bay lên má...nhận ra em đã lớn

Cô bé vọc mưa năm nào nay đã thôi vọc, đầu gối tay ấp chung giường chung chiếu với ông.

bé người dưng chừ quá ngon
dưỡng mẫu ta đã nhiều năm nay rồi
"chở má mi đi chợ thôi!"
Lời sai bảo nhẹ thắm môi ngọt ngào

khi vui ta thấy rất thơ
khi bực có chút nao nao thương mình
ơi em bé Lý Phước Ninh!

Bữa qua, Chủ Nhật 23/4, giữa cơn mưa rả rích, ông tới trao tôi tập thơ "Tay Chạm Vai Gần". Ông không đi một mình mà đi với người Lý Phước Ninh!

04/2024

CÙNG MỘT TÁC GIẢ

Bỏ Chốn Mù Sương (tập truyện, Kinh Đô, Houston, Hoa Kỳ 1993)

Đong Đưa Cuộc Tình (tập truyện, Ngày Nay, Houston, Hoa Kỳ 1996)

Còn Đó Bóng Hình (tập truyện, Văn Mới, Los Angeles, Hoa Kỳ 1997)

Chân Mang Giầy Số 6 (tập truyện, Văn Mới, Los Angeles, Hoa Kỳ 1999)

Cuối Ngày, Một Lần Ngồi Lại (tập truyện, Văn Mới, Los Angeles, Hoa Kỳ 2001)

Bên Lưng Những Con Chữ (tập truyện, Văn Mới, Gardena, Hoa Kỳ 2003)

Phiếm 1 (Văn Mới, Gardena, Hoa Kỳ 2005)
(In lần thứ hai - Nhân Ảnh, Toronto, 2006)
(In lần thứ ba - Nhân Ảnh, Toronto, 2008)

Phiếm 2 (Văn Mới, Gardena, Hoa Kỳ 2005)
(In lần thứ hai - Nhân Ảnh, Toronto, 2006)
(In lần thứ ba - Nhân Ảnh, Toronto, 2008)

Phiếm 3 (Nhân Ảnh, Toronto, Canada 2006)
(In lần thứ hai - Nhân Ảnh, Toronto, 2008)

Chốn Cũ (tập truyện, Nhân Ảnh, Toronto, Canada 2006)

Phiếm 4 (Nhân Ảnh, Toronto, Canada 2007)
(In lần thứ hai - Nhân Ảnh, Toronto, 2015)

Phiếm 5 (Nhân Ảnh, Toronto, Canada 2008)
(In lần thứ hai - Nhân Ảnh, Toronto, 2015)

Phiếm 6 (Nhân Ảnh, Toronto, Canada 2009)
(In lần thứ hai - Nhân Ảnh, Toronto, 2015)

Phiếm 7 (Nhân Ảnh, Toronto, Canada 2009)
(In lần thứ hai - Nhân Ảnh, San Jose, 2016)

To the Top of Whistler (tập truyện chuyển sang Anh ngữ, Nhân Ảnh, Toronto, Canada 2010)
(In lần thứ hai - Nhân Ảnh, San Jose, 2016)

Phiếm 8 (Nhân Ảnh, Toronto, Canada 2010)
(In lần thứ hai - Nhân Ảnh, San Jose, 2016)

Phiếm 9 (Nhân Ảnh, Toronto, Canada 2011)
(In lần thứ hai - Nhân Ảnh, San Jose, 2016)

Phiếm 10 (Nhân Ảnh, Toronto, Canada 2011)
(In lần thứ hai - Nhân Ảnh, San Jose, 2016)
Phiếm 11 (Nhân Ảnh, Toronto, Canada 2012)
(In lần thứ hai - Nhân Ảnh, San Jose, 2016)
Phiếm 12 (Nhân Ảnh, Toronto, Canada 2012)
(In lần thứ hai - Nhân Ảnh, San Jose, 2016)
Tuyển Tập Truyện Ngắn Song Thao, Tập I
(Nhân Ảnh, Toronto, Canada 2013)
(In lần thứ hai - Nhân Ảnh, Toronto, 2015)
Phiếm 13 (Nhân Ảnh, Toronto, Canada 2013)
(In lần thứ hai - Nhân Ảnh, San Jose, 2016)
Tuyển Tập Truyện Ngắn Song Thao, Tập II
(Nhân Ảnh, Toronto, Canada 2013)
Phiếm 14 (Nhân Ảnh, Toronto, Canada 2014)
(In lần thứ hai - Nhân Ảnh, San Jose, 2016)
Tuyển Tập Truyện Ngắn Song Thao, Tập III
(Nhân Ảnh, Toronto, Canada 2014)
Tuyển Tập Truyện Ngắn Song Thao, Tập IV
(Nhân Ảnh, Toronto, Canada 2014)
Phiếm 15 (Nhân Ảnh, Toronto, Canada 2014)
(In lần thứ hai - Nhân Ảnh, San Jose, 2016)
Phiếm 16 (Nhân Ảnh, Toronto, Canada 2015)
Phiếm 17 (Nhân Ảnh, Toronto, Canada 2016)
Phiếm 18 (Nhân Ảnh, Toronto, Canada 2016)
Dấu Chân Lang Bạt I (Nhân Ảnh, Toronto, Canada 2016)
(In lần thứ hai - Nhân Ảnh, Huntington Beach, Hoa Kỳ 2022)
Phiếm 19 (Nhân Ảnh, San José, Hoa Kỳ 2017)
Phiếm 20 (Nhân Ảnh, San José, Hoa Kỳ 2017)
Phiếm 21 (Nhân Ảnh, San José, Hoa Kỳ 2018)
Phiếm 22 (Nhân Ảnh, San José, Hoa Kỳ 2019)

Phiếm 23 (Nhân Ảnh, San José, Hoa Kỳ 2019)
Phiếm 24 (Nhân Ảnh, San José, Hoa Kỳ 2020)
Phiếm 25 (Nhân Ảnh, San José, Hoa Kỳ 2020)
Phiếm 26 (Nhân Ảnh, San José, Hoa Kỳ 2021)
Phiếm 27 (Nhân Ảnh, San José, Hoa Kỳ 2021)
Dấu Chân Lang Bạt II (Nhân Ảnh, Huntington Beach, Hoa Kỳ 2022)
Phiếm 28 (Nhân Ảnh, Huntington Beach, Hoa Kỳ 2022)
Phiếm 29 (Nhân Ảnh, Huntington Beach, Hoa Kỳ 2023)
Phiếm 30 (Nhân Ảnh, Huntington Beach, Hoa Kỳ 2023)
Phiếm 31 (Nhân Ảnh, Huntington Beach, Hoa Kỳ 2024)
Phiếm 32 (Nhân Ảnh, Huntington Beach, Hoa Kỳ 2024)

Nhà xuất bản NHÂN ẢNH
18366 Mapledale LN
Huntington Beach, CA 95678
U.S.A.
E-mail: han.le3359@gmail.com

Liên lạc với tác giả:
TẠ TRUNG SƠN
7805 Claire Fauteux, #1
Montréal, Qc., H1K 5B6 - Canada
Điện thoại: 514-354-5338
Cell: 514-916-5338
Email: tatrungson@hotmail.com

www.ingramcontent.com/pod-product-compliance
Lightning Source LLC
LaVergne TN
LVHW032022041026
849517LV00008B/2704
* 9 7 9 8 3 3 0 5 2 0 4 1 1 *